GIẢI NGHĨA
ÁP DỤNG KINH THÁNH

Phục Truyền
Luật Lệ Ký

Từ bản văn Kinh Thánh...
đến cuộc sống đương đại

Tập 3: Phục Truyền Luật Lệ Ký 27-34

Daniel I. Block

RESOURCE LEADERSHIP INTERNATIONAL
2018

Originally published as *The NIV Application Commentary - Deuteronomy* © 2011 by Daniel I. Block.

Vietnamese edition © 2018 by reSource Leadership International for Theological Education, by arrangement with Zondervan Corporation L.L.C, a subsidiary of HarperCollins Christian Publishing, Inc.

Bản dịch tiếng Việt: Lan Khuê

Hiệu đính: Huệ Anh

Phần Kinh Thánh Tiếng Việt được trích dẫn từ Bản Hiệu Đính Truyền Thống © 2010 bởi Liên Hiệp Thánh Kinh hội (trừ những phần có ghi chú bản dịch cụ thể). Đã được phép sử dụng. Bản quyền được bảo lưu.

Mã ISBN (Canada): 978-1-988990-04-0

Thiết kế bìa: Nguyễn Hiền Thư

Lưu ý: Vì sự khác biệt về vị trí trong cách phân chương, nên trong nhiều phân đoạn, số câu trong nguyên bản Hê-bơ-rơ đi trước một số so với bản tiếng Anh (và bản tiếng Việt). Trong tài liệu này, phần chú giải sẽ dùng theo số câu trong bản tiếng Anh, số câu trong nguyên bản Hê-bơ-rơ sẽ được đặt trong dấu ngoặc vuông [], ví dụ: Phục Truyền Luật Lệ Ký 23:1–14[2–15].

Mục Lục

Phục Truyền Luật Lệ Ký 27:1–26

Ý Nghĩa Nguyên Thủy

Ngay cả độc giả bình thường cũng cảm thấy đặt chương 27 ở đây là không thích hợp.[1] Việc này làm gián đoạn mạch văn đang trôi chảy từ Phục Truyền 26:16–19 đến 28:1–14, là phần được liên kết bằng ngôn từ và chủ đề chung, và đưa vào một thể loại và nội dung riêng biệt. Chương hiện tại gồm ba bài nói chuyện riêng biệt, mỗi bài có phần giới thiệu kiểu tường thuật và người kể riêng (27:1, 9, 11); và dường như chương này liên kết lỏng lẻo với phần trước đó hoặc phần tiếp theo và có lẽ có sẽ hợp lý hơn nếu đặt sau 31:29. Mặc dù bất kỳ lời giải thích nào về cách sắp xếp hiện tại cũng đều mang tính suy đoán, nhưng có lẽ 11:26–32 là lý do rõ ràng nhất cho việc chèn chương này giữa 26:16–19 và 28:1. Ở 11:26–32, Môi-se đã yêu cầu nghi thức chúc phước lành và nguyền rủa lần lượt trên núi Ga-ri-xim và Ê-banh. Thật vậy, phần lớn tài liệu được lưu lại ở 26:16–28:68 thể hiện mối quan hệ diễn giải tiếp tục đảo ngược (reverse resumptive expository relationship) với 11:26–32.[2] Sự tương ứng về cấu trúc có thể được minh họa như sau:

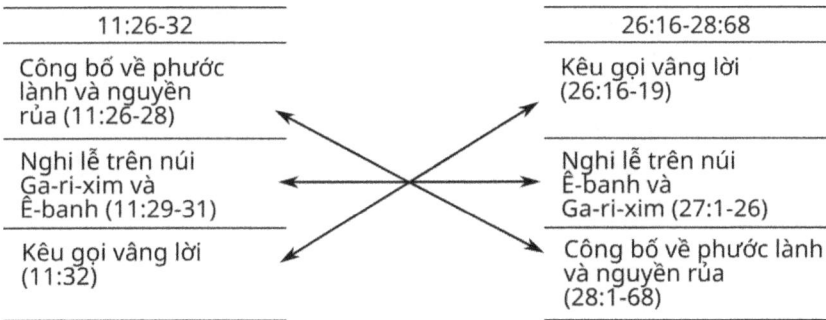

11:26-32	26:16-28:68
Công bố về phước lành và nguyền rủa (11:26-28)	Kêu gọi vâng lời (26:16-19)
Nghi lễ trên núi Ga-ri-xim và Ê-banh (11:29-31)	Nghi lễ trên núi Ê-banh và Ga-ri-xim (27:1-26)
Kêu gọi vâng lời (11:32)	Công bố về phước lành và nguyền rủa (28:1-68)

---

1. So sánh Block, 'Recovering the Voice of Moses', trong *The Gospel According to Moses*, 29.

2. Tương tự ý của McConville, *Deuteronomy*, 387.

Các học giả phê bình thường giải thích chương 27 là sự kết hợp của truyền thống riêng biệt Ghinh-ganh và Si-chem,[3] dù một số người nhận thấy tính hợp nhất của bản văn và biện luận rằng chương này bắt chước theo kiểu mẫu của nghi lễ trợ cấp đất hoàng gia được mô tả trên những câu khắc bia đá tại biên giới của Ba-by-lôn.[4] Mặc dù cách giải thích thứ hai có phần hợp lý, nhưng những bước tiến gần đây trong việc giải thích những câu khắc trên đá đòi hỏi lời giải thích phải được điều chỉnh cho phù hợp.[5] Giống các câu khắc cổ đại, chương này bao gồm: (1) những ám chỉ đến việc dựng các bia đá có câu khắc (27:2–4, 8); (2) việc xây dựng đền thờ cho thần linh (27:5–7); (3) liệt kê các nhân chứng (27:12–13); (4) bài diễn văn của người đại diện cho người chủ thiên thượng (27:14); và (5) một loạt những lời nguyền rủa sẽ giáng trên những người vi phạm câu khắc (27:15–26). Những đặc điểm này hợp lý trong ngữ cảnh Cận Đông cổ đại và đóng góp cho nền thần học nhiều hơn rất nhiều so với toàn bộ các phần còn lại của chương.[6]

Như đã lưu ý ở trên, Phục Truyền 27 gồm ba phần với độ dài không bằng nhau và được sắp xếp theo khuôn mẫu ABA; hai phần lớn hơn (27:1–8; 27:11–26) bao bọc lấy lời thách thức ngắn mang tính cổ vũ ở giữa (27:9–10). Mặc dù các nghi thức của hai phần bao bọc bên ngoài khác xa nhau, nhưng các ký thuật này được liên kết trong nhiều phương diện. (1) Lần đầu tiên trong Phục Truyền cả hai bài nói chuyện bắt đầu với động từ 'truyền bảo, truyền...cho mệnh lệnh'. (2) Ngược với nghi thức nhắc lại giao ước được nói đến ở chỗ khác trong sách (11:26–28; 26:16–19; 29:2[1]–30:20; 31:24–30), cả hai đều liên quan đến các nghi thức tương lai phải được thực hiện trong Đất Hứa (27:2, 4 và 12). (3) Cả hai nghi thức phải diễn ra trên núi Ê-banh

---

3. So sánh O. Eissfeldt, 'Gilgal or Shechem', trong *Proclamation and Presence* (bt. J. I. Durham và J. R. Porter; Richmond: John Knox, 1970), 90–101. Về bài trình bày tóm lược gần đây nhất của phương pháp này, xem Biddle, *Deuteronomy*, 395.

4. A. E. Hill, 'The Ebal Ceremony as Hebrew Land Grant', *JETS* 31 (1988): 399–406.

5. K. E. Slanski (*The Babylonian Entitlement* narûs [kudurrus]: *A Study in their Form and Function* [ASOR Books 9; Boston: American Schools of Oriental Research, 2003) đã chứng minh rằng những câu khắc như vậy không chỉ có ở biên giới địa lý mà còn áp dụng cho những quyền sở hữu khác nữa.

6. Về cách giải thích chương này nói chung theo phương diện thần học, xem P. A. Barker, 'The Theology of Deuteronomy 27', *TynBul* 49 (1998)2–77–303.

(27:4, 13), dù nghi thức thứ hai có thêm vào tên núi Ga-ri-xim, tọa lạc cạnh Ê-banh.

Hoàn thành tam giác giao ước: Đức Gia-vê _Y-sơ-ra-ên_ Xứ (27:1–8)

Lần đầu tiên, tác giả để cho Môi-se chính thức truyền cho dân chúng một nghĩa vụ và nhắc đến những người đồng lõa trong bài nói chuyện, tức 'các trưởng lão'. Về mặt cấu trúc, bài nói chuyện chia làm ba phần: (1) lời mở đầu ngắn gọn kêu gọi phải cẩn thận làm theo các mệnh lệnh hiện tại (27:1b); (2) tóm tắt những chỉ dẫn về nghi thức được quy định (27:2–3); (3) mô tả chi tiết hơn về nghi thức theo quy định (27:4–8).

Lời kêu gọi mở đầu (27:1) thiết lập ngữ cảnh áp dụng những quy định tiếp theo, chính thức liên kết thời điểm này với một loạt những sự kiện được phản chiếu trong sách Phục Truyền nói chung. Ngôn từ quen thuộc, giống với nhiều lời kêu gọi ở những nơi khác trong sách.[7] 'Tất cả các điều răn' mà Môi-se nói đến không phải các nghi lễ được quy định tiếp theo, mà là 'tất cả lời của luật pháp' tiêu biểu trong 'những quy định của luật pháp này' (27:3, 8, 26),[8] tức là các bài giảng của Phục Truyền. Từ ngữ cuối cùng trong câu 1 ('hôm nay') nhắc độc giả về khoảng cách giữa thời điểm của bài giảng này, tức ngày họ quyết định và cam kết, với thời điểm thực hiện các nghi thức tiếp theo.

Phần còn lại của bài giảng nói đến một nghi thức đặc biệt chỉ làm một lần mà người Y-sơ-ra-ên phải thực hiện khi họ đến đích. Những chỉ dẫn được chia thành hai phần, lần lượt từ câu 2–3 và 4–8. Mặc dù những phần này có những điểm nhấn riêng, nhưng việc lặp lại các cụm từ chính cho thấy một tổng thể mạch lạc và được sắp đặt cách chủ ý. Phần đầu của mỗi phần được báo hiệu bằng cụm từ 'sẽ là như vầy' (cụm từ này không có trong bản tiếng Việt, nhưng có trong nguyên tác) (wĕhāya), theo sau là lời tuyên bố nghi thức phải được thực hiện sau khi người Y-sơ-ra-ên băng qua Giô-đanh. Sau đó, bộ

---

7. Xem 6:25; 8:1; 11:8, 22; 15:5; 19:9.
8. Cũng xem Tigay, *Deuteronomy*, 247–48. Về những lần nhắc đến 'lời luật pháp này' ở chỗ khác, xem 1:5; 4:8; 17:18, 19; 28:58, 61; 29:29 [28]; 31:9, 11, 12, 24; 32:46.

khung của cả hai phần được trình bày bởi bộ ba mạng lệnh dưới đây
(diễn ý cá nhân):

Các ngươi phải dựng các bia đá [lớn],

Rồi các ngươi phải thoa vôi lên,

Và các ngươi phải viết lên đó tất cả những lời của luật pháp này.

Phần đầu tiên nhấn mạnh ngữ cảnh của nghi thức; phần thứ hai
làm nổi bật chính nghi thức; hai lần thêm vào mạng lệnh này yếu tố
thứ tư: 'và các ngươi phải dựng bàn thờ cho Giê-hô-va Đức Chúa Trời
ngươi' (diễn ý cá nhân).

Phần A (27:2–3)

Sau khi đưa ra ngữ cảnh theo trình tự thời gian, Môi-se thông báo
rằng các nghi thức tiếp theo phải được thực hiện 'ngày' (bản NIV
'khi') người Y-sơ-ra-ên băng qua Giô-đanh vào đất mà Đức Gia-vê hứa
ban cho họ. Ông nhấn mạnh tầm quan trọng của thời điểm qua hai
lần nói rằng Y-sơ-ra-ên sẽ băng qua sông 'vào miền đất mà Giê-hô-
va Đức Chúa Trời ban cho anh em', qua việc mô tả xứ là vùng đất
đáng mơ ước 'đượm sữa và mật'[9] và qua việc kết thúc phần này bằng
cụm từ 'như Giê-hô-va Đức Chúa Trời của tổ phụ anh em đã hứa với
anh em' (so sánh Sáng 17:8). Những nghi thức này kỷ niệm ân sủng
của Đức Gia-vê, và các bia đá có câu khắc là lời nhắc vĩnh viễn về
sự thành tín của Ngài. Những chỉ dẫn về nghi lễ trong câu 2b-3a là
rõ ràng và được giản lược chỉ còn những chi tiết cơ bản nhất. Thách
thức cho độc giả là xác định tầm quan trọng của những việc làm này.

Dựng bia đá kỷ niệm. Việc dùng động từ 'dựng' cho thấy các bia
đá đang được nói đến là những trụ thẳng đứng.[10] Tìm thấy hình ảnh
tương tự trong các truyền thống thực dân hóa thuộc Hy Lạp sau này,
một số học giả cho rằng các cây trụ là tượng đài kỷ niệm kết thúc
một hành trình.[11] Một số khác lập luận rằng Ê-banh là 'nơi' Đức Gia-
vê chọn để danh Ngài ngự, và đài kỷ niệm bằng đá ở đây là bia chiến

---

9. So sánh Phục 6:3; 11:9; 26:9, 15; 27:3; 31:20.

10. Người Y-sơ-ra-ên dựng các cây trụ làm vật kỷ niệm các cuộc chinh phục (1
Sa 7:12; 1 Sử 18:3), và các thành tựu chính trị khác (2 Sa 18:18), kỷ niệm các hiệp
ước (Sáng 31:45), và như những biểu tượng tôn giáo (Sáng 28:18, 22; 35:14; Giôs
24:26, 27).

11. M. Weinfeld, 'The Pattern of the Israelite Settlement in Canaan', trong
Congress Volume Jerusalem 1986 (bt. J. A. Emerton; VTSup40; Leiden: Brill, 1988),
280.

thắng trên đó có khắc danh của Đức Gia-vê.[12] Tuy nhiên, số nhiều trong các câu 2–3 dường như yêu cầu phải dựng nhiều trụ. Mặc dù bản văn không nói rõ con số chính xác, nhưng số lượng các chi phái liên quan trong lời nguyền theo nghi thức tế lễ có thể gợi ý mười hai (27:12–13), mà trong trường hợp đó phần này của nghi thức nhắc lại nghi lễ phê chuẩn giao ước ban đầu được kỷ niệm tại Si-na-i (Xuất 24:4).[13]

Thoa vôi lên bia đá. Mạng lệnh quét vôi lên đá gồm động từ *śîd*, bắt nguồn từ danh từ có nghĩa là 'vôi sống'. Vôi có lẽ là hợp chất kiềm trắng gồm nước và canxi oxit - ra từ đá vôi có sẵn tại vùng lân cận Ê-banh và Ga-ri-xim - và có thể bôi ngay lên bề mặt. Khi nước ẩm bốc hơi, vôi cứng lại, để lại lớp phủ trơn mượt trên bề mặt đồ vật.[14] Mặc dù các thầy dạy luật người Do Thái có lẽ khắc bản văn Tô-ra trên trụ đá bằng vật nhọn, nhưng họ cũng có thể viết bằng mực hoặc sơn. Dù là trường hợp nào, bị phơi ra ngoài trời thì bản văn cũng sẽ mau chóng bị xói mòn, và tất cả những gì còn lại để ghi nhớ sự kiện này chính là những cây trụ. Dù những trụ này có thể được sử dụng lại như những điểm tập hợp, nhưng những chỉ dẫn này kêu gọi thực hiện nghi thức chỉ làm một lần liên quan đến bản văn Tô-ra mà Môi-se đang công bố.

Viết Tô-ra lên bia đá. Cụm từ 'tất cả những lời của luật pháp này' cho thấy những người Do Thái chép thuê phải viết tất cả các bài giảng hiện tại của Môi-se lên cây trụ (so sánh 4:2; 17:18). Các vấn đề hậu cần trong việc chép lại 'những lời của luật pháp này' không nhiều như thoạt nhìn lúc đầu. Ba bài giảng của Môi-se trong Phục

---

12. Xem Richter, *The Deuteronomistic History and the Name Theology*, 139–42; cùng tác giả, 'The Place of the Name in Deuteronomy', *VT* 57 (2007)3–43–44. Cách hiểu này không phù hợp vì: (1) chương này không nói gì đến 'danh' hay nơi được chọn; (2) dù cuộc chinh phục Giê-ri-cô là thành tựu quan trọng và có lẽ được xem như một sự đặt cọc cho những chiến thắng nhất định trong tương lai, nhưng chiến thắng đối với người Ca-na-an thật sự chưa hoàn tất; (3) những quy định thờ phượng liên quan đến 'nơi chốn' trong Phục 12 hoàn toàn khác với những gì được quy định tại đây; (4) có lẽ đáng chú ý nhất là trong khi Phục Truyền 12 đòi hỏi phải thực hiện thường xuyên và lặp đi lặp lại tại 'nơi' đó, thì chương này yêu cầu sự kiện chỉ thực hiện một lần.

13. So sánh Giôs 4:5.

14. Trong suốt thời kỳ Đồ Sắt, vôi thường được dùng để chống thấm bể chứa nước, và thỉnh thoảng những người giàu có quét vôi lên tường và sàn nhà. Xem thêm L. G. Herr, 'Plaster', *ISBE* (pb. hđ.), 3:883. Ví dụ vào cuối thế kỷ thứ chín TC. nói đến bản văn được viết trên thạch cao, xem câu khắc the Deir 'Alla (*COS* 2.27).

Truyền dài hơn bộ luật Hammurabi rất nhiều, chiếm không đến ba phần tư diện tích bề mặt 2.1m của bia mộ Hammurabi.[15] Mặc dù toàn bộ bản văn các bài giảng của Môi-se có thể dễ dàng được chép lại trên hai tấm bia cao 1.8m, nhưng nếu chúng ta có 12 cây trụ thì mỗi trụ chứa khoảng 1.000 từ.

Phần B (27:4–8)

Bộ khung của phần hai (27:4, 8) lặp lại thông tin cần thiết được trình bày trong phần đầu, dù ở hình thức rút gọn. Tuy nhiên, bây giờ Môi-se nói cụ thể nơi chốn là 'trên núi Ê-banh'.[16] Địa điểm này là hợp lý vì nhiều lý do. (1) Nếu vẽ một đường thẳng giữa đường biên giới cực nam và cực bắc của xứ, thì núi Ê-banh và Ga-ri-xim xuất hiện chính xác ngay tại trung điểm.[17] (2) núi Ê-banh là một trong những ngọn núi cao nhất trong vùng; từ đỉnh của nó có thể nhìn thấy phần lớn Đất Hứa. (3) Tọa lạc gần Si-chem, vùng Ê-banh và Ga-ri-xim cực kỳ quan trọng trong lịch sử và truyền thống của Y-sơ-ra-ên (Sáng 12:6–7; 33:18–20). Nghi thức này mời gọi dân tộc thừa nhận sự thành tín của Đức Chúa Trời trong việc thực hiện hoàn toàn lời hứa của Ngài với các tổ phụ.

Câu 5–7 hướng dẫn dân chúng các nghi thức phải được thực hiện trên núi Ê-banh. Những câu này bắt đầu với mạng lệnh phải xây bàn thờ, nói rõ là đá tự nhiên (so sánh 27:2–4) không phải đá được đẽo bằng công cụ bằng sắt. Mặc dù bàn thờ này khác biệt so với bàn thờ được dùng trong sự thờ phượng ở đền tạm hay đền thờ, nhưng lệnh cấm ở đây làm nhớ đến Xuất Ê-díp-tô Ký 20:25. Dường như, thú vật

---

15. Mặc dù Bộ Luật được viết bằng chữ viết hình nêm dạng âm tiết, tương phản với chữ viết theo bảng chữ cái kiểu phụ âm của Phục Truyền, nhưng việc so sánh chính xác các nguyên bản là điều khó. Bản dịch tiếng Anh của L. W. King (*The Code of Hammurabi* [Whitefish, MT: Kessinger, 2004; tái bản phiên bản 1910]) của Bộ Luật có hơn 11.000 từ, so với khoảng 14.500 của bài giảng thứ hai của Môi-se trong bản NIV. Trong tiếng Hê-bơ-rơ số lượng từ cho cả ba bài giảng của Môi-se khoảng 12.000 từ.

16. Ngũ Kinh của người Sa-ma-ri và một bản thảo của Bản Bảy Mươi (Papyrus Giessen 19) ghi là núi Ga-ri-xim. Về bài viết, xem E. Tov, *Textual Criticism of the Hebrew Bible* (Minneapolis: Fortress, 1992), 94–95.

17. Tức là tại điểm giữa của đường thẳng vẽ giữa Đan và Bê-e Sê-ba, chẳng bao lâu trở thành điểm xác định theo quy ước khi nói đến điểm xa nhất trong xứ Y-sơ-ra-ên (Quan 20:1; 1 Sa 3:20; 2 Sa 3:10; 17:11; 24:2, 15; 1 Vua 4:25; 1 Sử 21:2; 2 Sử 30:5; A-mốt 8:14). Quan 9:37 nói đến Ga-ri-xim là 'trung tâm của xứ', dù Bản Bảy Mươi dịch cụm từ này là điểm giữa của trái đất'.

được dâng làm sinh tế phải 'không tì vết' (Lê 1:3) và không 'có khuyết tật' (Phục 15:21) thể nào, thì đá của bàn thờ cũng phải toàn vẹn và trọn vẹn thể ấy. Dùng nỗ lực của con người và công cụ con người tạo ra để cải thiện chúng là làm cho chúng bị ô uế.[18]

Trong câu 6b-7 Môi-se yêu cầu tế lễ thiêu (*ôlôt*) và tế lễ bình an (*šĕlāmîm*) phải được dâng trên bàn thờ cho Đức Gia-vê, và phải kỷ niệm bằng cách ăn uống vui vẻ trong sự hiện diện của Ngài. Việc dâng của lễ được nói đến trong chương 12 (12:6, 11, 27), nhưng câu 7 là câu duy nhất trong sách nói đến việc ăn uống vui vẻ. Bắt nguồn từ gốc *šlm* ('trọn vẹn'), nhưng của lễ này chúc mừng sự lành mạnh của mối quan hệ giữa thần và dân,[19] giải thích lý do *šĕlāmîm* có thể được ăn cách vui vẻ trong sự hiện diện của Đức Gia-vê. Mặc dù cụm từ 'trước mặt Giê-hô-va Đức Chúa Trời ngươi' thường gắn liền với đền thánh trung tâm, nhưng những chỉ dẫn này cũng thừa nhận sự hiện diện thật sự của Đức Gia-vê tại bàn thờ. Bàn thờ là bàn của Đức Gia-vê, mà từ đó Ngài nhận 'tế lễ thiêu' và dân chúng dùng 'tế lễ bình an' xung quanh đó.

Sự kết hợp của tế lễ thiêu và tế lễ bình an liên kết sự kiện này không chỉ với luật lệ về bàn thờ ở Xuất Ê-díp-tô Ký 20:24–26, mà còn liên kết với Xuất Ê-díp-tô Ký 24:1–11 với ý nghĩa đặc biệt hơn. Như trong bản văn của chúng ta, tế lễ được dâng ở Si-na-i gắn liền với mười hai cây trụ tượng trưng cho 12 chi phái của Y-sơ-ra-ên (27:4) và gắn liền với việc ăn uống trước mặt Đức Gia-vê (27:11). Đây là điều cung cấp thêm lý do cho ý nghĩa của nghi lễ này. Giống như tiến trình tại Si-na-i, nghi lễ này mang tính giao ước. Mặc dù sự kiện tại Si-na-i đã đóng ấn mối quan hệ song phương giữa con người và Đức Chúa Trời, nhưng còn thiếu bên thứ ba (xứ). Mục đích của nghi thức là kết

---

18. Tương tự với S. M. Olyan, 'Why an Altar of Unfinished Stones? Some Thoughts on Ex 20, 25 and Dtn 27, 5–6', *ZAW* 108 (1996): 161–71. Mặc người ta dù còn tranh cãi về chức năng của nó, nhưng tại Ê-banh, các nhà khảo cổ học đã phát hiện một công trình kiến trúc lớn làm từ đá nguyên khối và lấp đầy đất có từ thời đại Đồ Sắt Sớm, khi người Y-sơ-ra-ên đang định cư trong xứ. Xem A. Zertal, 'Ebal, Mount,' *ABD*, 2:255–58; cùng tác giả, 'An Early Iron Age Cultic Site on Mount Ebal,' *TA* 13–14 (1986–1987):105–65; cùng tác giả, 'Has Joshua's Altar Been Found on Mount Ebal?' *BAR* 11 (1985): 26–44.

19. Về *šĕlāmîm* , xem R. E. Averbeck, 'שׁלם', *NIDOTTE*, 4:130–43; Milgrom, *Leviticus 1–8*, 217–25; G. A. Anderson, 'Sacrifices and Sacrificial Offerings: Old Testament', *ABD*, 5:878–79. B. Levine (*In the Presence of the Lord* [Leiden: Brill, 1974], 3–54) xem đây là 'món quà chào thăm hiệu nghiệm' được dâng 'trong sự hiện diện của Đức Giê-hô-va'.

hiệp xứ vào mối quan hệ này và bảo đảm danh nghĩa của Y-sơ-ra-ên đối với điều Đức Gia-vê đã hứa từ lâu. Qua việc dùng bữa ăn giao ước trước mặt Đức Gia-vê trong xứ Ngài đã ban cho họ, người Y-sơ-ra-ên vui mừng kỷ niệm việc hoàn thành mối quan hệ tam giác.

Đức Chúa Trời
Đức Gia-vê

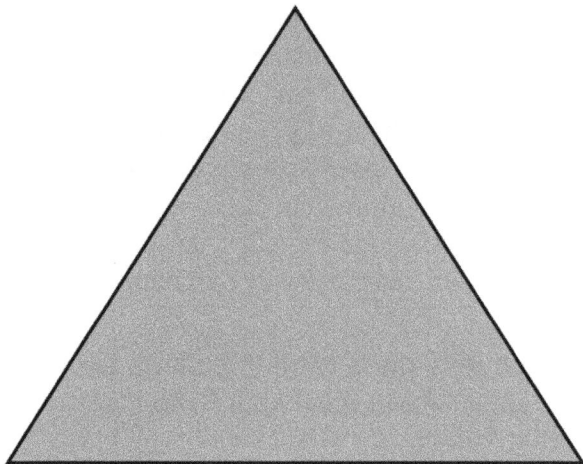

Dân chúng
Y-sơ-ra-ên

Xứ
Ca-na-an

Phần này kết thúc với chỉ thị sao chép cẩn thận luật pháp lên bia đá (27:8). Ít ra đây là cách bản NIV và hầu hết các bản dịch hiểu cụm từ tiếng Hê-bơ-rơ được dùng ở đây. Tuy nhiên, những thảo luận gần đây cho thấy cụm từ này nói về mục đích của câu khắc hơn là tính chất của chữ khắc. Từ quan điểm của thuyết hành vi ngôn từ, trong khi tuyên bố bằng lời của Môi-se về luật pháp có hiệu lực trong việc gắn kết về pháp lý thế hệ này của Y-sơ-ra-ên với giao ước mà cha mẹ họ đã ký tại Si-na-i qua việc chấp nhận phép cắt bì như là dấu hiệu của giao ước (Sáng 17), thì việc khắc luật pháp lên bia đá ràng buộc xứ vào giao ước một cách hợp pháp.[20] Được thực hiện ngay khi Y-sơ-

---

20. Xem chú giải ở 1:5, bản văn không nói đến việc đọc luật pháp trước mặt dân chúng.

ra-ên đã vào xứ, các nghi lễ này báo hiệu mối quan hệ giao ước ba bên đã bắt đầu thực hiện chức năng trọn vẹn của nó.

Lệnh truyền của Môi-se và của người Lê-vi (27:9–10)

Nằm giữa hai phần lớn liên quan đến các nghi thức trong tương lai phải được thực hiện ở Ê-banh là phần khích lệ đem thính giả trở về với hiện tại. Câu trích dẫn này, liên quan đến thầy tế lễ người Lê-vi, dường như được trích từ bài thuyết giảng dài hơn, có lẽ được trình bày trong ngữ cảnh của 31:24–29. Môi-se nhận biết rằng giữ cho dân chúng sống cách đúng đắn trong mối quan hệ giao ước với Đức Gia-vê khi ông còn ở với họ là một điều khó, thì sau khi ông qua đời, việc đó sẽ càng khó hơn nữa (27:27). Bài giảng hiện tại hoàn toàn phù hợp trong bối cảnh này.

Mặc dù 27:6–7 nhìn thấy trước việc vui vẻ kỷ niệm trước mặt Đức Gia-vê, nhưng lời kêu gọi mở đầu 'Hỡi Y-sơ-ra-ên hãy yên lặng và nghe đây!' và lời tuyên bố về tầm quan trọng của các nghi lễ họ vừa tham gia, báo hiệu tính long trọng của thời điểm hiện tại: họ đã trở thành một dân thuộc về Đức Gia-vê (26:16–19).[21] Từ 'hôm nay' trong câu 9 (bản NIV 'bây giờ') chỉ về thời điểm cụ thể nhắc lại giao ước trên đồng bằng Mô-áp. Để ứng nghiệm lời hứa của Đức Gia-vê trong Sáng 17:7, tại Si-na-i người Y-sơ-ra-ên đã được kết hiệp vào giao ước với Áp-ra-ham và trở thành dân của Đức Gia-vê. Nhưng thế hệ đó đã qua rồi, nên việc xác nhận giao ước dưới sự giám sát của Môi-se trên đồng bằng Mô-áp là cần thiết. Qua việc Môi-se ban hành luật pháp (1:5) và nghi lễ chính thức nhắc lại giao ước (26:16–19; so sánh 29:10–13[9–12]), thế hệ này đã tự thừa nhận là dân tộc đặc biệt của Đức Gia-vê.[22]

Như ở 26:16–19, theo sau lời tuyên bố này là lời kêu gọi trung thành với Chúa của giao ước. Môi-se cảnh báo dân chúng đừng cho rằng nghi lễ chính thức đó là tất cả những gì Đức Gia-vê cần. Lòng trung thành với giao ước được thể hiện qua việc lắng nghe tiếng của Đức Gia-vê (26:10a) và cẩn thận vâng giữ các điều răn được Môi-

---

21. Đây là lần duy nhất dạng Niphal xuất hiện với *lamedh* để diễn đạt việc bước vào một trạng thái. Trước đó Phục Truyền luôn dùng dạng Qal cho cách nói này, *hāyâ lĕʿām* ('trở thành dân [của Ngài]'). So sánh 4:20; 7:6; 14:2; 26:18.

22. Giao ước lập với Áp-ra-ham và với Y-sơ-ra-ên tại Si-na-i (và được xác nhận tại Mô-áp) vẫn là một. Xem Hwang, 'The Rhetoric of Remembrance', 269–355.

se giải thích bằng lời, được chép lại trên bia đá, và cuối cùng được lưu giữ trong luật pháp thành văn (31:9–13). Không nên xem những huấn thị của ông chỉ như của báu trưng trong bảo tàng hay đồ tạo tác văn chương, mà là những hướng dẫn cho cuộc sống thường nhật.

Lời kêu gọi trung thành với giao ước trong Đất Hứa (27:11–26)

Trong câu 11–26, Môi-se quay về tập trung vào nghi thức trong tương lai phải được thực hiện trên núi Ga-ri-xim và Ê-banh (27:12a). Trong khi câu 1–8 chỉ có những hành động không lời,[23] thì nghi lễ quy định ở đây hoàn toàn bằng lời. Bản văn chia thành hai phần theo văn phong và tầm quan trọng của vấn đề. Trong câu 11–13 người Lê-vi tham gia cùng với phần còn lại của các chi phái như một nhóm; trong câu 14–26 họ ở ngay tâm điểm của hành động nguyền rủa. Phần đầu tiên thấy trước về lời tuyên bố phước lành và nguyền rủa, còn phần thứ hai chỉ tường thuật lời nguyền rủa. Có vẻ như hai phần tượng trưng cho hai giai đoạn của nghi thức phức tạp, gồm việc đọc lên những phước lành và nguyền rủa như một phần của nghi lễ nhắc lại giao ước. Dường như việc rao ra lời nguyền rủa trong các câu 14–26 có chức năng hoàn toàn khác. Không cần phải giả định việc đọc các phước lành và nguyền rủa được thực hiện theo kiểu hát đối hoặc hình dung các chi phái đọc lên điều gì cả, ngoại trừ nói 'Amen' sau mỗi lời nguyền rủa. Câu 12–23 cho rằng từng nhóm riêng biệt phải đứng lên khi các phước lành và nguyền rủa được đọc lên, có lẽ bởi người khác.

Những sắp xếp theo quy định đối với phước lành và nguyền rủa (27:11–13)

Không giống các bài giảng trước, câu 11 ngụ ý tự Môi-se đưa ra những lời chỉ dẫn tiếp theo. Câu 12–13 được trình bày ở dạng đối xứng, mô tả mục đích, địa điểm và sự sắp xếp các chi phái cho nghi thức trên các núi tương ứng. Nhìn bên ngoài, mệnh đề chỉ mục đích đầu tiên ('để chúc phước', *lamed* + cấu trúc nguyên thể) cho thấy các chi phái là người nói, còn ngữ pháp của mệnh đề thứ hai thì không rõ bằng. Lối giải thích dài dòng gồm giới từ *'al* ('về việc'), theo sau là

---

23. Không nói gì đến việc đọc luật pháp được chép lại trên bia đá.

danh từ xác định 'sự nguyền rủa', có thể với chủ ý tránh việc các chi phái thật sự nguyền rủa dân chúng.[24] Nếu ý nghĩa của lamed trong mệnh đề đầu tiên được điều chỉnh theo giới từ 'al trong mệnh đề thứ hai, có nhiệm vụ như một lamed tham khảo, thì các chi phái không nói câu nào bằng lời cả. Dường như khi các phước lành và nguyền rủa được công bố, các chi phái trên hai núi lần lượt đứng lên.[25] Môi-se không đưa ra cơ sở cho sự sắp xếp này.[26]

Danh sách tên các chi phái trong câu 12–13 có từ lâu đời, dựa trên thực tế trước khi tách Lê-vi làm chi phái của thầy tế lễ và phân chia Giô-sép thành Ép-ra-im và Ma-na-se.[27] Thứ tự các chi phái sắp xếp theo địa lý lẫn gia phả. Ngoại trừ Y-sa-ca, các chi phái ngụ trên sườn phía bắc Ga-ri-xim được cấp đất về phía nam của nơi diễn ra nghi thức này. Ngoại trừ Đan, các chi phái đóng ở sườn phía nam núi Ê-banh được cấp đất hoặc về phía bắc hoặc bên kia Giô-đanh. Các chi phái đóng ở Ga-ri-xim bao gồm con cháu Ra-chên (Giô-sép và Bên-gia-min), cộng thêm hai chi phái ra từ Lê-a được định để kiểm soát đời sống chính trị và tôn giáo của Y-sơ-ra-ên (Lê-vi và Giu-đa).[28] Hai chi phái ra từ Lê-a được thêm vào hai chi phái này, đó là Si-mê-ôn (gắn bó chặt chẽ với Giu-đa trong việc phân chia đất) và Y-sa-ca, lãnh thổ của họ tiếp giáp với lãnh thổ của Ma-na-se (Giô-sép). Các chi phái còn lại ra từ Lê-a (Ru-bên và Sa-bu-lôn) được xếp chung với dòng dõi các vợ lẽ của Gia-cốp, Bi-la (Đan, Nép-ta-li) và Xinh-ba (Gát, A-se).

Phục Truyền 27:11–13 không nói rõ phước lành và nguyền rủa nào phải được đọc lên. Câu 15–26 không nói đến phước lành, hàm ý những lời nguyền rủa ở đây không nằm trong phần chúc phước và

---

24. Tương tự với ý của Tigay, *Deuteronomy*, 253.

25. Dù trong trường hợp nào, cấu trúc ngữ pháp cũng khác biệt rõ rệt so với 11:29, khi Môi-se nói đến việc 'rao sự chúc lành trên núi Ga-ri-xim và sự chúc dữ trên núi Ê-banh'.

26. Muốn biết những khả năng có thể có, xem Mayes, *Deuteronomy*, 217–18; Barker, 'The Theology of Deuteronomy 27', 288.

27. Thứ tự khác nhau nhưng tên phù hợp với tên của các con trai Gia-cốp ở Sáng 49 và tên các chi phái ở Phục Truyền 33. So sánh với Bài ca của Đê-bô-ra và Ba-rác trong Quan 5, lược bỏ Lê-vi và tách Giô-sép thành Ép-ra-im và Ma-ki. Ma-ki tượng trưng cho Ma-na-se. Xem Block, *Judges, Ruth*, 232.

28. Không có mâu thuẫn thật sự nào ở đây giữa Lê-vi trong tư cách một chi phái đứng chung với phần còn lại của các chi phái khác và những ám chỉ về người Lê-vi trong câu 9 và 14. Trong Phục Truyền, cụm từ người Lê-vi chỉ về những người Lê-vi làm nhiệm vụ của thầy tế lễ (so sánh 10:9; 14:29; 31:9, 25–26). So sánh McConville, *Deuteuronomy*, 391.

nguyền rủa như được nói đến trong 27:11–13. Cách hiểu này được củng cố bởi sự thay đổi về từ vựng, từ *haqqĕlālâ* ('nguyền rủa', 27:13) sang *'ārûr* ('đáng nguyền rủa', 27:15–26). Nếu lời nguyền rủa trong 27:15–26 cũng là lời nguyền rủa ở câu 13, thì Môi-se lẽ ra phải dùng hoặc gốc *'rr* trong câu 13 hoặc gốc *'ll* trong câu 15–26. Ngược lại, câu 12 nói đến 'phước lành' (*bĕrēk*) và câu 13 nói đến việc nguyền rủa (*qĕlālâ*), cùng những từ gốc có ở 11:29. Cho nên, dường như cách hiểu đúng nhất là liên kết các phước lành và nguyền rủa trong câu 11–13 với chương 28.

Nghi thức hiện tại phải là thời điểm đặc biệt trong lịch sử Y-sơ-ra-ên[29] khi dân chúng vui mừng kỷ niệm việc hoàn thành tam giác giao ước. Nghi thức được quy định trong câu 11–13 là nghi thức bằng lời tương đương với nghi thức rưới huyết trên dân chúng ở Xuất Ê-díp-tô Ký 24:8, một lần nữa ràng buộc người Y-sơ-ra-ên với giao ước được lập tại Si-na-i và được nhắc lại trên đồng bằng Mô-áp dưới sự giám sát của Môi-se. Tuy nhiên, lần này núi Ê-banh và Ga-ri-xim hiện diện không chỉ như nhân chứng cho phước lành và nguyền rủa, mà còn như nơi cất giữ chính Tô-ra (các cây trụ được khắc chữ làm từ đá nguyên khối lấy từ trong vùng), và xứ Ca-na-an (bây giờ là Y-sơ-ra-ên) cũng tham gia như một đối tác quan trọng trong mối quan hệ giao ước.

Nghi thức nguyền rủa (27:14–26)

Đây là đơn vị con độc lập, có phần giới thiệu chính thức riêng biệt (27:14), tiếp theo là mười hai lời nguyền (27:15–26). Chúng ta có thể giải thích ý nghĩa của nghi lễ nguyền rủa này bằng những nghi thức được phản chiếu trong các câu khắc narû của người Mê-sô-bô-ta-mi cổ đại. Những câu khắc này chia thành hai phần chính. Phần có ý nghĩa đặc biệt nói rõ những điều kiện về quyền sở hữu đất cùng những hoàn cảnh lịch sử và pháp lý hiện tại hợp pháp hóa quyền đó. Phần nguyền rủa nhằm 'bảo đảm tính bất khả xâm phạm của quyền sở hữu và khả năng người nhận nắm giữ quyền đó vĩnh viễn, tức là truyền lại cho người thừa kế khi lâm chung cho đến suốt đời'.[30]

---

29. So sánh J. M. Cohen, 'When Did We Become a Nation?' *JBQ* 31 (2003): 260–62.

30. Slanski, *The Babylonian Entitlement* narûs (kudurrus), 288.

Mặc dù rõ ràng có những điểm tương tự với nghi thức hiện tại, nhưng câu khắc *narû* cho thấy những khác biệt quan trọng với bản văn chúng ta. (1) Việc chép lại luật pháp trên bia đá được thoa vôi thay vì đẽo trên đá chịu bền cho thấy tính vĩnh viễn của quyền sở hữu không phụ thuộc vào sự tồn tại của tài liệu này mà được đảm bảo bởi bản sao do các thầy tế lễ người Lê-vi canh giữ. (2) Mặc dù những lời nguyền rủa trên đá *narû* là để bảo đảm tính bất khả xâm phạm của quyền sở hữu hợp pháp qua việc viện dẫn lời nguyền rủa thiên thượng giáng trên những người vi phạm, nhưng luật pháp do Môi-se viết và chép lại trên bia đá nhằm bảo đảm lòng trung thành của người nhận đối với Thượng cấp thiên thượng, Đấng đã nhân từ ban cho họ quyền sở hữu đất. (3) Mặc dù phần thứ hai của câu khắc narû nhằm thúc đẩy lòng trung thành chỉ qua lời nguyền rủa, nhưng phần tương ứng của luật pháp bắt đầu với mô tả phước lành hậu hĩ đi cùng với quyền sở hữu hợp pháp (28:1–14).

Việc thay đổi từ câu 12–13 sang câu 14 cho thấy nghi thức của câu 15–26 là đáp ứng đối với phước lành và nguyền rủa được đọc lên - có lẽ những người Lê-vi đứng đầu trong vài trò lãnh đạo nghi thức tế lễ. Quy mô của hội chúng và vai trò của hai ngọn núi trong tư cách nhân chứng đòi hỏi người Lê-vi phải 'cất tiếng lớn' tuyên bố lời nguyền rủa. Khi tiếp nhận những lời tuyên bố này, hai ngọn núi này được kết hợp vào thần - dân tộc - và tam giác giao ước trở thành nhân chứng cho lời thề mà người Y-sơ-ra-ên đã thề. Khi làm như vậy, họ nhận biết rằng nếu dân chúng không trung thành, thì Môi-se không phải là người nguyền rủa họ mà họ đã tự nguyền rủa mình.

Câu 15–26 gồm mười hai lời nguyền rủa, khiến các học giả nhắc đến bản văn này là Dodecalogue ('mười hai lời'). Con số mười hai lời nguyền rủa có lẽ bắt nguồn từ danh sách mười hai chi phái trước đó, ràng buộc cả mười hai chi phái với mười hai lời nguyền rủa và giúp cho việc ghi nhớ cũng như đọc thuộc được dễ dàng. Những lời nguyền rủa mang hình thức rập khuôn, bắt đầu với lời nguyền rủa bằng lời, theo sau là lời ám chỉ người bị rủa.[31] Lời nguyền rủa đầu tiên và cuối cùng (27:15, 26) phức tạp hơn phần còn lại về mặt cú

---

31. Về những lời nguyền rủa được chép ở chỗ khác trong Cựu Ước, xem Sáng 3:14; 4:11; 9:25; 27:29; 49:7; Dân 24:9, 28:16–19; Giôs 6:26; Quan 5:23; 21:18; 1 Sa 14:24, 28; Giê 11:3; 17:5; 20:14, 15; 48:10. Về bài viết, xem R. P. Gordon, 'Curse, Malediction', *NIDOTTE*, 4:491–93.

pháp, nhận diện hành động vi phạm nhờ những mệnh đề quan hệ thay vì nhờ phân từ để nhận diện tội phạm. Cấu trúc cú pháp này cảnh báo việc vi phạm Điều Răn Lớn Nhất qua sự thờ hình tượng (27:15) và cảnh báo vi phạm giao ước được trình bày trong Tô-ra (27:26).

Những lời nguyền rủa thể hiện cấu trúc bổ nghĩa đối nhau (modified chiastic structure):

1.	Sùng bái thần tượng (cách kín đáo)	A Vi phạm Điều răn quan trọng nhất
2.	Bất kính với cha mẹ	B Vi phạm trật tự căn bản trong gia đình
3.	Di chuyển mộc giới của người láng giềng	C Vi phạm quyền của người láng giềng
4.	Dẫn người mù đi lạc	
5.	Bẻ cong quyền lợi của khách lạ, người mồ côi và góa phụ	D Vi phạm quyền của người yếu về kinh tế
6.	Quan hệ tình dục với mẹ (kế)	
7.	Quan hệ tình dục với súc vật	
8.	Quan hệ tình dục với anh chị em ruột	E Vi phạm giới hạn tình dục trong gia đình
9.	Quan hệ tình dục với mẹ vợ	
10.	Đánh người láng giềng (cách bí mật)	C' Vi phạm quyền lợi của người láng giềng
11.	Nhận hối lộ là có tội với sự sống	B' Vi phạm trật tự xã hội căn bản
12.	Xem thường luật pháp nói chung	A' Vi phạm giao ước nói chung

Những lời nguyền rủa vì vi phạm điều cấm kỵ trong tình dục đóng vai trò trọng tâm (##6–9). Mặc dù danh sách bỏ qua nhiều tội tử hình, nhưng những tội được liệt kê tượng trưng cho những loại vi phạm cần phải loại khỏi Y-sơ-ra-ên. Những ảnh hưởng ô uế từ tội lỗi của con người làm tăng thêm tính nghiêm trọng của những tội được liệt kê tại đây, vì chúng gây nguy hiểm cho hiệu suất của đất đai trong mối quan hệ giao ước ba bên.

Nghi thức nguyền rủa ngụ ý rằng công bình theo giao ước không thể được thực thi chỉ nhờ quan tòa. Đưa những điều cấm kỵ vào lời nguyền rủa đặt người vi phạm ở dưới sự trừng phạt thiên thượng. Động từ *'ārûr* ('Đáng nguyền rủa') giao phó thủ phạm vào tay Đức Chúa Trời, Đấng giám sát trật tự đạo đức và cuối cùng sẽ thiết lập công bình qua hình phạt dành cho kẻ làm điều ác.[32] Trong nghi thức này, dân chúng buộc mình vào hậu quả bằng cách đồng thanh đáp 'A-men' đối với từng lời tuyên bố của người Lê-vi. Vì từ này là một công thức trang nghiêm mà qua đó người nghe chấp nhận lời nguyền rủa được công bố, nên nghi thức hiện tại là nghi thức bằng lời tương đương với nghi thức ở Xuất Ê-díp-tô Ký 24:8. Chúng ta cũng nên giải thích ngắn gọn từng lời nguyền rủa.

#1 Tạc đúc thần tượng trong nhà riêng (27:15). Những lời nguyền rủa mở đầu bằng lời nguyền rủa trên người nào dựng hình tượng và bí mật để chúng trong nhà mình (so sánh 4:28; Quan 17:3, 4).[33] Không như con bò vàng, là biểu tượng chung của quốc gia (9:12, 16), lời nguyền rủa này nói đến những tượng thần nhỏ trong gia đình có thể được chế tạo cách bí mật và đặt trong nhà. Như ở 7:25 và 12:31, Môi-se mô tả thói quen này là 'gớm ghiếc' (tô'ēbâ) cho Đức Gia-vê, một cụm từ được dùng ở chỗ khác để nói đến các tội xã hội-tôn giáo (so sánh 17:1; 18:12; 22:5; 23:18[19]; 25:16).

#2 Đối xử bất kính với cha mẹ (27:16). Ngược đãi cha mẹ được diễn đạt bằng từ ngữ khác thường để chuyển tải ý trái ngược với 'hiếu kính' (5:16). Loại hành vi này rõ ràng bao gồm cả sự chống nghịch tỏ tường được nói đến ở 21:18–21, nhưng phạm vi rộng hơn nhiều, ám chỉ bất kỳ hành động hay lời nói sỉ nhục cha mẹ nào của con cái.

#3 Di dời mộc giới (27:17). Cách diễn đạt lời nguyền rủa này xuất phát từ 19:14. Ở Y-sơ-ra-ên, di dời đá chỉ mộc giới không chỉ bị cho là vi phạm quyền sở hữu của người khác, mà còn là tội chống lại Đức Gia-vê, sở hữu chủ cuối cùng của xứ (Lê 25:23), Đấng đã đích thân phân chia xứ cho các chi tộc và gia đình tương ứng qua việc bốc thăm.

#4 Dẫn người mù đi lạc (27:18). Đây là lời nguyền rủa đầu tiên trong hai lời nguyền rủa dành cho những người lợi dụng sự bất hạnh của người khác. Mặc dù lời nguyền rủa nói đến một dạng khuyết tật cụ thể (mù), nhưng nguyên tắc nằm bên dưới áp dụng cho những người

---

32. Xem phần trình bài xuất sắc của E. Gerstenberger, "... (He/They) Shall Be Put to Death': Life-Preserving Divine Threats in Old Testament Law', *Ex Aud* 11 (1995): 43–61, esp. 48–49 về Phục 27:15–26.

33. Xem chú giải ở 4:16, 23, 25; 5:8.

có những khiếm khuyết thể chất khác, như được phản ánh trong Lê-vi Ký 19:14 và các bản văn ngoại kinh.[34]

#5 Bẻ cong quyền lợi của người bị xã hội bỏ bê (27:19). Giống lời nguyền rủa những người di dời mộc giới (27:17), cách diễn đạt này bắt nguồn từ lời huấn thị trước đó ở 24:17.[35] Việc thiếu vắng người nam trưởng thành để bảo vệ quyền và bảo đảm phúc lợi cho khách lạ, kẻ mồ côi và người góa bụa là điều phổ biến trong thế giới xem người cha làm trung tâm như Y-sơ-ra-ên. Qua việc thực thi công bằng và chăm sóc người nghèo với lòng thương xót, người Y-sơ-ra-ên phải cố gắng giống Đức Chúa Trời của họ (10:18).

Bốn lời nguyền rủa tiếp theo liên quan đến tội tình dục. Có thể những tội được liệt kê ở đây được chọn vì chúng liên quan đến vi phạm ngay trong gia đình và có thể dễ dàng được che lấp. Dù tội ngoại tình không được nhắc đến, nhưng nó bao gồm việc hẹn hò với người nữ ngoài gia đình, là điều tự nhiên sẽ gây nghi ngờ.

#6 Loạn luân với vợ của cha (27:20). Trong khi 22:30 [23:1] cấm kết hôn với vợ cũ của cha, thì lời nguyền rủa này lên án người nam có quan hệ tình dục với mẹ kế (so sánh Lê 18:7–8).[36] Cũng như điều răn thứ tư, cũng nhằm bảo vệ danh dự cha mẹ, trong ngữ cảnh này, đây là lời nguyền rủa duy nhất gắn với mệnh đề chỉ lý do. 'Vì người ấy sẽ giở váy cha mình' (diễn ý cá nhân) là cách nói uyển ngữ chỉ sự vi phạm tính thiêng liêng của hôn nhân, dù hành động này cũng sẽ vi phạm điều cấm được nói đến trong lời nguyền rủa thứ hai (27:16).

#7 Quan hệ tình dục với súc vật (27:21). Ăn nằm với súc vật dường như là tập tục khá phổ biến trong thế giới cổ.[37] Lời nguyền rủa này

---

34. So sánh với Chỉ Thị của Amenemope ở Ai Cập thế kỷ XII TC: 'Đừng cười nhạo người mù, cũng đừng trêu chọc người lùn, hay gây khó khăn cho người què'. Dịch bởi M. Lichtheim, *COS*, 1:47 (tr. 121). Trước đó Amenemope đã viết: 'Phải coi chừng việc cướp bóc người bất hạnh, tấn công người tàn tật'.
35. Cũng so sánh 16:19; Xuất 23:2, 6; Ca 3:35; Châm 18:5.
36. Tình huống có thể xảy ra nếu người cha tái hôn sau khi mẹ của người đó chết, hoặc nếu người cha tái hôn sau khi ly dị mẹ của người đó, hoặc nếu người cha sống trong chế độ đa thê hay song hôn. Trong khi lệnh cấm quan hệ tình dục với mẹ ở Lê 18:7–8 là để bảo vệ mối quan hệ giữa mẹ và con trai, thì lệnh cấm này chỉ nói đến danh dự của người cha.
37. Về phần giải thích các luật Hê-tít lên án những người có quan hệ tình dục với súc vật, xem H. A. Hoffner, 'Incest, Sodomy and Bestiality in the Ancient Near East,' trong *Orient and Occident: Essays Presented to Cyrus H. Gordon on the Occasion of his Sixty-fifth Birthday* (bt. H. A. Hoffner Jr.; Neukirchen-Vluyn: Neukirchener Verlag, 1973), 81–90.

áp dụng điều cấm kỵ ở Y-sơ-ra-ên cho toàn thể súc vật. Dù Lê-vi Ký 18:23 lên án những hành vi như vậy là ô uế và đồi trụy, bất kể đó là vi phạm của người nam hay người nữ, nhưng các bản văn khác tuyên bố rõ ràng họ phải bị tử hình (Xuất 22:19 [18]; Lê 20:15–16). Dường như giao cấu với động vật được cho là tội ghê tởm vì nó làm lu mờ ranh giới giữa thế giới loài vật và loài người, những người được dựng nên để mang hình ảnh Đức Chúa Trời (Sáng 1:26–28). Nguồn gốc của quan điểm này quay về với Ê-đen, nơi Đức Chúa Trời tạo dựng người nữ vì không có con vật nào là đối tác thích hợp cho người nam (Sáng 2:18–25).

#8 Loạn luân với chị em gái (27:22). Điều cấm kỵ này liên quan đến quan hệ tình dục giữa các anh chị em, đặc biệt lên án những mối quan hệ như thế với chị em cùng cha khác mẹ hoặc chị em cùng mẹ. Thói quen này phổ biến trong giới vua chúa Ai Cập cổ,[38] và có vẻ như ở Phê-ni-xi.[39]

#9 Quan hệ tình dục với mẹ vợ (27:23). Lời nguyền rủa người nam ăn nằm cùng mẹ vợ mình phù hợp với Lê-vi Ký 20:14, lên án hành vi này là 'tội ác' và yêu cầu tử hình dưới hình thức thiêu.

#10 Đánh lén người láng giềng của mình (27:24). Không rõ lời nguyền rủa này chỉ liên quan đến việc đánh lén người láng giềng hay cố tình giết người đó bằng cách đánh. Câu nói có lẽ cố tình mập mờ để bao hàm bất kỳ sự hung bạo thể xác nào đe dọa hạnh phúc của cộng đồng.

#11 Nhận hối lộ để kết tội người vô tội (27:25). Lời nguyền rủa này nêu lên tình huống pháp lý, giống như tình huống ở 16:19. Tuy nhiên, trường hợp ở đây liên quan đến việc đưa hối lộ cho nhân chứng ở tòa án để đảm bảo lời chứng hậu thuẫn cho lời cáo buộc sai về người vô tội để cuối cùng dẫn đến án tử, hoặc đưa hối lộ cho thẩm phán để người đó kết án tử người vô tội, mà trong trường hợp này, lời nguyền rủa củng cố thêm quy định ở Xuất Ê-díp-tô Ký 23:6–7.

---

38. Xem J. Èemy, 'Consanguineous Marriages in Pharaonic Egypt,' *JEA* 40 (1964): 23– 39; về thời kỳ sau này, xem W. Scheidel, 'Brother Sister Marriage in Roman Egypt,' *Journal of Biosocial Science* 3 (1997): 361– 71.

39. Câu khắc trên quan tài bằng đá của ʾEshmunʿazar II ở Si-đôn (thế kỷ V TC) cho thấy cha (Tabnit) và mẹ (ʿUmmiashtart) của vị vua này có chung một cha là Eshmunazzar I. Xem *COS*, 2:57).

#12 *Không gìn giữ các điều khoản của luật pháp (27:26).* Những lời rủa sả kết thúc bằng lời nguyền rủa chung cho tất cả những người không gìn giữ 'những quy định của luật pháp này'. Như trong câu 3 và câu 8, 'những quy định của luật pháp này' ám chỉ tối thiểu đến những huấn thị trong bài giảng thứ hai của Môi-se, nhưng chúng có thể bao gồm cả bài giảng thứ nhất và thứ ba. Lời kêu gọi củng cố những lời của Tô-ra 'bằng cách thực thi' nhắc người Y-sơ-ra-ên rằng Tô-ra được ban cho không phải để làm dấu hiệu nhận diện bên ngoài hoặc như món đồ tạo tác phải được phân tích và xem xét, mà như một tài liệu hướng dẫn hành vi. Trong khi ở 8:18 việc 'thực hiện giao ước' công bố lòng trung thành của Đức Gia-vê đối với những cam kết giao ước, thì lời nguyền rủa này đòi hỏi lòng trung thành của người Y-sơ-ra-ên đối với Ngài và làm cho lời nói của Môi-se có thẩm quyền kinh điển vĩnh viễn.

Ngữ Cảnh Bắc Cầu

Những ám chỉ trong Cựu Ước

Trong Cựu Ước, hiếm có ám chỉ nào về các nghi lễ được quy định ở đây. Ngoài sách Phục Truyền (so sánh 11:29), tên các núi Ê-banh và Ga-ri-xim chỉ được nói đến ở Giô-suê 8:30–35, dù Ga-ri-xim chỉ xuất hiện ở Các Quan Xét 9:7.[40] Giô-suê 8:30–35 ghi lại rằng sau cuộc chinh phục Giê-ri-cô và A-hi, Giô-suê hướng dẫn dân Y-sơ-ra-ên thực hiện nghi thức 'y như Môi-se đầy tớ của Đức Gia-vê đã truyền cho dân sự, và y như điều đã được viết trong sách luật pháp của Môi-se' (diễn ý cá nhân). Như mô tả, sự kiện này bao gồm (1) dựng bàn thờ bằng đá nguyên khối; (2) dâng của lễ toàn thiêu và của lễ thù ân trên bàn thờ; (3) chép lại luật pháp Môi-se mà ông đã viết trên đá trước mặt dân chúng;[41] (4) chia dân chúng làm hai nhóm đứng trước núi Ga-ri-xim và Ê-banh theo thứ tự, để chúc phước cho dân ấy; và (5) đọc lời chúc phước và nguyền rủa như được ghi lại trong luật pháp Môi-se. Bản văn kết thúc bằng lời ghi chú rằng Giô-suê đọc toàn bộ luật pháp

---

40. Chúng ta có thể nghe lời ám chỉ về việc Môi-se yêu cầu người Lê-vi trả lời lớn tiếng trong lời Mi-chê cầu khẩn các núi làm nhân chứng cho trường hợp Đức Gia-vê chống lại dân Ngài (Mi 6:1–2).

41. Bản văn không nói đến bia đá. Dường như đá ở đây là đá xây bàn thờ. So sánh C. Begg, "The Cisjordanian Altar(s) and their Associated Rites According to Josephus,' *BZ* 41 (1997):195.

Môi-se trước toàn thể dân chúng, kể cả đàn bà, trẻ nhỏ và khách lạ sống ở giữa họ.

Mặc dù Phục Truyền 27:1–8 không nói gì đến hòm giao ước hay các thầy tế lễ người Lê-vi khiêng hòm, nhưng Giô-suê 8:33 xem đây là trọng điểm. Có lẽ hòm giao ước được đặt giữa hai nhóm, trong thung lũng giữa Ê-banh và Ga-ri-xim - để mọi người tham dự nghi lễ đều nhìn thấy. Vì hòm giao ước tượng trưng cho sự hiện diện hiện thời của Đức Gia-vê, nên khi thêm vào ý này, tác giả giới thiệu Đức Gia-vê như một nhân chứng và là người tham dự vào nghi thức được thực hiện ở đây. Điều đáng chú ý là trong khi Phục Truyền 27:14–26 yêu cầu đọc những lời nguyền vào cuối nghi thức, thì Giô-suê 8:33 kết thúc với lưu ý Giô-suê cẩn thận làm theo những quy định của Môi-se (8:31, 33, 35; so sánh 1:8). Đây thật sự là một cột mốc lịch sử: lần đầu tiên, thần, dân và xứ tập trung lại với nhau. Tiếng vang của Phục Truyền 27 trong nghi lễ nhắc lại giao ước tại Si-chem được kể lại trong Giô-suê 24, đặc biệt lời giải thích của Giô-suê về hòn đá mà ông dựng lên (24:27) củng cố cách hiểu này.

Các Quan Xét 9:7 là lần duy nhất nhắc đến một trong hai ngọn núi này, mô tả Giô-tham đang đứng trên núi Ga-ri-xim nhìn xuống Si-chem và rao lời bịa đặt của ông chống lại nền quân chủ về A-bi-mê-léc. Trong thời hậu Kinh Thánh, Ga-ri-xim mang ý nghĩa đặc biệt, nhất là trong truyền thống của người Sa-ma-ri. Đây là địa điểm thờ phượng của họ - đối lập với Giê-ru-sa-lem. Điều này giải thích vì sao ngũ Kinh của người Sa-ma-ri, Kinh Thánh duy nhất mà nhóm người Sa-ma-ri thừa nhận, nhất định xem Ga-ri-xim là trung tâm thờ phượng Đức Gia-vê hợp pháp duy nhất.[42]

Truyền thống này được thừa nhận ở 2 Mác-ca-bê 6:2, và Josephus (Ant 11.8.2, 7), nhưng nó lại xuất hiện trong Tân Ước, ở Giăng

---

42. Không chỉ người Sa-ma-ri đọc 'Ga-ri-xim' thay cho 'Ê-banh' ở 27:4–5, mà tất cả những ám chỉ về Giê-ru-sa-lem trong Ngũ Kinh đều được đổi sang Ga-ri-xim (vd: Áp-ra-ham dâng Y-sác trên núi Mô-rê gần Si-chem, thay vì Mô-ri-a ở Sáng 22:2). Cho rằng mạng lệnh đầu tiên là lời giới thiệu Mười Điều Răn, người Sa-ma-ri thêm vào điều răn thứ mười nhấn mạnh tính thiêng liêng của núi Ga-ri-xim. Vì người Sa-ma-ri cho là Si-chem đã được chọn làm nơi thờ phượng trong thời tổ phụ (Sáng 12:6, 33:18–20), nên trong Phục Truyền 'nơi Đức Giê-hô-va sẽ chọn' được đổi thành 'nơi Đức Giê-hô-va đã chọn'. Về những điều chỉnh về ý thức hệ, xem Tov, *Textual Criticism*, 94–95; B. K. Waltke, 'Samaritan Pentateuch', *ABD*, 5:938.

4:20–22. Mặc dù gọi tên ngọn núi ấy, nhưng cuộc trò chuyện của Chúa Giê-xu với người đàn bà Sa-ma-ri phản ánh truyền thống riêng biệt của người Sa-ma-ri. Đáp lại lời giải thích của bà 'Tổ phụ chúng tôi thờ phượng trên núi nầy, còn các ông thì nói rằng thành Giê-ru-sa-lem mới là chỗ đáng thờ phượng', Chúa Giê-xu không chỉ trả lời sẽ đến lúc 'núi nầy' hay Giê-ru-sa-lem không còn là điều quan trọng, mà người Sa-ma-ri còn không biết về Cha mà họ thờ phượng nữa. Mặc dù người Sa-ma-ri đã bị dẫn đi sai lạc, nhưng ký thuật này chứng minh ý nghĩa lâu dài của những huấn thị của Môi-se ở Phục Truyền 27.[43]

Những ám chỉ về lời nguyền được đọc lên vào cuối nghi lễ ở Phục Truyền 27 khá hiếm hoi. 'Người ta khinh thường cha mẹ' ở Ê-xê-chi-ên 22:7 có lẽ nhắc lại Phục Truyền 27:16, còn Ê-xê-chi-ên 22:12 'người ta nhận hối lộ để làm cho đổ máu' có lẽ nhắc lại Phục Truyền 27:25. Những bản văn này và phần còn lại của Cựu Ước cho thấy những lời nguyền rủa có hiệu lực vì người ta vi phạm nhiều hơn là vâng giữ. Ví dụ về sự vi phạm có rất nhiều trong các truyện kể.

- Mi-ca dựng hình tượng trong nhà mình (Quan 17:3–4), mà sau này bị người Đan tịch thu và sử dụng (18:14–31); Sa-lô-môn và nhiều vị vua sau ông bảo trợ việc thờ cúng thần tượng trên cả nước (1 Vua 11:1–10; so sánh với Ma-na-se ở 2 Vua 21:1–9).

- Áp-sa-lôm, con trai Đa-vít, sỉ nhục ông khi chiếm ngai của ông (2 Sa 15).

- A-háp chiếm đoạt vườn nho của Na-bốt ở cạnh cung điện (1 Vua 21).

- Người đàn bà góa và các con của một con trai vị tiên tri bị chủ nợ bóc lột (2 Vua 4:1–7).

- Ru-bên ăn nằm với mẹ kế là Bi-la (Sáng 35:22; so sánh với 49:4); tượng trưng cho lời tuyên bố chiếm ngôi Đa-vít, Áp-sa-lôm công khai ăn nằm với vợ lẽ của cha mình (2 Sa 16:21–23), còn Sa-lô-môn dường như hiểu lời A-đô-ni-gia xin

---

43. Muốn biết tường thuật về những cuộc khai quật gần đây ở Ga-ri-xim, gồm bằng chứng về đền thờ trong thời Nê-hê-mi, xem Y. Magen, 'Bells, Pendants, Snakes & Stones: A Samaritan Temple to the Lord on Mt. Gerizim,' *bar* 36/ 6 (November/ December 2010): 26–35, 70.

cưới A-bi-sác, người nữ được thuê để làm bạn của Đa-vít, là một loại tội phạm như thế (1 Vua 2:13–25).

• Dù không bị phê phán rõ ràng về việc này, nhưng Áp-ra-ham đã cưới em cùng cha khác mẹ với mình (Sáng 20:12). Am-nôn cưỡng hiếp em gái là Ta-ma (2 Sa 13).

• Đa-vít đã cho người giết chết người chiến binh đáng tin cậy của mình là U-ri (2 Sa 11).

• Sử gia tóm tắt lịch sử của Y-sơ-ra-ên là lịch sử vi phạm luật pháp và mọi luật lệ của Đức Chúa Trời (2 Vua 17:34–35). Một ngoại lệ đáng chú ý là Giô-si-a. Ông tuyên bố mục tiêu của mình là 'củng cố những lời của luật pháp được viết trong quyển luật pháp được tìm thấy trong đền thờ' (2 Vua 23:24; diễn ý cá nhân).[44]

Ý Nghĩa Đương Đại

ÂN SỦNG LẠ LÙNG CỦA ĐỨC CHÚA TRỜI. Mặc dù chương này kết thúc với lời lưu ý quan trọng, nhưng độc giả hiện đại đã đúng khi nhận biết ân sủng diệu kỳ của Đức Chúa Trời trong những nghi thức được thực hiện trên núi Ga-ri-xim và Ê-banh.

(1) Đức Chúa Trời luôn luôn giữ Lời. Các nghi lễ quy định rao ra sự thành tín của Đức Gia-vê đối với những lời giao ước Ngài lập với tổ phụ (27:2–3) và với dân tộc ra khỏi Ai Cập bốn mươi năm trước. Khi người Y-sơ-ra-ên thực hiện những nghi thức này, cuối cùng họ sẽ cảm thấy thoải mái trong xứ Đức Gia-vê ban cho họ, vui mừng kỷ niệm sự hiệp nhất giao ước tồn tại giữa thần linh (Đức Gia-vê), dân (Y-sơ-ra-ên) và xứ (Ca-na-an).

(2) Cùng với người Y-sơ-ra-ên, chúng ta cần vui mừng vì Đức Chúa Trời đã bày tỏ ý muốn Ngài. Luật pháp mà người Y-sơ-ra-ên phải chép lại trên bia đá ngay giữa quê hương mới tượng trưng cho mối quan hệ giao ước của họ với Đức Chúa Trời. Chúng ta chơi khăm Môi-se và Tô-ra mà ông công bố trong sách này nếu đánh đồng lời này với 'luật lệ', vì Tô-ra không chỉ là luật lệ, cũng như Mười Điều Răn không chỉ là các mạng lệnh. Khi giải thích luật pháp, Môi-se liên tục nhắc

---

44. Lưu ý sự tương ứng giữa 'kẻ nào không thực thi những quy định của luật pháp nầy' ở Phục Truyền 27:26 và 'người đã củng cố những lời của luật pháp được viết trong tài liệu' ở 2 Vua 23:24 (diễn ý cá nhân).

dân chúng rằng họ là sản phẩm của ân sủng này, và sự vâng lời của họ phải xuất phát từ việc nhận biết ân sủng trong quá khứ lẫn nhìn thấy trước ân sủng sẽ đến.

(3) Nếu việc khắc luật pháp lên bia đá tượng trưng cho sự bày tỏ đầy ân sủng ý muốn của Đức Gia-vê, thì bàn thờ tượng trưng cho sự hiện diện nhân từ của Ngài ở giữa họ và mong ước nhìn thấy dân Y-sơ-ra-ên của Ngài. Trong khi ở 12:1–15, Đức Gia-vê đã mời dân chúng đến với sự hiện diện của Ngài mà không nói đến bàn thờ, thì ở đây bàn thờ là bàn để dâng của lễ thù ân và là nơi dân chúng ăn uống và vui vẻ trước mặt Đức Gia-vê (12:6–7).[45] Bởi ăn của lễ thù ân trước mặt vị chủ thiên thượng, người Y-sơ-ra-ên vui mừng kỷ niệm mối liên hệ giao ước mà Đức Gia-vê đã nhân từ thiết lập với họ.[46]

Những nghi thức này là dấu hiệu về sự an ninh và hy vọng của Y-sơ-ra-ên trong Đức Gia-vê. Dĩ nhiên, nền hòa bình mà họ kỷ niệm chỉ có được qua công tác của Chúa Giê-xu Christ. Công tác cứu chuộc của Ngài là cơ sở cho tất cả những nghi lễ này. Và sự bình an mà họ sẽ vui mừng kỷ niệm tại Ga-ri-xim và Ê-banh bày tỏ ở quy mô nhỏ sự bình an mà chúng ta sẽ tận hưởng và cơ nghiệp trên trời mà một ngày kia chúng ta sẽ nhận trong chính sự hiện diện của Đức Chúa Trời. Chúng ta, những người từng cách xa Ngài, nay đã được đem đến gần Ngài qua dòng huyết của Đấng Christ. Vì chính Ngài, sự bình an của chúng ta, đã phá hủy ngăn cách giữa Y-sơ-ra-ên và chúng ta, và từ hai người Ngài tạo dựng trong chính Ngài một người mới (Êph 4:12–15).

(4) Xen vào những quy định về nghi thức, chúng ta nghe Môi-se và người Lê-vi nhắc người Y-sơ-ra-ên rằng họ trở nên dân của Đức Gia-vê chỉ nhờ ân sủng (27:9–10). Mặc dù ý nghĩa của điều này đối với Y-sơ-ra-ên đã được nói rõ ở 7:6; 14:1–2 và 26:16–19, nhưng chúng ta vui mừng vì được trở nên dân Y-sơ-ra-ên mới của Đức Chúa Trời, chúng ta cũng trở thành con của Ngài, trở thành đối tượng của sự lựa chọn đầy ân sủng, là tài sản đặc biệt của Ngài, là dân thánh thuộc riêng về Ngài (1 Phi 2:9–10). Ý thức địa vị của chúng ta là dân giao ước của Chúa phải khiến chúng ta cẩn trọng nhưng cũng vui mừng vâng phục ý muốn Ngài đã được bày tỏ ra.

---

45. Barker nhận ra rằng bàn thờ và của lễ là điểm chính của nghi thức trên núi Ê-banh ('The Theology of Deuteronomy 27', 295).

46. So sánh R. E. Averbeck, 'Offerings and Sacrifices', *NIDOTTE*, 4:1001.

(5) Mạng lệnh của Môi-se cho các chi phái - toàn thể mười hai chi phái - là phải tham gia vào nghi lễ chúc lành và nguyền rủa nhắc nhở họ cũng như độc giả hiện đại một khái niệm sẽ được triển khai đầy đủ hơn ở 30:15–20. Ngay cả khi họ vào trong xứ, dân chúng cũng phải biết rằng có hai con đường mở ra cho họ: con đường phước lành và con đường nguyền rủa. Khi nhắc đến cả hai, ông nói trước chương 28. Ngoài ra, khi kể đến cả mười hai chi phái, Môi-se nhắc họ rằng tất cả đều có quyền nhận lãnh như nhau những lợi ích của xứ mà họ bước vào cũng như những niềm vui mà xứ ban tặng. Đây là nhận thức đặc biệt bình đẳng của dân Đức Chúa Trời.

(6) Nghi lễ nguyền rủa kết thúc là lời nhắc nhở nhân từ về hậu quả của sự bất tuân. Việc Môi-se kết thúc những huấn thị về các nghi thức phải được thực hiện trên núi Ê-banh và Ga-ri-xim bằng một loạt những lời nguyền rủa - dù là nghiêm khắc - đạt đến đỉnh điểm trong lời cảnh báo toàn diện về bất kỳ sự vi phạm nào đối với giao ước được trình bày trong luật pháp, phù hợp với cách nói bi quan trước đó về tình trạng thuộc linh hiện tại và tương lai của dân tộc (so sánh 5:29; 9:7–24; 12:8).

Tuy nhiên, hiểu nghi thức này như lời tuyên bố rằng Y-sơ-ra-ên đã ở dưới sự nguyền rủa của luật pháp là hiểu sai mục đích của lời nguyền rủa trong ngữ cảnh của giao ước. Lời nguyền rủa không hề là bản án cho sự vi phạm đã mắc phải mà là lời cảnh báo nhân từ về sự bất trung trong tương lai. Mục đích của lời nguyền rủa là tích cực, thúc đẩy sự vâng phục. Nếu lòng nhân từ của Đức Chúa Trời không thôi thúc dân Ngài đến với đức tin và hành vi công bình, thì có lẽ lời cảnh báo như thế này sẽ phát huy tác dụng. Theo đó, những lời nguyền rủa không phải là lời tiên báo về số phận chắc chắn của Y-sơ-ra-ên, mà là lời nhắc nhở rằng qua sự bất tuân, con dân Chúa sẽ tự chất cho mình cơn thịnh nộ của Đức Chúa Trời (so sánh Rô 2:4–5; Ga 6:8). Ngay cả những lời cảnh báo này cũng là ân sủng, giống như lời nói của Chúa Giê-xu ở Giăng 15:1–15, và như Phao-lô sẽ tuyên bố ở Rô-ma 11:17–24 và Cô-lô-se 1:21–23, vì mục đích của chúng là giữ cho dân Chúa đi đúng trên con đường thuộc linh.[47]

---

47. Về bài giải thích, xem L. L. Norris, 'The Function of New Testament Warning Passages: A Speech Act Theory Approach' (Luận văn PhD, Wheaton College, Wheaton, IL, 2011).

Với chương này, chúng ta học được câu chuyện đầy đủ về trải nghiệm ân sủng theo kiểu mô hình của Y-sơ-ra-ên. Khi Đức Gia-vê giải cứu dân này khỏi Ai Cập và lập giao ước với họ tại Si-na-i, Ngài mở đầu lai thế học vốn đã được thông báo cho Áp-ra-ham cách đó nhiều thế kỷ ở Sáng 15:13–16 và 17:3–8. Qua những sự kiện này, những người từng là nô lệ ở Ai Cập đã được cứu chuộc và tại Si-na-i họ được nhận làm con cái Đức Chúa Trời (so sánh Phục 14:1–2). Nhưng họ vẫn chưa hoàn toàn hiểu rõ lời hứa. Qua những nghi lễ trong chương này, người Y-sơ-ra-ên được mời gọi vui mừng kỷ niệm lai thế học họ nhận biết khi băng qua Giô-đanh. Bây giờ, thần linh, dân chúng và xứ cuối cùng tập hợp lại. Lai thế học được mở đầu đã nhường chỗ cho lai thế học thực tế.

Trải nghiệm của người Y-sơ-ra-ên là khuôn mẫu cho trải nghiệm của chính chúng ta. Qua sự hy sinh của Chúa Giê-xu Christ trên thập tự giá, chúng ta được cứu khỏi ách nô lệ của tội lỗi và được công bố là con cái Đức Chúa Trời. Nhưng những lợi ích của sự cứu chuộc và nhận làm con chưa được nhận biết cách trọn vẹn. Chúng ta háo hức mong chờ nhận được cơ nghiệp dành sẵn cho mình (Rô 8:9–17; Êph 1:3–14). Đó sẽ là ngày vui mừng long trọng hơn và huy hoàng hơn.

Phục Truyền Luật Lệ Ký 28:1–29:1[28:69]

Ý Nghĩa Nguyên Thủy

Chương 28 khép lại bài giảng thứ hai của Môi-se. Nhiều đặc điểm cho thấy khi trình bày bằng lời, chương 28 tiếp tục ngay sau chương 26: (1) Phục Truyền 28:1–2, 9–11 và 26:16–19 thể hiện một loạt những mối liên kết về chủ đề, từ vựng và văn phong;[1] (2) theo hình thức hiệp ước cổ đại, những phước lành và nguyền rủa xuất hiện tự nhiên sau khi người Y-sơ-ra-ên xác nhận địa vị của họ là dân giao ước của Đức Gia-vê (26:16–19); (3) Phục Truyền 29:1[28:69] tuyên bố rõ ràng những lời này được trình bày trong ngữ cảnh của nghi lễ nhắc lại giao ước;[2] (4) kết thúc bài nói chuyện về mối quan hệ giao ước bằng những phước lành và nguyền rủa phù hợp với phần kết của sự mặc khải giao ước tại Si-na-i (Lê 26). Nếu cấu trúc của chương 12–26 và 28 giống với cấu trúc của cái gọi là 'Luật Thánh Khiết' ở Lê-vi Ký 17–26, thì sự tương ứng giữa hai phần kết cuối chương đặc biệt đáng chú ý:

---

1. Những lời kêu gọi phải cẩn thận vâng theo mọi mạng lệnh của Đức Gia-vê và 'đi theo đường lối Ngài', lời hứa Đức Gia-vê sẽ làm cho Y-sơ-ra-ên trội hơn các nước; những ám chỉ Y-sơ-ra-ên là dân thánh thuộc về Đức Gia-vê.

2. Phần kết của chương này vẫn còn gây tranh cãi. Các bản dịch Anh ngữ bắt chước theo bản Vulgate khi xem 29:1[28:69] là phần giới thiệu chương 29. Điều này phù hợp với vị trí của những lời tuyên bố tương tự về chức quyền trong Phục Truyền (1:1; 4:44, 45; 12:1; 33:1) và cách dùng từ 'giao ước' làm từ ngữ chính trong chương 29 (29:9, 12, 14, 21, 25 [8, 11, 13, 20, 24]). Mặc dù Phục Truyền 29:1[28:69] rõ ràng là câu chuyển tiếp, nhưng trong luật thơ Hê-bơ-rơ thì có vị trí rõ ràng. Theo luật thơ, câu này thuộc chương 28. Xem H. F. van Rooy, 'Deuteronomy 28, 69— Superscript or Subscript,' *JNWSL* 14 (1988): 215– 22.

Lê-vi Ký 26:46	Phục Truyền 29:1 [28:69]
Đó là các	Đây là những lời
luật lệ, mệnh lệnh và luật pháp	trong giao ước
mà Đức Giê-hô-va	mà Đức Giê-hô-va
đã thiết lập	đã truyền dạy
giữa Ngài với con dân Y-sơ-ra-ên	Môi-se lập
	với Y-sơ-ra-ên
trên núi Si-na-i	trong xứ Mô-áp
qua Môi-se	ngoài giao ước mà Ngài đã lập với họ tại Hô-rếp.

Cấu trúc của Phục Truyền 12–26 nói chung và những nguyền rủa trong chương 28 nói riêng dường như bắt chước theo 'Luật Thánh Khiết'. Sự khác biệt đáng kể nhất trong chương 28 là việc bỏ qua lời tuyên bố đầy hy vọng rằng lịch sử của Y-sơ-ra-ên sẽ không kết thúc trong cuộc lưu đày (Lê 26:40–45). Nhưng thật sự không phải như vậy, vì niềm hy vọng này đã được công bố ở cuối bài giảng thứ nhất (4:30–31) và sẽ được triển khai chi tiết ở Phục Truyền 30:1–10.

Tuy nhiên, những liên kết giữa Phục Truyền 28 và Lê-vi Ký 26 không chỉ ở đặc điểm cấu trúc mà còn ở chính trong những phước lành và lời nguyền rủa. Nhiều tư tưởng chủ đạo trong Phục Truyền 28 bắt nguồn từ Lê-vi Ký 26 (vd: Lê 26:30–31; Phục 28:36b–37, 64; so sánh 4:27–28). Thi thoảng từ vựng được mượn từ Lê-vi Ký, nhưng thường được hiệu chỉnh.[3] Các học giả cũng nhận thấy những liên kết trong những lời nguyền rủa theo giao ước của Phục Truyền với những lời nguyền trong các tài liệu hiệp ước ngoại kinh.[4] Thật vậy, hầu hết những thảm họa được báo trước cho Y-sơ-ra-ên (28:20–68) xuất hiện bên ngoài Kinh Thánh.[5] Những lời nguyền này dường như

---

3. Vd: việc mô tả cơn hạn hán là làm cho trời cứng lại và đất trơ như đồng (Lê 26:19; Phục 28:23–24).

4. Xem D. R. Hillers, *Treaty-Curses and the Old Testament Prophets* (BibOr; Rome: Pontifical Biblical Institute, 1964). Hillers phân tích Lê 26 và Phục 28 ở tr. 30–42. Cũng xem Phục 28:15, 45–47, 58; so sánh với Sefire 1A:14 và 24 (*COS*, 2:213–14); the Vassal Treaties of Esarhaddon (từ đây gọi tắt là VTE) § § 410, 513 (*ANET*, 538– 39); Phục 28:58, 61; so sánh Sefire 1B: 23, 28, 33 (*COS*, 2:214– 15); Phục 28:62– 63; so sánh Sefire 1B: 23, 38, (*COS*, 2:215).

5. Dựa vào những liên kết giữa chương này với các Hiệp Ước Chư Hầu của Esarhaddon nói riêng, nhiều học giả phê bình cho rằng Phục Truyền 28 lấy cảm

bắt nguồn từ 'nguồn rộng lớn các đề tài và cách thức nguyền rủa truyền thống đã tồn tại và phát triển qua nhiều thế kỷ mà ngày nay chúng ta chỉ thấy thoáng qua'.[6]

Về mặt cấu trúc, Phục Truyền 28 được chia thành hai phần không bằng nhau, lần lượt gồm các phước lành chờ đợi người Y-sơ-ra-ên nếu họ trung thành với Chúa của giao ước (28:1–14), và những nguyền rủa nếu họ cứ chống nghịch Ngài (28:15–58). Lượng từ ngữ dành cho phần nguyền rủa phản chiếu mục đích khuyên bảo của chương này. Giống những lời nguyền ở 27:15–26, lời nguyền rủa nhắm thúc đẩy lòng trung thành và ngăn cản Y-sơ-ra-ên không vi phạm các điều khoản của giao ước.[7] Ở đây Môi-se thể hiện mục đích mang tính mục vụ: để khắc sâu vào tâm trí thính giả của ông tính nghiêm trọng của sự bất tuân. Qua việc đồng ý với những hậu quả được nói rõ trong nghi thức phê chuẩn, dù tốt hay xấu, chính người Y-sơ-ra-ên quyết định số phận của mình.[8]

Cho rằng 26:16–19 nguyên bản nằm ở đầu chương này, phần kết cho bài giảng thứ hai của Môi-se lúc đầu cho thấy cấu trúc sau:

Giới thiệu: Đặc ân và trách nhiệm trong mối quan hệ giao ước (26:16–19)	
Phước lành (28:1–14)	Nguyền rủa (28:15–68)
Điều kiện tiên quyết để được phước (28:1–2)	Điều kiện quyết định bị nguyền rủa (28:15)
Những lời tuyên bố phước lành theo công thức (28:3–6)	Những lời tuyên bố nguyền rủa theo công thức (28:16–19)
Giải thích chi tiết các phước lành (28:7–14)	Giải thích chi tiết các nguyền rủa (28:20–58)

hứng từ hình thức hiệp ước chư hầu của Tân A-si-ri. Tuy nhiên, những điểm khác nhau trong các tài liệu này đáng chú ý hơn những điểm giống nhau và những liên kết với các hiệp ước vào thiên niên kỷ II TC, và ít ra cũng rõ rệt như các bản văn của thiên niên kỷ thứ nhất. Về bài phân tích, xem M. Zehnder, 'Building on Stone? Deuteronomy and Esarhaddon's Loyalty Oaths (Part 1): Some Preliminary Observations,' *BBR* 19.3 (2009): 341– 74; 'Building on Stone? Deuteronomy and Esarhaddon's Loyalty Oaths (Part 2): Some Additional Observations' *BBR* 19.4 (2009): 511– 35.

6. K. A. Kitchen, *On the Reliability of the Old Testament* (Grand Rapids: Eerdmans, 2003), 294.

7. Tương tự với ý của D. J. McCarthy, *Treaty and Covenant: A Study in Form in the Ancient Oriental Documents and in the Old Testament* (AnBib 21; Rome: Pontifical Biblical Institute, 1963), 176.

8. Cách giải thích này được củng cố ở 29:12–13[11–12], 20–21[18–20], 24–28[23–27].

Phần kết (29:1[28:69])

Con đường phước lành và tóm tắt con đường nguyền rủa (28:1–19)

Mặc dù câu 15–19 chính thức giới thiệu phần nguyền rủa dài dòng, nhưng vì chúng có những đặc điểm tương tự với lời giới thiệu của phần phước lành (28:1–6), nên đưa ra một chú thích mang tính so sánh có lẽ sẽ hữu ích. Mỗi phần gồm một lời giới thiệu trang trọng, theo sau là một loạt những phước lành/ nguyền rủa tượng trưng cho kết quả từ những lựa chọn của dân chúng.

Những điều kiện quyết định dẫn đến phước lành và nguyền rủa (28:1–2; 28:15)

Mặc dù những đặc điểm này không rõ ràng trong bản NIV, nhưng những dòng đầu của hai phần này cho thấy những tương đồng đáng chú ý. Như trong các bản văn ngoại kinh,[9] việc dân chúng có lắng nghe tiếng bá chủ của họ hay không sẽ thử nghiệm lòng trung thành của họ trong tư cách chư hầu (28:1, 15; so sánh với Xuất 19:5). Việc thêm vào từ 'ngày nay' ở cả hai phần đem thính giả của Môi-se trở về với hiện tại và nhắc độc giả rằng chương 27 là một sự tẻ đề về mặt bản văn. Mặc dù từ 'phước lành' và 'nguyền rủa' giống với từ ngữ xuất hiện ở 11:26–29 và 27:12–13, nhưng ở đây và trong suốt chương, các khái niệm này được mô tả như những hữu thể sống động nhắm đúng mục tiêu. Lời mở đầu cho phần đầu tiên hứa hẹn với Y-sơ-ra-ên rằng nếu họ đi trong đường lối Đức Gia-vê, thì Ngài sẽ làm cho họ trổi hơn các dân trên đất (so sánh 26:19; 7:14). Câu 13 giải thích chi tiết tư tưởng chủ đạo của việc tôn Y-sơ-ra-ên lên trong ngữ cảnh của phước lành, còn câu 43–44 triển khai ý phản đề, sự nô dịch của Y-sơ-ra-ên qua những lời nguyền rủa.

Những lời tuyên bố phước lành và nguyền rủa theo công thức (28:3–6; 28:16–19).

Với vài ngoại lệ không quan trọng, những tuyên bố về phước lành và nguyền rủa mang tính công thức tiếp tục chiến lược hùng biện kiểu soi chiếu (mirror-image rhetorical strategy). Bản văn bao gồm

---

9. Về phần giải thích, xem Kalluveettil, *Declaration and Covenant*, 153–59.

sáu lời tuyên bố từng phước lành và sự nguyền rủa, tạo ra tổng cộng mười hai lời và khớp với sự phân chia các chi phái ở 27:11–13. Lời chúc phước/lời nguyền rủa ở đầu và ở cuối liên hệ đến các cặp đối nhau đúng chuẩn: 'trong thành' và 'ngoài đồng ruộng'; 'khi đi ra' và 'lúc đi vào'. Những cặp ngược nhau này là phép đối để chỉ 'hễ nơi nào ngươi ở' và 'hễ nơi nào ngươi đi'. Phần phức tạp là những phước lành và nguyền rủa ở giữa. Trong khi các cặp ở đầu và cuối liên hệ đến sự thịnh vượng chung của người Y-sơ-ra-ên, thì những cặp ở giữa công bố phước lành/nguyền rủa trên cây trồng từ nỗ lực của con người (28:4, 17–18).

Những phước lành và nguyền rủa theo công thức định nghĩa sự thịnh vượng của Y-sơ-ra-ên theo điều kiện nông nghiệp và dựa vào tiền đề cơ bản rằng đất đai thuộc về Đức Gia-vê; Ngài xác định liệu đất đai có thực hiện vai trò của nó trong tam giác giao ước gồm thần linh, dân, và xứ hay không.[10] Trong khi các láng giềng của Y-sơ-ra-ên nhờ cậy vào các thần sinh sản để được bảo đảm về kinh tế, thì những câu mở đầu này tuyên bố sự thịnh vượng của Y-sơ-ra-ên phụ thuộc vào lòng trung thành của họ đối với Đức Gia-vê.

Con đường phước hạnh (28:7–14)

Mặc dù câu 7–13 giải thích chi tiết câu 3–6, nhưng phân đoạn này thể hiện sự nguyên vẹn về cấu trúc và văn phong độc lập. Bộ khung bao gồm bảy mệnh đề chính. Ngoại trừ mệnh đề thứ ba (28:8b), trong nguyên bản Hê-bơ-rơ, mỗi câu nhấn mạnh vai trò của Đức Gia-vê bằng cách bắt đầu với một động từ và xác định rõ Đức Gia-vê là chủ ngữ. Nói chung, đơn vị này tóm lược phần thưởng khi giữ giao ước, dù câu 9 và 13b–14 nhắc người nghe rằng những phước lành này không phải điều họ có thể có được cách vô điều kiện (đối chiếu 28:1–2). Trong mối quan hệ này, Y-sơ-ra-ên sẽ không bao giờ có thể kể công về những ơn phước họ tận hưởng, mà họ sẽ hoàn toàn chịu trách nhiệm nếu ơn phước không trở thành hiện thực. Xuất hiện ở giữa những phước lành được sắp xếp theo kiểu hoán chuyển (28:9–10), Môi-se nêu bật mối quan hệ đặc biệt của Y-sơ-ra-ên với Đức Gia-vê, hình dung một tương lai rực rỡ mà ở đó tam giác giao

---

10. So sánh E. W. Davies, 'Land: Its Rights and Privileges', trong *The World of Ancient Israel: Sociological, Anthropological and Political Perspectives* (bt. R. E. Clements; Cambridge: Cambridge Univ. Press, 1989), 349–69.

ước hoàn toàn hoạt động và shalom lan tỏa. Những điều tốt lành được hiểu đúng nhất theo thứ tự lô-gíc hơn là theo xâu chuỗi như chúng ta thấy trong bản văn.

Nhắc lại 15:4, trong câu 8b Môi-se đưa ra lời hứa chung chung rằng Đức Gia-vê sẽ ban phước cho dân tộc khi ở trong xứ. Trình bày lý tưởng về mối quan hệ ba bên dưới hình thức cơ bản nhất, câu này có thể là tiêu đề cho toàn bộ danh sách các phước lành. Trong câu 8a và 11–12a, Môi-se hứa khả năng sinh sản và thịnh vượng vật chất là phần thưởng chắc chắn cho lòng trung thành. Bằng chứng về phước hạnh của Đức Gia-vê ban cho nỗ lực của con người (so sánh 28:20)[11] sẽ rõ ràng trong vựa lúa của Y-sơ-ra-ên (28:8a). Khi giải thích chi tiết lời hứa chung về sự thịnh vượng vật chất trong câu 11–12a, Môi-se thêm vào lời hứa dạt dào tình cảm 'Đức Giê-hô-va sẽ làm cho anh em thịnh vượng', rồi ông nói cụ thể những phương diện của sự thịnh vượng đó: đông con cháu, súc vật đầy đàn, và vụ mùa dư dật (28:11). Như trong câu 4, bộ ba này phản chiếu ba khía cạnh của mối quan tâm chính trong tín ngưỡng về sự sinh sản.

Tuy nhiên, vì sự thịnh vượng sẽ đến trên xứ mà Đức Gia-vê đã thề hứa với các tổ phụ, nên phước lành được liên kết với những lời hứa xưa. Môi-se cụ thể hóa hình ảnh thịnh vượng trong câu 12a bằng cách mô tả Đức Gia-vê là chủ sở hữu 'kho báu' trên trời,[12] Đấng mở máng trượt và để cho mưa tuôn xuống mặt đất. Câu này lấy cảm hứng từ Lê-vi Ký 26:4, nhưng hình ảnh cũng gợi nhớ đến thần thoại Ugarit nói đến việc Ba-anh cho mưa xuống khắp đất.[13] Bằng cách này, Môi-se tuyên bố hùng hồn rằng năng suất của đất do Đức Gia-vê quyết định, không phải do Ba-anh. Ngoài sức sinh sôi phi thường ngay trong xứ, trong câu 7 và 12b–13, Môi-se còn hứa với Y-sơ-ra-ên quyền bá chủ trên các nước. Nói theo cách ẩn dụ, ông tuyên bố rằng Đức Gia-vê sẽ khiến họ 'đứng đầu' của tất cả và không 'đứng chót' cho ai hết (28:13a). Quyền bá chủ này sẽ bao gồm sự vượt trội hoàn

---

11. 'Các công việc của ngươi' trong 28:8a cùng nghĩa với 'mọi công việc của tay ngươi' trong 28:12. So sánh 12:18; 15:10; 23:20 [21]; 28:8, 20.

12. Về thiên đàng như một kho báu chứa đầy tài nguyên của Đức Gia-vê, xem Gióp 37:1–13; 38:22; Thi 104:13; Êxê 34:25–30.

13. Về bản văn chuyển tự và chuyển ngữ, xem *UNP*, 132–37.

toàn về quân sự (28:7)[14] và kinh tế (28:12b–13a; so sánh 15:6) trên các nước.

Như đã nói ở trên, câu 9–10 là tâm điểm thần học của phân đoạn này và đỉnh điểm của mọi phước lành trong câu 1–14. Nhắc lại 26:18–19, Môi-se nói rõ lý tưởng của Đức Gia-vê cho dân chúng và những đặc ân của họ trong địa vị đối tác giao ước (so sánh Xuất 19:5–6). Mặc dù 26:19 có nói Đức Gia-vê sẽ làm cho Y-sơ-ra-ên trội hơn mọi dân, nhưng ở đây Môi-se tưởng tượng Ngài lập Y-sơ-ra-ên làm dân thánh của Ngài. Việc điều này liên hệ đến sự ứng nghiệm cam kết trước đó được nhấn mạnh bởi động từ 'lập' và phần thêm vào 'như Ngài đã thề với anh em'. Khái niệm Y-sơ-ra-ên là dân thánh của Đức Gia-vê vốn đã quen thuộc từ 7:6; 14:2, 21. Tuy nhiên, để phù hợp với Xuất 19:5–6, việc những lời hứa giao ước của Đức Gia-vê ứng nghiệm sẽ phụ thuộc vào việc họ sống theo ý muốn Ngài, ở đây được nói đến là 'tuân giữ' các điều răn và 'đi theo đường lối Ngài'. Đây là cách nói ngắn gọn hàm ý tất cả những điều Đức Gia-vê đòi hỏi ở Y-sơ-ra-ên (so sánh 10:12–13).

Khi Đức Gia-vê lập Y-sơ-ra-ên làm dân thánh của Ngài, thì mọi dân trên đất sẽ thấy rằng Y-sơ-ra-ên được dán nhãn bằng danh Ngài. Dịch theo nghĩa đen ('ngươi được gọi/ đọc theo danh Đức Gia-vê'), cách nói này bắt nguồn từ tập quán khắc hoặc đóng nhãn tên người lên tài sản.[15] Khi các nước thấy danh Đức Gia-vê trên Y-sơ-ra-ên, họ sẽ nhận biết rằng Y-sơ-ra-ên thuộc về Ngài[16] và hạnh phúc của Y-sơ-ra-ên là sự phản chiếu Bá chủ thiên thượng của họ.[17] Từ sự kính sợ đúng đắn dành cho Đức Chúa Trời, họ cũng chuyển sang tôn trọng những người mang danh đáng kinh sợ của Ngài. Lời giải thích này tương quan với lời tuyên bố của Môi-se ở 26:19 rằng việc các dân nhận biết

14. Họ sẽ hợp lại tấn công Y-sơ-ra-ên theo một đường, nhưng chạy trốn bằng bảy đường. Như ở 7:1 'bảy đường' nói đến toàn bộ; những người sống sót sẽ tìm kiếm mọi con đường thoát thân có thể.

15. Về tập quán đóng nhãn tên của sủa chủ lên nô lệ ở Mê-sô-bô-ta-mi, xem M. A. Dandamaev, *Slavery in Babylonia from Nabopolassar to Alexander the Great (626–331 TC)* (pb. hđ.; DeKalb, IL: Northern Illinois Univ. Press, 1984), 78, 229–34. Cũng xem bài giải thích về mạng lệnh thứ hai trong Mười Điều Răn (5:11) ở phần trước.

16. Cũng xem 2 Sử 7:14; và đặc biệt là Ê-sai 63:19.

17. Muốn biết thêm về bài giải thích, xem D. I. Block, 'Bearing the Name of the LORD with Honor', trong *How I Love Your Torah, O LORD!* 61–72.

Y-sơ-ra-ên cuối cùng sẽ khiến Đức Gia-vê được khen ngợi, danh tiếng và tôn trọng.

Khi mô tả đáp ứng của các nước là 'sợ', Môi-se nối câu này với Sáng 9:2, và khi đó ngụ ý về vai trò của Y-sơ-ra-ên trong chuyện kể vĩ đại (metanarrative) trong Kinh Thánh về sự cứu chuộc. Là 'dân thánh' của Ngài, Y-sơ-ra-ên được chọn mang danh của Đấng Cứu Chuộc thánh và của Đấng Tạo Dựng mọi dân tộc (26:19). Họ đại diện cho nhân loại thu nhỏ, nhân danh Đức Gia-vê thực thi thẩm quyền và khiến những người họ thống trị phải đáp ứng bằng lòng kính sợ.

Con đường nguyền rủa (28:20–68)

Trong câu 20, chúng ta đi đến đơn vị văn chương dài nhất trong Phục Truyền. Mặc dù những lời nguyền ở 27:15–26 và 28:15–19 về bản chất mang tính công thức, nhưng những lời nguyền rủa trong các câu 20–68 được trình bày dưới dạng văn chương hùng biện sôi nổi và giải thích hết sức chi tiết việc đảo ngược các phước lành được nói rõ trong câu 7–13. Khi lắng tai nghe, những lời nguyền rủa này tạo cảm giác khiếp sợ trong tâm trí người tiếp nhận.

Nhiều đặc điểm của bản văn khiến người nghe phải rùng mình vì sợ hãi. (1) Như ở câu 7–13, Đức Gia-vê là chủ ngữ của tất cả các động từ quan trọng. (2) Môi-se nhấn mạnh mục đích của Đức Gia-vê bằng một loạt những cụm từ với giới từ 'cho đến khi': cho đến khi Y-sơ-ra-ên bị hủy diệt/ Ngài hủy diệt họ (28:20, 24, 45, 51, 61; 28:48, 63), Y-sơ-ra-ên bị chết mất (28:20, 22), hàng phòng thủ của họ đổ nát (28:52), và Ngài diệt họ khỏi đất (28:21). Những cách nói theo lối ngoa dụ tuyên bố mục tiêu của Ngài: tiêu diệt tam giác giao ước, và trong thực tế, 'tiêu trừ' chính dân tộc này. (3) Môi-se nhấn mạnh tình trạng vô vọng của Y-sơ-ra-ên bằng cách xen kẽ những lời tuyên bố sẽ không có sự giải cứu nào vào giữa chuỗi các tai họa.[18] (4) Bằng cách liệt kê dường như vô tận các tác nhân thứ yếu của sự diệt vong, Môi-se cảnh báo rằng Đức Gia-vê sẽ kiểm soát từng tác nhân hủy diệt có thể tưởng tượng được. (5) Vào thời khắc quyết định, Môi-se thêm vào những lời nhắc nhở về nguyên nhân của tai họa. Mặc dù Đức Gia-vê trực tiếp

---

18. Sẽ không có ai gieo rắc nỗi kinh hoàng cho các loài thú và chim ăn thịt. Chúng đến để ăn xác chết của người Y-sơ-ra-ên (28:26); sẽ không có ai để giải cứu (28:29, 31); tay họ sẽ không thể làm được gì (28:32); và sẽ không ai mua sự tự do của họ (28:68).

tham gia vào kết cuộc của Y-sơ-ra-ên, nhưng người Y-sơ-ra-ên sẽ bị tiêu diệt vì họ bất trung với Ngài (28:20, 45, 47, 62).

Thoạt nghe, danh sách những lời nguyền rủa có vẻ không nhất quán và rời rạc. Lời tuyên bố mở đầu (28:20) có thể được hiểu như tiêu đề cho cả phần này, tóm tắt các vấn đề chính trong lời nguyền: (1) nguồn của sự tiêu diệt; (2) tác nhân tiêu diệt; (3) phạm vi tiêu diệt; (4) mục tiêu của sự tiêu diệt; và (5) lý do Y-sơ-ra-ên bị tiêu diệt. Từ đó vị trí của các mệnh đề chỉ lý do và điều kiện là manh mối tốt nhất để hiểu cấu trúc của những lời nguyền rủa này.

Một mệnh đề điều kiện mới trong câu 58 chia bản văn thành hai phần không bằng nhau: câu 20–57 và câu 58–68. Ngay trong phần đầu tiên, câu 45–48 là câu chuyển ý, đưa ra lời giải thích thần học về số phận cuối cùng của Y-sơ-ra-ên. Trong phần này, câu 45–46 tóm tắt câu 20–44, còn câu 47–48 giới thiệu câu 49–57. Những dấu hiệu về mặt cấu trúc này hướng đến ba phần văn chương có thể nhận diện được - ba chuỗi tai họa nhằm thúc đẩy Y-sơ-ra-ên trung thành và yêu mến Đấng Cứu Chuộc họ.

(1) Con đường diệt vong: chuỗi tai họa đầu tiên (28:20–46). Câu 20 và 45–46 tạo nên chuỗi tai họa đầu tiên, thông báo những vấn đề liên quan. Mặc dù có liên kết về nội dung, nhưng văn phong của câu 20 và 45–46 khác nhau. Trong khi câu 20 cho thấy Đức Gia-vê sai phái những tác nhân hủy diệt Y-sơ-ra-ên, thì câu 45 so sánh những lời nguyền rủa với con vật đang đuổi theo và bắt kịp con mồi. Trong khi ở câu 20, Đức Gia-vê ủy nhiệm cho bộ ba tác nhân hủy diệt Y-sơ-ra-ên, thì câu 45 thay thế chúng bằng bộ ba động từ. Trong khi câu 20 nhận biết mục tiêu hủy diệt là công việc tay người Y-sơ-ra-ên làm, thì câu 45 xem chính người Y-sơ-ra-ên là mục tiêu. Trong khi câu 20 tuyên bố những việc làm gian ác của dân chúng và việc họ từ bỏ Đức Gia-vê khiến Đức Gia-vê sớm chống nghịch họ, thì câu 45 nói rõ những vi phạm là không vâng lời Đức Gia-vê, không giữ các điều răn và luật lệ Ngài.

Việc nói đến những hậu quả lâu dài từ hành động Đức Gia-vê chống lại Y-sơ-ra-ên trong câu 46 tượng trưng cho sự khác biệt nổi bật nhất giữa hai phần ranh giới này: Chúng sẽ là 'dấu kỳ' và 'sự lạ' cho đến đời đời.[19] Bản văn không nói cụ thể hành động của Đức Gia-vê chống nghịch Y-sơ-ra-ên sẽ chứng minh điều gì, nhưng dường như các bài học bao gồm việc Đức Gia-vê huy động các thế lực trên trời và dưới đất để trừng phạt những người chống cự Ngài và để đạt được mục đích của Ngài theo lời Ngài đã nói. Giữa hai phần ranh giới này, Môi-se cảnh báo một loạt những tai họa, minh họa cho sự nguyền rủa, kinh khủng và thất vọng được nói đến trong câu 20. Mặc dù ông đi từ chủ đề này đến chủ đề khác, nhưng phần này chia thành ba đoạn, lần lượt tăng lên về độ dài và cường độ, giống như ba tiếng kèn trumpet của người canh gác (28:20–26; 28:27–34; 28:35–45). Điểm trọng tâm của từng đoạn bao gồm ba phân loại tai ương rõ ràng được trích dẫn ở Lê-vi Ký 26:25–26: gươm giáo, dịch hạch và đói kém.

Báo động thứ nhất (28:21–26). Báo động đầu tiên bao gồm ba tác nhân gây tai họa: dịch bệnh (28:21–22a), mất mùa (28:22b–24), và thất bại quân sự (28:25–26). Mặc dù ở ngoài Y-sơ-ra-ên từ *deber* (bản NIV 'bệnh tật') chỉ ác quỷ gây dịch hạch,[20] nhưng ở đây việc ám chỉ các linh ác hoàn toàn không còn tính chất huyền bí. Cụm từ ám chỉ bệnh dịch như bệnh dịch hạch thường gây đau đớn cho súc vật, còn con người bị tàn phá bởi đói kém và chiến tranh. Đức Gia-vê sẽ khiến tai họa này bám lấy nạn nhân của nó giống như con bọ chét bám vào da và cắn họ.[21]

Trong câu 22, Môi-se nói cụ thể hơn, liệt kê bảy tai họa Đức Gia-vê sẽ giáng trên dân chúng. Phần liệt kê bảy tai họa cho thấy quyền tể trị của Đức Gia-vê trên mọi tác nhân của sự chết và sự hủy diệt. Bốn tai họa đầu tiên nói chi tiết về *deber* trong câu 21 và nói cụ thể những bệnh tật Đức Gia-vê có thể sử dụng tùy ý: bệnh lao,[22] bệnh sốt,[23] bệnh

---

19. Ở 13:12[13] những cụm từ này nói đến hành động siêu nhiên các tiên tri thực hiện để chứng minh tính xác thực trong lời nói của họ.

20. Xem G. del Ollmo Lete, 'Deber', *DDD*, 231–32.

21. Về bệnh dịch hạch ở Mê-sô-bô-ta-mi, xem J. Scurlock and B. R. Andersen, *Diagnoses in Assyrian and Babylonian Medicine* (Urbana: Univ. of Illinois Press, 2005), 73–74. Ở Mê-sô-bô-ta-mi, bệnh dịch thường được mô tả là ác quỷ gây bệnh dịch 'ăn' nạn nhân, như thể ác quỷ là côn trùng đặc biệt khát máu người (như trên, 472).

22. So sánh Lê 26:16. Có lẽ ám chỉ bệnh lao phổi. So sánh với *HALOT*, 1463.

23. Cũng so sánh với Lê 26:16. Có lẽ ám chỉ một chứng viêm nào đó, có thể là sốt. So sánh *HALOT*, 1067; Tigay, *Deuteronomy*, 262.

phù,[24] và nắng cháy.[25] Tai họa thứ năm ám chỉ gươm giáo (*ḥereb*), là cách nói ngắn chỉ thất bại của Y-sơ-ra-ên trước quân đội của kẻ thù (so sánh 28:25–26),[26] và hai tai họa cuối cùng nói đến bệnh tật liên hệ đến mùa màng.

Hai câu tiếp theo (28:23–24) nói rõ những tai họa trên mùa màng. Cũng như bốn thuật ngữ nói đến bệnh tật của con người, ý nghĩa của những thuật ngữ chỉ bệnh liên hệ đến mùa màng không rõ ràng. 'Cây cỏ héo úa' dường như ám chỉ việc các giống ngũ cốc bị khô héo khi còn mọc ngoài đồng, có lẽ vì ảnh hưởng của gió nóng từ phương đông. 'Mốc meo' dường như liên quan đến việc làm cho ngũ cốc ố vàng vì bệnh lý, có thể là do bệnh của cây cối, đất đai không có dinh dưỡng đầy đủ, hoặc hạn hán. Những câu này nhắc lại Lê-vi Ký 26:19, mô tả các tầng trời như tấm kim loại ngăn cản hơi ẩm trên bầu trời tưới xuống trái đất, và mặt đất bị khô cứng không trồng trọt được. Câu 23 hình dung chất ngưng tụ từ trời. Tuy nhiên, đây không phải mưa mà là bụi dạng bột rơi xuống con người, giống như cơn bão bụi do những cơn gió sa mạc nóng phổ biến ở vùng Trung Đông thổi tới.

Việc nói đến gươm giáo (*ḥereb*) trong câu 22 báo trước những mối đe dọa trong câu 25–26. Đảo ngược phước lành ở câu 7, Đức Gia-vê đe dọa phó Y-sơ-ra-ên cho kẻ thù đánh bại họ và họ buộc phải chạy trốn. Thay vì 'trỗi vượt mọi dân tộc trên đất này' (28:1; so sánh 26:19), họ sẽ cho các nước thế gian thấy một hình ảnh kinh khiếp (so sánh 2 Sử 29:8). Câu 26 cụ thể hóa nỗi kinh hoàng khi bại trận. Tử thi ngã giết bị bỏ ngoài đồng ruộng, cho chim và thú ăn thịt, có lẽ là điều sỉ nhục nhất của mọi nỗi sỉ nhục. Trong thế giới cổ đại, thi thể thường bị bỏ ngoài đồng và để cho thú hoang ăn thịt,[27] đặc biệt là thi thể của những người vi phạm hợp đồng và lời thề trong hiệp ước.[28]

Báo động thứ hai (28:27–34). Báo động thứ hai cũng đưa ra ba loại tai họa: dịch bệnh, đói kém và gươm giáo. Như trong câu 21–22a, những lời nguyền rủa trong câu 27–29a, 34 đe dọa sức khỏe cá nhân

---

24. Có lẽ là một thuật ngữ khác chỉ 'bệnh sốt'. So sánh *HALOT*, 223.
25. Có lẽ nói đến sức nóng gây sốt. So sánh với *HALOT*, 352, 357.
26. Ngược với bản NIV dịch từ này là 'hạn hán'.
27. Xem bài giải thích của Hiller về lời nguyền rủa này, *Treaty-Curses*, 68–69.
28. Được dịch bởi Parpola and Watanabe, *Neo-Assyrian Treaties and Loyalty Oaths*, 46. Cũng xem F. C. Fensham, 'The Curse of the Dry Bones in Ezekiel 37:1–14 Changed to a Blessing of Resurrection,' *JNWSL* 13 (1987): 60. So sánh Giê 7:33, 34:17–20; Êxê 37:1–2.

của người Y-sơ-ra-ên. Cặp mệnh đề giống nhau nhấn mạnh vai trò của Đức Gia-vê trong tai họa tương lai của Y-sơ-ra-ên (28:27a, 28a, so sánh 28:35a), theo sau là danh sách các tác nhân Ngài sẽ sử dụng. Bảy tác nhân được liệt kê ở đây tương ứng với bảy tác nhân được liệt kê sau mệnh đề chính tương tự trong câu 22, dù bây giờ bốn tác nhân đầu bao gồm bệnh nan y về da, còn ba tác nhân cuối liên quan về mặt bản chất đến bệnh tâm thần và bệnh tâm lý.[29] Như trong câu 22, ý nghĩa của một số những cụm từ này không được rõ ràng. 'Ung nhọt' nói đến một loại bệnh ngoài da nào đó, có lẽ là u hay nhọt (so sánh Xuất 9:8–12).[30] 'Bướu' liên quan đến loại bệnh sưng tấy nào đó, còn 'ghẻ chốc' chỉ vết thương ở da bị nhiễm trùng; 'ngứa ngáy' chỉ xuất hiện ở đây. Câu 28 thêm ba bệnh nữa (so sánh Xa 12:4): 'điên khùng'[31]

Câu 29 minh họa biểu hiện của các chứng rối loạn tâm thần này. Mất phương hướng, người ta sẽ mò mẫm ngay giữa ban ngày như người mù dò dẫm trong bóng tối suốt đời (so sánh 28:34). Nói chung, các câu 29c và 33b tạo nên bối cảnh cho phần này: 'anh em bị ức hiếp và cướp bóc thường xuyên'. Lời tuyên bố này, kết hợp với việc nói đến tình trạng vô vọng trong câu 29, 31 và 32, cho thấy hậu quả của thất bại quân sự kinh hoàng.

Để tạo thêm khủng hoảng, câu 29b thông báo chủ đề về sự vô ích hoàn toàn, là chủ đề sau đó được triển khai bởi một loạt những lời nguyền rủa về sự vô ích[33] liên hệ đến những sự lạm dụng nghiêm trọng về khía cạnh kinh tế và gia đình.

---

29. Tương tự với ý của Tigay, *Deuteronomy*, 263.

30. Giống như các từ ngữ trước đó chỉ 'sốt' và 'viêm' (28:22), từ này được dùng ở đây bắt nguồn từ ý nghĩa gốc là 'làm nóng người'.

31. Tigay (*Deuteronomy*, 264), giải thích từ này là 'tình trạng u mê, rối loạn tâm lý'., mù lòa (so sánh 1 Sa 21:14–15 [15–16] và lãng trí'. Điều này có thể ám chỉ sự hoang mang đi kèm với các loại bệnh được mô tả trong chương này.[32]

32. Về bài giải thích các rối loạn tâm thần ở Mê-sô-bô-ta-mi cổ đại, xem Scurlock and Andersen, *Diagnoses*, 367–85.

33. Về những hình ảnh ngoại kinh tương tự với những 'lời nguyền rủa về tính vô ích', xem câu khắc song ngữ Tell Fekheriye (*COS*, 2:34 [tr.154]). Về bài giải thích 'những lời nguyền rủa vô ích' này, xem T. G. Crawford, *Blessing and Curse in Syro-Palestinian Inscriptions of the Iron Age* (American University Studies 7/ 120; New York: Peter Lang, 1992), 170– 73.

(1) Sự vô ích của lễ hỏi (28:30a). Người nam sẽ được hứa hôn với một người nữ, nhưng một người nam khác sẽ chiếm đoạt nàng (so sánh 21:10–14).[34]

(2) Sự vô ích của việc xây nhà (28:30b). Việc nói đến người Y-sơ-ra-ên xây nhà nhưng không được ở trong nhà đảo ngược số phận mà thế hệ hiện tại sắp đặt trên người Ca-na-an (6:10–11).

(3) Sự vô ích của việc trồng trọt (28:30c). Mối đe dọa trồng nho nhưng không hưởng được trái cũng đảo ngược hình ảnh ở 6:10–11.

(4) Sự vô ích khi sở hữu vật nuôi (28:31). Nói đến ba loài vật nuôi quan trọng nhất: bò, lừa, chiên, lời nguyền rủa báo trước kẻ xâm lược sẽ đến cướp lấy.

(5) Sự vô ích khi có con (28:32). Con cái của người Y-sơ-ra-ên sẽ bị bắt và giao cho nhà buôn để bán đi các nước làm nô lệ. Cha mẹ sẽ đứng nhìn trong vô vọng và suốt đời 'mỏi mòn trông chờ' chúng.[35]

(6) Sự vô ích trong mọi nỗ lực của con người (28:33). Câu 33 tóm tắt thảm kịch của phần trước. Người Y-sơ-ra-ên sẽ không ăn được thổ sản của họ hay tiêu thụ bất kỳ sản phẩm nào từ công sức họ bỏ ra.

Báo động thứ ba (28:35–44). Cũng như báo động đầu tiên, đoạn này được chia thành ba phần, lần lượt nói đến bệnh tật (28:35), thất bại quân sự (28:36–37), và đói kém (28:38–42). Phân đoạn kết thúc với lời cảnh báo về hậu quả bên trong xã hội từ những tai họa của Y-sơ-ra-ên (28:43–44).

Tiếp tục chủ đề được nói đến trong câu 27, câu 35 quay lại 'ung độc của Ai Cập', dù bây giờ Môi-se nói thêm rằng chúng sẽ ảnh hưởng cụ thể đến đầu gối và chân, khiến việc di chuyển trở nên khó khăn. Không chỉ tai họa này sẽ không thể chữa được; mà ung độc còn bao phủ toàn cơ thể từ lòng bàn chân đến đỉnh đầu.

Trong khi báo động đầu tiên nói rõ ràng việc Đức Gia-vê khiến Y-sơ-ra-ên thất bại trong tay quân đội kẻ thù (28:24–25), và báo động thứ hai nói đến việc áp bức công dân Y-sơ-ra-ên xảy ra cùng với sự thất bại đó (28:29b–34), thì báo động thứ ba báo trước cuộc lưu đày của Y-sơ-ra-ên (28:36–37).

---

34. Từ ngữ hiếm được dùng ở đây hàm ý việc cưỡng hiếp người nữ trong chiến trận và trong cuộc chinh phục (Ê-sai 13:16; Xa 14:2).

35. Tương tự với Tigay, *Deuteronomy*, 265.

(1) Nhắc lại những khái niệm đã được trình bày trước đó ở 4:27–28, Môi-se nói đến việc Đức Gia-vê trực tiếp dẫn dân Ngài đi lưu đày (28:36). Mượn từ ngữ ở 17:14–15, ông lồng vào đó lời ám chỉ có vẻ ngạc nhiên nhưng hàm ý mỉa mai về vua của Y-sơ-ra-ên.[36]

(2) Môi-se lại nói về cuộc lưu đày của Y-sơ-ra-ên giữa các dân, được mô tả cách đáng ngại là 'anh em và tổ phụ anh em chưa từng biết' (so sánh 13:6[7]), một cụm từ nhằm tấn công vào nỗi sợ hãi trong lòng người Y-sơ-ra-ên. Trong cú đấm sau cùng đối với mối quan hệ giao ước ba bên được kỷ niệm trong chương 27, họ sẽ bị lưu đày sang một xứ xa lạ.

(3) Môi-se tuyên bố rằng tại đó, giữa các dân, người Y-sơ-ra-ên 'sẽ thờ phượng các thần khác, thần gỗ và thần đá' (28:36; so sánh 4:28). Họ sẽ đổi địa vị làm tôi tớ của Đức Gia-vê với các đặc ân để lấy danh hiệu tôi tớ cho các thần vô tri vô giác. Mặc dù người ngoại quốc xem hình tượng là những vật thể sống được linh của thần mà chúng tượng trưng cho ngự vào, nhưng với Môi-se, may mắn lắm hình tượng cũng chỉ là những đồ vật cụ thể, tệ hơn là 'các vật gớm ghiếc' (29:17 [16]).

Câu 37 tóm tắt ảnh hưởng của những tai họa trên địa vị của Y-sơ-ra-ên giữa các dân. Giải thích chi tiết 4:27–28 và 28:25, câu này đảo ngược câu 10 và đặc biệt 26:19. Môi-se thay thế ba cụm từ chỉ đặc ân trong 26:19 bằng ba cụm từ chỉ sự sỉ nhục: 'kinh hoàng', 'đề tài đàm tếu' và 'giễu cợt'. Từ đầu tiên diễn tả cú sốc của các dân khi nhìn thấy số phận của Y-sơ-ra-ên.[37] Cụm từ thứ hai ngụ ý tên 'Y-sơ-ra-ên' sẽ trở thành câu tục ngữ nói về thảm họa; họ sẽ là minh họa kinh điển cho sự bất hạnh và cho việc bị thần linh từ bỏ. Bắt nguồn từ từ gốc mang nghĩa 'lặp lại', cụm từ thứ ba nói rằng Y-sơ-ra-ên sẽ trở thành đề tài trong những cuộc trò chuyện giễu cợt.

Trong câu 38–42, Môi-se quay lại sự đoán phạt là mối đe dọa đói kém, nhưng ông thay đổi chiến thuật. Bây giờ thiếu thức ăn sẽ không phải do hạn hán và sâu bệnh mà do côn trùng, dù ông ngắt ngang chuỗi 'lời nguyền rủa về sự vô ích' bằng lời báo trước về việc con cái

---

36. Mà không nhắc đến sự lựa chọn thiên thượng. So sánh lời giải thích của Sa-mu-ên ở 1 Sa 12:13.

37. So sánh 29:22–24[21–23]. Cụm từ này phổ biến trong các lời tiên tri của Giê-rê-mi về sự phán xét: Giê 2:15; 4:7; v.v... Cũng xem 2 Vua 22:19; 2 Sử 29:8; 30:7; Thi 73:19; Ê-sai 5:9; 13:9; Ô-sê 5:9; Giô-ên 1:7; Mi 6:16; Sô 2:15; Xa 7:14.

họ bị đi đày (28:41). Lời đe dọa này có lẽ được thêm vào sau câu 36 thì hợp lý hơn, nhưng ở đây đặt 'bông trái của thân thể' bên cạnh 'bông trái của đất'. Danh sách những lời nguyền rủa về sự vô ích bao gồm toàn bộ phạm vi hoạt động nông nghiệp ở Pa-lét-tin cổ đại: ruộng lúa (28:38), vườn nho (28:39), rừng ô-liu (28:40), và cây ăn trái (28:41). Mùa màng thất bát do các sinh vật nhỏ Đức Gia-vê sẽ sai đến ăn nuốt và cướp phá trước khi chúng được thu hoạch. 'Cào cào' (28:38) là côn trùng ăn cỏ bay theo từng bầy đông đúc và ăn mọi thứ chúng nhìn thấy.[38] 'Sâu bọ' (28:39) nói đến con dòi trong trái cây tấn công quả nho.[39] Không rõ ý nghĩa của 'bọ rầy' là gì (28:42), nhưng có lẽ ám chỉ loài côn trùng cánh cứng giết chết hoa quả bằng cách tấn công lá hoặc thân.[40]

Câu 43–44 đảo ngược phước lành trong câu 12–13 (so sánh 23:20[21]) và xoay ngược tình thế của người Y-sơ-ra-ên trong suốt các tai vạ ở Ai Cập (Xuất 8:23–24 [19–20]; 9:4, 6): khách lạ sẽ đến và sống giữa người Y-sơ-ra-ên. 'Các kiều dân' có thể nói đến các dân ngoại quốc, nhưng cách hiểu đúng nhất là sự đảo ngược do yếu tố sự áp đặt thiên thượng mà bởi đó người Y-sơ-ra-ên ở trong xứ trở thành mục tiêu đoán phạt còn khách ngoại bang và công nhân người ngoại quốc thì được miễn trừ (so sánh Lê 25:47).

Trong câu 45–46, Môi-se đưa ra lời kết tóm tắt cho chuỗi các tai họa (được gọi là 'tất cả những lời nguyền rủa này') được mô tả trong câu 20–44. Những lời báo trước này mô tả tương lai chắc chắn của Y-sơ-ra-ên nếu họ từ bỏ Đức Gia-vê và phục vụ các thần khác (28:29).

(2) Con đường diệt vong: chuỗi tai họa thứ hai (28:47–57). Dù nghiêm trọng như những lời nguyền rủa giao ước trước đó, nhưng bây giờ hậu quả trở nên kinh khủng hơn. Chuỗi này chỉ liên hệ đến một vấn đề: sự suy đồi hoàn toàn của Y-sơ-ra-ên qua cuộc vây hãm của kẻ thù ngoại quốc. Đoạn này chia thành ba phần: nguyên nhân ẩn bên dưới thảm họa (28:47–48), chiến thuật của Đức Gia-vê về tác nhân gây thảm họa (28:49–52), và những hậu quả khủng khiếp của thảm họa (28:53–57). Việc tạo đỉnh điểm được phản chiếu trong độ dài tăng dần của từng phần.

---

38. Xem T. Hiebert, 'Joel, Book of', *ABD*, 3:876; Borowski, *Every Living Thing*, 159–60.
39. *HALOT*, 1702.
40. Xem M. Lubetski, 'Beetlemanis of Bygone Times', *JSOT* 91 (2000):3–26.

Nguyên nhân tiềm ẩn cho sự diệt vong của Y-sơ-ra-ên (28:47–48). Để tóm tắt những lý do dẫn đến sự diệt vong của Y-sơ-ra-ên, những câu này trình bày một nhận xét tương phản: vì Y-sơ-ra-ên 'không phụng thờ Giê-hô-va Đức Chúa Trời', nên họ 'phải phục dịch kẻ thù mà Đức Giê-hô-va sai đến'; đói kém, hạn hán, và trần truồng sẽ thay thế cho niềm vui và sự sôi nổi; tình trạng túng thiếu hoàn toàn sẽ thay thế sự dư dật. Những hình ảnh này nói lên nguyên nhân trực tiếp và cuối cùng cho sự sụp đổ của Y-sơ-ra-ên.

Môi-se bắt đầu bằng lời tuyên bố rằng cuối cùng chính Y-sơ-ra-ên sẽ chịu trách nhiệm về những thảm họa đã được báo trước (28:47). Cụm từ trạng ngữ 'với cả tấm lòng hân hoan vui vẻ' nhấn mạnh thái độ lẽ ra phải có khi nhận sự chu cấp rời rộng của Đức Gia-vê. 'Khi được thịnh vượng' là cách nói ngắn gọn chỉ 'vì tất cả những gì Đức Giê-hô-va đã làm cho các ngươi'. Lặp lại 6:10–12, lời đe dọa này cảnh báo dân chúng không được quên Đức Gia-vê, đặc biệt khi họ đang tận hưởng những điều tốt lành mà xứ sản sinh ra cho họ.[41] Vì người Y-sơ-ra-ên từ chối phục vụ Mạnh Thường Quân của họ, nên Đức Gia-vê sẽ cho họ những người chủ khác (28:49). Ngài 'sẽ sai đến' kẻ thù tấn công và cướp phá Y-sơ-ra-ên, bỏ họ đói khát và trần truồng (28:48). Thay vì ách giao ước nhân từ, chính Đức Gia-vê sẽ đặt ách bằng sắt lên cổ Y-sơ-ra-ên cho đến khi Ngài tiêu diệt họ (28:48).[42] Họ sẽ không thể bẻ gãy ách này được.

Đặc điểm và phương cách hành động của tác nhân của Đức Gia-vê (28:49–52). Đảo ngược lời hứa ở 26:19 và 28:1, 13, Môi-se đóng khung phân đoạn này bằng những lời tuyên bố về sự tham gia của Đức Gia-vê vào sự diệt vong của Y-sơ-ra-ên (28:49, 52). Tuy nhiên, trọng tâm của ông thay đổi từ Đức Gia-vê, Đấng sẽ chịu trách nhiệm trước mắt về kết cuộc của Y-sơ-ra-ên, sang tính chất khủng khiếp và phương cách hành động của các tác nhân. Câu 49–50 mô tả đặc điểm tác nhân gây diệt vong bằng năm nét bút rõ ràng, mỗi nét làm gia tăng mức độ kinh khiếp của sự diệt vong.

(1) Kẻ thù 'từ tận cùng trái đất' sẽ đến. Kẻ ở gần thì quen thuộc; kẻ ở xa thì huyền bí và đáng sợ.

---

41. Phục 32:13–15 là đoạn mô tả vấn đề vô ơn theo thể thơ ca.

42. So sánh 'ách bằng sắt' ở Giê 28:14. Những người Cận Đông cổ đại thường nói đến mối quan hệ của đầy tớ với chủ của họ là mang ách của chủ (so sánh Giê 2:20; 5:5; so sánh 27:8, 11, 12; 30:8–9).

(2) Kẻ thù sẽ đến nhanh. Giống như chim ưng sà xuống trên con mồi, kẻ thù sẽ tấn công mục tiêu thình lình mà không báo trước.

(3) Kẻ thù sẽ nói ngôn ngữ không thể hiểu được. Điều này dẫn đến việc không thể thương lượng và gây kinh hãi.[43]

(4) Kẻ thù sẽ 'mặt mày dữ tợn' (nghĩa đen là 'mặt mày hung ác'), diễn tả sự khiếp sợ của nạn nhân lẫn quyết tâm của kẻ tấn công.

(5) Kẻ thù sẽ vô tâm, không tôn trọng người già hay thương xót người trẻ.[44]

Thái độ nhẫn tâm của tác nhân của Đức Gia-vê phù hợp với hành động vô tâm của họ (28:51–52).

(1) Họ sẽ ăn gia súc và thổ sản của người Y-sơ-ra-ên. Mượn từ ngữ ở 7:13, Môi-se trình bày những hành động này là sự đảo ngược các phước lành một cách mỉa mai.

(2) Họ sẽ bao vây người Y-sơ-ra-ên trong khắp xứ. Lên án người Y-sơ-ra-ên 'trông cậy' nơi tường thành cao và cổng bảo vệ (so sánh 3:5), trong câu 52 Môi-se báo trước rằng tất cả những công sự trong xứ mà Đức Gia-vê đã ban cho Y-sơ-ra-ên sẽ đổ sập trước mặt kẻ xâm lược. Tam giác giao ước thần-dân-xứ sẽ sụp đổ như tường thành của Y-sơ-ra-ên vậy.

Hậu quả kinh khiếp từ việc Đức Gia-vê chống nghịch Y-sơ-ra-ên (28:53–57). Mượn hình ảnh ở Lê-vi Ký 26:27–29, phân đoạn này bắt đầu với câu chính đề khái quát, theo sau là hai cảnh tượng kinh khiếp là ăn thịt đồng loại. Mặc dù lời tuyên bố đầu tiên nhấn mạnh lý do của khủng hoảng - bị bao vây và đau khổ - nhưng đoạn này đưa ra lời chú giải về 'hoa quả của thân thể ngươi' trong câu 18. Khi 'bông trái của đất ruộng ngươi' và 'bông trái của vật nuôi' bị kiệt quệ, dân chúng sẽ phải ăn 'bông trái của thân thể ngươi'.[45] Mệnh đề cuối cùng nhấn mạnh hậu quả kinh khủng về mặt xã hội từ tội lỗi của Y-sơ-ra-

---

43. Các tiên tri sau này áp dụng thành ngữ này cho người A-si-ri (Ê-sai 33:19) và Ba-by-lôn (Giê 5:15).

44. So sánh phần mô tả người A-si-ri ở Ê-sai 13:18, và người Ba-by-lôn ở Ca 4:16 và 5:12–13.

45. Cả ba cụm từ đều có trong nguyên văn tiếng Hê-bơ-rơ trong phần tóm lược phước lành ở câu 4 và nguyền rủa ở câu 18.

ên và phương diện thần học của thảm kịch: Dân chúng ăn chính con cái mà họ đón nhận như món quà ân sủng từ Đức Gia-vê.[46]

Môi-se khai triển chủ đề này trong hai phần song song, lần lượt mô tả cách người nam và người nữ đối phó với khủng hoảng đến từ cuộc vây hãm (28:54–55, 56–57). Cả hai phần đều bắt đầu bằng cách làm nổi bật sự tinh vi của những người ăn thịt chính con cái mình. Trong khi người cha được mô tả là 'hiền lành nhạy cảm nhất trong anh em' (28:54), thì Môi-se cụ thể hóa sự non nớt mảnh khảnh của người mẹ khi mô tả những người ăn con mình là những kẻ vốn không thể chịu nổi ý nghĩ để cho bàn chân mình chạm xuống đất (28:56). Những đặc điểm này phản ánh tình trạng mất tính người, là hậu quả từ những tai họa Đức Gia-vê mang đến.

Cả hai phần đều mô tả người nam và người nữ trở nên thù địch với thành viên trong chính gia đình mình. Hình ảnh người nữ căm ghét ngay cả nhau thai của mình là điều gây sốc (28:56–57a). Câu 55 và 57b vẽ nên hai bức tranh khủng khiếp không thể tả. Bức tranh đầu tiên thật bi thảm: không thể hiện lòng thương xót đối với anh em và con cái còn lại của mình, người cha không muốn chia cho họ phần thịt của con mình. Bức tranh thứ hai thì lố bịch: người mẹ bí mật ăn con mình, và chẳng khác gì thú vật, bà cũng ăn cả nhau thai của mình nữa.[47]

(3) **Con đường diệt vong: chuỗi tai họa thứ ba (28:58–68).** Tiếp theo phần tóm tắt nền tảng của tất cả những lời nguyền rủa trong chương này (28:58), chuỗi cuối cùng trình bày bốn mối đe dọa: (1) bệnh tật (28:59–63b), (2) lưu đày khỏi xứ (28:63c–64), (3) sự bất an (28:65–67), và (4) trở lại Ai Cập (28:68). Mặc dù mỗi phần kết thúc với ảnh hưởng từ thảm họa trên con người, nhưng đoạn này được đóng khung bằng lời nhắc đến Ai Cập mang tính điềm báo.

Môi-se bắt đầu phần này bằng lời nhắc nhở thính giả trước mắt mình rằng số phận kinh khủng được mô tả trong chương này là

---

46. Ăn thịt đồng loại trong lúc khủng hoảng và đói kém là đề tài phổ biến trong các tài liệu Cận Đông Cổ. Xem *ANET*, 298c; *ARAB*, 2:794. Về những lời nguyền rủa trong hiệp ước răn đe tình trạng ăn thịt đồng loại, Parpola and Watanabe, *Neo-Assyrian Treaties and Loyalty Oaths*, 11 (so sánh *ANET*, 533), 46 (so sánh *ANET*, 538), và 52 (so sánh *ANET*, 539).

47. Xem 2 Vua 6:28–29; Ca 4:10. Cũng xem Ê-sai 9:19–21[18–20]; 49:26; Giê 19:9; Êxê 5:9–10; Xa 11:9.

không thể tránh khỏi nếu họ không cẩn thận sống theo 'các lời của luật pháp được ghi trong sách này' (diễn ý cá nhân từ 28:58),[48] và nếu họ 'không kính sợ danh vinh hiển và đáng sợ này - tức Giê-hô-va Đức Chúa Trời ngươi'. Cấu trúc trong câu 58 (nghĩa đen: 'giữ bằng cách làm theo...và kính sợ') nhắc người Y-sơ-ra-ên rằng lòng trung thành giao ước đòi hỏi sự vâng theo ý muốn của Chúa của giao ước lẫn mối quan tâm đúng đắn đối với danh dự của Ngài. Đây là lần duy nhất nói đến việc kính sợ 'danh vinh hiển và đáng sợ' của Đức Chúa Trời trong Phục Truyền.[49]

Sự hiển linh đầu tiên tại Si-na-i một phần là để ghi khắc vào dân chúng lòng kính sợ trước mặt Đức Gia-vê nhằm ngăn họ không phạm tội và truyền cho họ lòng trung thành.[50] Lời chỉ dẫn hiện tại của Môi-se trong luật pháp (6:2) và việc đọc luật pháp trong tương lai đều có chung một mục đích (17:19; 31:12–13). Phần còn lại của phân đoạn này làm nổi bật hậu quả của việc không tôn kính danh Đức Gia-vê. Bắt chước ngôn ngữ và xây dựng trên các ý tưởng được trình bày ở 4:26–29, Môi-se báo trước cho người Y-sơ-ra-ên sự đảo ngược hoàn toàn lịch sử cứu rỗi của họ qua các tai vạ và bệnh tật (28:59–63b), sự phân tán (28:63c-67), và tình trạng nô dịch (28:68).

Môi-se nhấn mạnh cường độ của tai họa mà Đức Gia-vê sẽ giáng xuống Y-sơ-ra-ên bằng cách: (1) mô tả các hoạn nạn bằng động từ hiếm (*hiplâ*), nghĩa là 'thực hiện hành động khác thường' (bản NIV 'đáng sợ'); (2) dùng các tính từ mạnh để bổ nghĩa cho các tai họa (28:59); (3) đe dọa giáng từng tật bệnh khủng khiếp của Ai Cập trên Y-sơ-ra-ên (28:60a);[51] (4) nói đến sự đeo bám dai dẳng: 'chúng sẽ bám theo anh em' (28:60b); (5) mở rộng phạm vi tai họa bao gồm cả những thảm họa không được nói rõ trong phần ghi ghép của luật pháp (28:61; so sánh 29:20–21[19–20]); (6) tuyên bố quyết định của Đức Gia-vê là tiêu diệt[52] Y-sơ-ra-ên (28:61b); (7) và thông báo hậu quả

---

48. Câu này ngụ ý Môi-se hoặc là trình bày bài thuyết giảng từ bản thảo, hoặc ông định chép lại ngay sau khi trình bày. So sánh 17:18; 31:9.

49. Xem Ê-sai 59:19; Mi 6:9; Mal 4:2 (so sánh từ trái nghĩa 'khinh bỉ danh Ta' ở 1:6); Thi 61:5 [6]; 86:11; 102:16[17]; Nê 1:11; Khải 11:18.

50. So sánh 4:10; 5:29; và Xuất 20:20.

51. Lặp lại 7:15, câu này đảo ngược sự giải cứu trước đó của Đức Gia-vê khỏi các tật bệnh của Ai Cập.

52. Ở chỗ khác, động từ này áp dụng cho các cư dân trên đất, những người mà người Y-sơ-ra-ên sẽ trục xuất: 7:2–24; 9:3; 12:30; 31:3–4; 33:27.

của việc đảo ngược hoàn toàn các lời hứa đối với tổ phụ của dòng dõi đông vô số này (28:62).

Cấu trúc 28:63 báo hiệu một phương diện mới gây sửng sốt trong chuỗi tai họa kinh hoàng này: sự tận diệt mối liên hệ dân-xứ bằng cách làm cho dân chúng tản lạc giữa các dân tộc (28:63–67). Môi-se bắt đầu bằng việc nói về sự thay đổi đầy sửng sốt trong thái độ của Đức Gia-vê đối với dân chúng. Trong khi trước kia Đức Gia-vê vui sướng khi làm cho Y-sơ-ra-ên thịnh vượng, thì bây giờ Ngài sẽ thích thú khi họ bị tiêu diệt. Ý nghĩ này khiến độc giả hiện đại băn khoăn, nhưng đọc trong khung cảnh khái niệm thời cổ, thì điều này tương phản hoàn toàn với khái niệm của các nước láng giềng của Y-sơ-ra-ên. Trong khi những dân khác cho rằng thảm họa như thế đến từ các thế lực ma quỷ và thần linh thù địch, thì niềm tin nơi Đức Gia-vê không chấp nhận cách giải thích dễ dàng như vậy. Những câu này phản ánh một khía cạnh khác trong tình yêu tha thiết của Đức Gia-vê: khi con dân Chúa chà đạp ân sủng của Ngài dưới chân họ, thì sẽ làm cho những cảm xúc mạnh mẽ của Ngài nổi lên chống lại họ.

Mục đích của những hành động thù địch chống lại chính dân Ngài không phải chỉ để cắt đứt sợi dây ràng buộc Y-sơ-ra-ên với xứ (28:63c), mà là cắt đứt mối quan hệ của dân chúng với thần của họ (28:64). Việc mô tả đối tượng thờ phượng mới của Y-sơ-ra-ên là các thần mà 'ngươi và tổ phụ ngươi chưa hề biết' làm nổi bật sự tương phản giữa Đức Gia-vê, Đấng đã nhân từ bày tỏ chính Ngài cho dân Ngài bằng lời phán và việc làm (so sánh 4:6–15, 32–40), với các thần của các dân không hề nói hay hành động (so sánh Giê 10:5).

28:65–66 mô tả tình trạng thể chất và tình cảm của người Y-sơ-ra-ên lưu đày: chính Đức Gia-vê sẽ lấy đi của họ mọi niềm vui và ý nghĩa trong cuộc sống, và nỗi đau khổ vì bị tiêu diệt sẽ ám ảnh họ bất cứ nơi nào họ đi đến. Môi-se nhấn mạnh Đức Gia-vê gây ra tình trạng bất an cho họ bằng cách mô tả 'lòng anh em run sợ',[53] 'đôi mắt mòn mỏi', và 'tâm linh tàn tạ'[54] như những thứ đối lập với sự ban cho của

---

53. Phần mô tả tấm lòng/ tâm trí (*lēb*) là 'lo lắng, căng thẳng' tương phản với loại tấm lòng Đức Gia-vê ban ở những chỗ khác: tấm lòng nhận biết Đức Gia-vê (29:4[3]; Giê 24:7); tấm lòng biết lắng nghe/khôn sáng (1 Vua 3:9); một tấm lòng kính sợ Đức Gia-vê (Giê 32:39); tấm lòng mới (Êxê 11:19; 36:26); tấm lòng bằng thịt, tức là tấm lòng biết đáp ứng (Êxê 36:26); một tấm lòng làm theo ý muốn vua (2 Sử 30:12).

54. Cụm từ này nói đến tình trạng kiệt kệ hoàn toàn về tình cảm và thể xác.

Ngài. Trong 28:66–67, ông cụ thể hóa nỗi thất vọng của họ bằng cách giới thiệu người đối thoại giả định. Chính môi miệng của người này nói lên trạng thái cảm xúc của họ. Bức tranh về sự bất an của Y-sơ-ra-ên làm nhớ lại 'nỗi khiếp sợ' của Ai Cập và các dân khác trước sự đoán phạt của Đức Gia-vê (Xuất 15:16; Dân 22:3), và nỗi khiếp sợ của người Ca-na-an khi người Y-sơ-ra-ên xuất hiện (Phục 2:25; 11:25).

Lời báo trước của Môi-se về sự diệt vong của Y-sơ-ra-ên kết thúc ở câu 68 với hình ảnh rõ ràng về sự đảo ngược lịch sử Y-sơ-ra-ên. Trong khi ở 17:16, Môi-se cảnh báo dân chúng đừng bao giờ quay về Ai Cập, thì bây giờ ông thông báo rằng chính Đức Gia-vê sẽ đem họ trở về đó như là hành động đỉnh điểm của sự đoán phạt thiên thượng vì sự bội đạo không ngừng, và tại đó, họ sẽ được đem bán đấu giá như những nô lệ. Tuy nhiên, việc họ phải bị chở qua đó bằng tàu là điều khó hiểu.[55] Môi-se có thể đã cố tình thêm vào ý nhắc đến tàu để tăng thêm nỗi đau tinh thần của người Y-sơ-ra-ên, vì đối với một dân có nhiều đất đai thì viễn cảnh về hành trình bằng đường biển có thể khiến họ sợ hãi. Một cách giải thích khác là những con tàu này có thể tượng trưng cho quyền lực kinh tế và mậu dịch của nước nào đó (Ai Cập hoặc Ty-rơ?). Dẫu vậy, Đức Gia-vê cũng sẽ trưng dụng những biểu tượng của sự kiêu hãnh và độc lập và sử dụng những tàu lớn này để đưa dân Ngài vào ách nô lệ.

Lời nguyền rủa này được trình bày thậm chí còn khó hiểu hơn khi Môi-se nhắc đến lời khẳng định trước kia của ông rằng Y-sơ-ra-ên sẽ không bao giờ nhìn thấy Ai Cập nữa. Dường như bởi việc ám chỉ đến lời hứa không được ghi lại trong Ngũ Kinh, Môi-se củng cố khái niệm cho rằng những hành động nhằm trừng phạt của Đức Gia-vê mang nghĩa Ngài ngưng lại những phước hạnh được ban cho Y-sơ-ra-ên trong tư cách dân giao ước và dân được chuộc của Ngài. Trở lại Ai Cập, họ sẽ tìm cách bán mình cho kẻ thù để phục vụ họ như những nô lệ, nhưng ngay cả trong địa vị nô lệ, người ta cũng cho họ là vô dụng. Có lẽ người Ai Cập sẽ khước từ họ vì nhận ra người Y-sơ-ra-ên là nạn nhân của lời nguyền rủa kinh khủng nào đó (so sánh 29:22–28[21–27]), và họ sợ rằng tiếp xúc với Y-sơ-ra-ên có thể khiến họ cũng chịu chung số phận kinh khủng đó.

---

55. Về buôn bán nô lệ quốc tế, xem Giô-ên 3:6[4:6]; A-mốt 1:9.

Kết luận cuối chương (29:1 [28:69])

Giả sử cụm từ 'những lời trong giao ước' ở 29:1[28:69] và 29:8[7] nói đến các điều khoản được giải thích chi tiết trong bài giảng thứ hai của Môi-se, thì lời chú giải tường thuật này kết thúc phần thuật lại bài giảng đó. Việc mô tả giao ước là 'Đức Giê-hô-va dạy Môi-se lập [nghĩa đen là 'làm'] với dân Y-sơ-ra-ên' (diễn ý cá nhân) làm nổi bật vai trò là người được ủy quyền giải thích các điều kiện của giao ước và người điều khiển nghi lễ nhắc lại giao ước được phản chiếu trong Phục Truyền của Môi-se. Nếu Môi-se 'thực hiện' giao ước này với con cháu của Y-sơ-ra-ên, thì ông làm vậy nhân danh Đức Gia-vê (so sánh 31:16).

Mặc dù nhiều người giải thích câu này là sự phân biệt giữa giao ước lập trên đồng bằng Mô-áp và giao ước Đức Gia-vê đã lập trước kia với Y-sơ-ra-ên tại Si-na-i, nhưng cách phân biệt này không có cơ sở. Vì Môi-se mở đầu bài giảng thứ hai bằng việc đọc lại Mười Điều Răn (5:6–21), nên bản chất của mối quan hệ giao ước rõ ràng vẫn không thay đổi, cũng như vai trò của Đức Gia-vê lẫn của Y-sơ-ra-ên trong mối quan hệ đó không thay đổi. Điều đang diễn ra trên đồng bằng Mô-áp không phải là sự thiết lập một giao ước mới, mà là nhắc lại giao ước ban đầu được lập với Áp-ra-ham và sau đó được lập với Y-sơ-ra-ên tại Si-na-i. Vì dân chúng đang đứng trước mặt Môi-se không tham dự vào các nghi thức tại Hô-rếp bốn mươi năm trước, nên những thủ tục này cần thiết để ràng buộc thế hệ này với giao ước được phê chuẩn tại Hô-rếp (5:2–3) và để đảm bảo rằng họ vào Đất Hứa trong địa vị dân giao ước của Đức Gia-vê.

Bài giảng trước đó đã cung cấp cho dân chúng một đường hướng đạo đức và thần học qua đó các nguyên tắc giao ước cơ bản phải được áp dụng một khi họ vào xứ. Cho nên, cụm từ 'ngoài giao ước mà Ngài đã lập với họ tại Hô-rếp' (29:1[28:69]) nói về các nghi lễ liên quan đến việc nhắc lại và phê chuẩn giao ước với thế hệ hiện tại.[56]

---

56. Chúng ta không nên hiểu cụm từ 'ngoài giao ước' là 'ngược với', 'trái với' hay 'đối lập với'. Đây là cụm từ súc tích và phải được hiểu là 'ngoài [các lời] của giao ước Ngài đã lập với họ tại Hô-rếp', do đó, khớp với 'các lời của giao ước' ở đầu câu. Về bài bênh vực tính hiệp nhất của giao ước lập tại Si-na-i và được thế hệ này xác nhận ở Mô-áp, xem P. A. Barker, *The Triumph of Grace in Deuteronomy: Faithless Israel, Faithful Yahweh in Deuteronomy* (Paternoster Biblical Monographs; Carlisle, UK; Waynesboro, GA: Paternoster: 2004), 112–16.

Khi Môi-se 'thực hiện giao ước này', ông giám sát các nghi lễ mới mà qua đó thế hệ mới tận hiến với giao ước cũ. Điều này có nghĩa là dân chúng có sự hiểu biết đầy đủ hơn về sự kiện và những điều kiện ban đầu được bày tỏ tại Hô-rếp sau khi Môi-se giải thích chi tiết, và cũng có nghĩa rằng họ cam kết với lời giải thích của Môi-se trong bài giảng về những lời gắn liền với giao ước đó (Mười Điều Răn, Sách Giao Ước, Chỉ Dẫn Về Sự Thánh Khiết, v.v....). Tóm lại, không nên xem giao ước được nói đến ở 29:1[28:69] là giao ước mới mà là bổ sung cho giao ước được lập tại Si-na-i, là giao ước tự thân nó tượng trưng cho sự ứng nghiệm và giải thích chi tiết giao ước của Đức Gia-vê với Áp-ra-ham (Sáng 17:7–8).

Ngữ Cảnh Bắc Cầu

Một cái nhìn mơ hồ về Đức Chúa Trời của Cựu Ước?

Độc giả hiện đại thường giật mình lùi lại trước cảnh tượng kinh khủng được hình dung tại đây, và đặc biệt trước hình ảnh về một Đức Chúa Trời khát máu 'vui thích' dự phần vào những hành động bạo lực này (28:63), nhất là khi chúng ta đọc câu 15–68 mà không đọc câu 1–14 trước, hoặc khi tách câu 15–58 ra khỏi tất cả những phần trước đó trong bài giảng thứ hai của Môi-se. Làm sao để giải thích hay làm cho hòa hợp cái nhìn về một Đức Chúa Trời như vậy với cái nhìn về Chúa được trình bày trong Tân Ước? Có lẽ Marcion đã đúng, có lẽ thần của Cựu Ước là một thần khác với Đức Chúa Trời của Tân Ước hiện thân trong Chúa Giê-xu Christ.[57]

Tuy nhiên, các tiến bộ gần đây trong thuyết hành vi-ngôn từ đã khiến chúng ta đánh giá cao hơn ý nghĩa về mặt hùng biện và giải kinh của những phước lành và nguyền rủa đối với thính giả đầu tiên của Môi-se và với các thế hệ sau khi nghe đọc lại những lời này trong giờ thờ phượng chung (Phục 31:9–13).[58] Câu chúng ta cần hỏi là: Môi-se định làm gì với những lời ông nói trong chương này? Những từ ngữ trên trang giấy tượng trưng cách nói (locutions) của Môi-se; điều ông muốn thực hiện qua những từ ngữ này được gọi là

---

57. Marcion là người theo dị giáo thế kỷ I SC.

58. Về vị trí của thuyết hành vi-ngôn từ trong giải kinh, xem K. J. Vanhoozer, *Is There a Meaning in This Text? The Bible, the Reader, and the Morality of Literary Knowledge* (Grand Rapids: Zondervan, 1998), 201–80.

ẩn ý (illocution) của ông; và cách thính giả hiểu điều ông nói và đáp ứng được gọi là hiệu quả (perlocution). Trong những phước lành và nguyền rủa này, chúng ta thấy mục tiêu mục vụ hàm ẩn của Môi-se đạt đến đỉnh điểm. Ở cuối bài giảng dài về những đặc ân và trách nhiệm trong mối quan hệ giao ước với Đức Gia-vê, thật ra đây là lời mời đặt đức tin nơi Chúa, lời kêu gọi phải kính sợ danh đáng kính trọng và tôn thờ của Đức Gia-vê và phải bày tỏ lòng kính sợ đó trong sự thuận phục biết ơn đối với quyền tể trị của Ngài và vâng theo ý muốn Ngài (28:58; so sánh 11:26–28; 30:11–20). Môi-se là một mục sư, người đặt trước mặt dân chúng con đường dẫn đến sự sống và con đường dẫn đến sự chết. Cả lời hứa ban phước lành hậu hĩ như là phần thưởng cho sự vâng lời, lẫn lời cảnh báo kinh khủng về sự diệt vong như là hậu quả của sự chống nghịch đều nhằm giúp người nghe chú ý, khơi gợi lòng kính sợ và báo trước cho dân chúng biết việc rơi vào tay của Đức Chúa Trời giận dữ là như thế nào.[59]

Lịch sử của giao ước

Lịch sử của Y-sơ-ra-ên là lịch sử của sự bác bỏ sứ điệp của Môi-se. Trước đó chúng ta đã nhấn mạnh rằng trong Phục Truyền 28, Môi-se dựa vào những phước lành và nguyền rủa trong giao ước được chính Đức Gia-vê bày tỏ trong Lê-vi Ký 26. Dựa vào bảng liệt kê dài những lời nguyền rủa trong các tài liệu hiệp ước Cận Đông cổ, chúng ta không nên ngạc nhiên khi biết rằng những phước lành và nguyền rủa này là những yếu tố cơ bản trong giao ước Đức Gia-vê đã lập với Y-sơ-ra-ên.[60] Điều này có nghĩa là khi vương quốc Y-sơ-ra-ên phía bắc kinh nghiệm những nỗi kinh hoàng được báo trước ở đây vào năm 722 TC dưới tay người A-si-ri, và anh em của họ là người Giu-đa kinh nghiệm năm 586 TC dưới tay người Ba-by-lôn, thì đây không chỉ là sự chấm dứt giao ước của Đức Gia-vê với dân chúng, mà còn là sự ứng nghiệm rõ ràng từng chi tiết giao ước đó.

---

59. So sánh D. B. Sandy, *Plowshares & Pruning Hooks: Rethinking the Language of Biblical Prophecy and Apocalyptic* (Downers Grove, IL: InterVarsity Press, 2002), 89.

60. Lưu ý phần kết cuối chương cho những điều kiện của giao ước được phê chuẩn tại Si-na-i ở Lê 26:46: 'luật lệ, mệnh lệnh và luật pháp mà Đức Giê-hô-va thiết lập giữa Ngài với con dân Y-sơ-ra-ên trên núi Si-na-i qua Môi-se'. Điều đáng chú ý là câu này xuất hiện ngay sau lời nhắc đến giao ước với các tổ phụ mà Đức Gia-vê đã đem ra khỏi Ai Cập, gồm công thức giao ước, nằm sau danh sách các phước lành và nguyền rủa.

Bi kịch thay, ngày diệt vong càng gần, thì dân chúng, đặc biệt là người Giu-đa, lại càng bám lấy Đức Gia-vê như Đấng Bảo Hộ thiên thượng của mình. Sự an ninh của họ được đặt trên bốn cam kết thiêng liêng: (1) Đức Gia-vê ban xứ Ca-na-an cho Áp-ra-ham và dòng dõi ông làm món quà không thể thu hồi lại; (2) Cuộc hôn nhân theo giao ước của Đức Gia-vê với dân Ngài tại Si-na-i là điều không thể thay đổi; (3) Đức Gia-vê ban ngai vàng ở Y-sơ-ra-ên cho Đa-vít và dòng dõi ông là điều không thể hủy bỏ được; (4) Đức Gia-vê chọn Giê-ru-sa-lem làm nơi ngự của Ngài là điều không thể thay đổi.[61] Tuy nhiên, dân chúng quên rằng cùng với những điều thiện đi kèm với những cam kết thiên thượng là trách nhiệm phục vụ Đức Gia-vê, tác nhân của ân sủng và sự mặc khải cho thế giới. Điều này có nghĩa là họ phải sống theo đường lối Đức Gia-vê đã bày tỏ trong giao ước Ngài. Họ cũng đã quên rằng phước lành và nguyền rủa ở Lê-vi Ký 26 và Phục Truyền 28 được gắn vào trong chính giao ước này. Điều này giải thích vì sao những lời báo trước về sự diệt vong trong các sách tiên tri như Giê-rê-mi và Ê-xê-chi-ên phụ thuộc nhiều vào những lời nguyền rủa trong giao ước.

Đến cuối thế kỷ thứ bảy TC dân chúng thờ thần tượng, khinh bỉ Đức Gia-vê và khước từ ý muốn Ngài nghiêm trọng đến nỗi Đức Gia-vê không thể dung thứ tội lỗi của họ nữa. Thật vậy, Ngài sẽ không trung thành với những cam kết trong giao ước nếu như Ngài vờ đi như không biết sự bất trung liên tục của họ và không áp dụng những lời nguyền rủa được giải thích rõ ràng ở đây. Ê-xê-chi-ên có chép (người phát ngôn cho Đức Gia-vê): 'Ta là Đức Gia-vê, Ta đã phán và Ta sẽ làm [điều Ta đã nói]' (diễn ý cá nhân).[62] Những tuyên bố này không ám chỉ nhiều về lời tiên tri của chính Ê-xê-chi-ên mà là cam kết giao ước ban đầu của Đức Gia-vê, bao gồm lời đe dọa diệt vong.

Mặc dù chúng ta có thể thấy các phước lành và nguyền rủa cụ thể được lặp lại và nói đến trong suốt Cựu Ước, nhưng ý nghĩa của chúng được minh họa cách sinh động trong 2 Các Vua 22. Đây là đoạn Kinh Thánh ghi lại việc phát hiện tài liệu luật pháp trong đền thờ và đáp ứng của Giô-si-a. Khi thư ký Sa-phan đọc tài liệu luật pháp cho Giô-si-a, vua xé quần áo mình. Sợ rằng Đức Gia-vê sẽ trút cơn thịnh nộ lên dân chúng như đã được viết trong luật pháp vì họ nhiều lần không

---

61. Về bài giải thích đầy đủ hơn, xem Block, *Ezekiel Chapters 1–24*, 7–9, 16.
62. Xem Êxê 12:25; 17:24; 22:14; 36:36; 37:14.

sống theo lời dạy của luật pháp (22:13), Giô-si-a yêu cầu các viên chức lập tức cầu hỏi Đức Gia-vê về những lời trong tài liệu. Trong lời công bố sấm truyền, tiên tri Hun-đa tuyên bố quyết định của Chúa đó là giáng 'họa' trên xứ và dân cư trong xứ, tức là 'mọi điều được viết trong sách' (22:16). Qua nữ tiên tri, Đức Gia-vê thông báo rằng vì họ từ bỏ Ngài để đi theo các thần khác, nên đã đến lúc Ngài trút cơn thịnh nộ trên họ (22:17). Mặc dù chính Giô-si-a không phải chịu nỗi kinh hoàng trong cái kết của Giu-đa, nhưng ngày tàn diệt[63] và sự nguyền rủa[64] của dân tộc thì đã định. Giô-si-a không thể làm gì để ngăn chặn cơn giận phừng phừng của Đức Gia-vê.

Và đến kỳ, sự diệt vong của Giu-đa diễn ra đúng như và làm ứng nghiệm lời nguyền rủa trong luật pháp. Mặc dù dân chúng ngây thơ buộc tội Đức Gia-vê là không giữ lời cam kết của Ngài, nhưng với nhận thức đặc biệt, trong lời cầu nguyện của mình, Đa-ni-ên đã nhận ra một thực tế:

Chúng tôi đã chẳng nghe lời Giê-hô-va Đức Chúa Trời chúng tôi, đặng bước đi trong luật pháp mà Ngài đã cậy tôi tớ Ngài là các đấng tiên tri để trước mặt chúng tôi. Hết thảy người Y-sơ-ra-ên đã phạm luật pháp Ngài và xây đi để không vâng theo tiếng Ngài. Vậy nên sự nguyền rủa, và thề nguyền chép trong luật pháp Môi-se là tôi tớ của Đức Chúa Trời, đã đổ ra trên chúng tôi, vì chúng tôi đã phạm tội nghịch cùng Ngài. Ngài đã làm cho chắc các lời đã phán nghịch cùng chúng tôi, cùng các quan án đã đoán xét chúng tôi, mà khiến tai vạ lớn đến trên chúng tôi; vì khắp dưới trời chẳng hề có tai vạ nào giống như đã làm ra trên Giê-ru-sa-lem. Cả tai vạ nầy đã đến trên chúng tôi như có chép trong luật pháp Môi-se; mà chúng tôi cũng không nài xin ơn của Giê-hô-va Đức Chúa Trời mình, đặng xây bỏ khỏi sự gian ác mình và thấu rõ đạo thật của Ngài. Bởi cớ đó, Đức Giê-hô-va ngắm xem và giáng tai vạ ấy trên chúng tôi; vì Giê-hô-va Đức Chúa Trời chúng tôi là công bình trong mọi việc Ngài làm, chỉn chúng tôi không vâng theo tiếng Ngài. (Đa 9:9–14)

Có lẽ điều đáng chú ý nhất là sự kiên nhẫn và ân sủng lạ lùng của Đức Gia-vê. Ngài hoàn toàn có quyền giáng những nguyền rủa trên Y-sơ-ra-ên từ lâu và trong nhiều tình huống: trong thời tiền quân chủ

---

63. Cụm từ *hāyâ lěsamma* ở 2 Vua 22:19 được mượn từ Phục 28:37.
64. Số ít *qělāla* ám chỉ số nhiều 'các lời nguyền rủa' ở Phục Truyền 28:15, 45.

của các quan xét, trong suốt thời trị vì của Sa-lô-môn (1 Vua 11–12), và nhiều lần sau đó khi hết vua này đến vua khác – cả miền bắc lẫn miền nam - dẫn dân chúng đi vào con đường bội đạo và thờ lạy hình tượng. Nhưng Đức Gia-vê đã chờ đợi. Thật vậy, Ngài giáng trên họ mỗi lần một hoặc hai lời nguyền rủa (A-mốt 4:6–13), hy vọng điều đó sẽ thức tỉnh dân chúng và khiến họ quay về với Ngài. Ngài thật đã kiên nhẫn (Xuất 34:6–7).

Cuối cùng, sau nhiều thế kỷ chịu đựng sự phản bội của họ, Đức Gia-vê không thể chịu hơn được nữa. Khi vương quốc phía bắc rơi vào tay người A-si-ri năm 734–722 TC và vương quốc phía nam – cùng với nền quân chủ của Đa-vít - rơi vào tay người Ba-by-lôn năm 586 TC, dân chúng trải qua nỗi kinh hoàng đúng như được báo trước trong các lời nguyền rủa của giao ước.[65] Tuy nhiên, việc Y-sơ-ra-ên lẫn của Giu-đa sụp đổ đều không có nghĩa là Đức Gia-vê đã hủy bỏ hay phá vỡ giao ước của Ngài. Ngược lại, những biến cố này xác nhận rằng giao ước vẫn còn hiệu lực. Những phước lành bị đình lại và thay thế bằng nguyền rủa, y như được giải thích rõ ràng trong tài liệu giao ước (Lê 26), và như Môi-se đã công bố (Phục 28).

Ý Nghĩa Đương Đại

Vì Tân Ước tuyên bố rõ ràng rằng, trong Đấng Christ, chúng ta được cứu khỏi sự nguyền rủa của luật pháp (Ga 3:13), nên rất dễ mà các Cơ Đốc nhân bỏ qua Phục Truyền 28 (và Lê 26), xem đó là vật hóa thạch từ thời quá khứ - thú vị vì giá trị cổ nhưng hoàn toàn không còn thích hợp. Tuy nhiên, chúng ta phải luôn luôn hỏi có điều gì có giá trị vĩnh cửu dành cho chúng ta trong những bản văn như thế này không? Với câu hỏi này, chúng tôi đưa ra nhiều câu trả lời.

Kế hoạch nguyền rủa

Chiến lược hùng biện mang hàm ý nguyền rủa trong chương này không phải chỉ có trong sách Phục Truyền hay Cựu Ước, mà còn được tiếp tục trong Tân Ước. Để phù hợp với lời kêu gọi mở đầu của Môi-se là phải lưu tâm đến tiếng nói của Đức Gia-vê, xem đó là bài thử nghiệm lòng trung thành đối với Chúa của giao ước (Phục 28:1–2)

---

65. Xem D. Stuart, *Hosea-Jonah* (WBC 31; Waco, TX: Word, 1987), xxxi-xlii.

và được nhắc lại trong suốt chuỗi các lời nguyền rủa,[66] Chúa Giê-xu tuyên bố với các môn đồ: 'Nếu các con yêu mến Ta [tức là trung thành với ta theo giao ước], thì sẽ vâng giữ các điều răn Ta' (Giăng 14:15, 21, diễn ý cá nhân). Thật vậy, trong chuỗi lời kêu gọi vâng phục Đấng Christ trong Giăng 14 và ngụ ngôn về cây nho và người trồng nho ở Giăng 15, chúng ta thấy có những phước lành và nguyền rủa trong Tân Ước tương ứng với phước lành và nguyền rủa ở Phục Truyền 28. Cụ thể, Chúa Giê-xu muốn thúc đẩy lòng trung thành bằng cách hứa rằng những nhánh nào sinh trái, mà trong ngữ cảnh này có nghĩa là giữ điều răn Ngài, thì sẽ ở trong tình yêu của Ngài và kinh nghiệm niềm vui trọn vẹn (28:10–12), còn nhánh nào không ra trái thì sẽ bị chặt đi và ném vào lửa (28:6). Trường hợp đầu tiên rõ ràng tương ứng với các phước lành ở Phục Truyền 28:1–14, còn trường hợp sau là những nguyền rủa (28:15–68).

Chiến lược hùng biện này cũng xuất hiện trong các thư tín ở Tân Ước. Ví dụ, Phao-lô viết:

> Còn anh em ngày trước vốn xa cách Đức Chúa Trời, và là thù nghịch cùng Ngài bởi ý tưởng và việc ác mình, nhưng bây giờ Đức Chúa Trời đã nhờ sự chết của Con Ngài chịu lấy trong thân thể của xác thịt mà khiến anh em hòa thuận, đặng làm cho anh em đứng trước mặt Ngài cách thánh sạch không vết, không chỗ trách được; miễn là anh em tin Chúa cách vững vàng không núng, chẳng hề dời khỏi sự trông cậy đã truyền ra bởi đạo Tin Lành mà anh em đã nghe, là đạo được giảng ra giữa mọi vật dựng nên ở dưới trời, và chính tôi, Phao-lô, là kẻ giúp việc của đạo ấy (Côl 1:21–23).

Cũng như Môi-se, Phao-lô đang nói với những người xưng mình là dân Đức Chúa Trời. Nhưng ông cần cảnh báo họ rằng nếu họ không tiếp tục ở trong đức tin, thì việc họ trình diện trước Đấng Christ như những người thánh và vô tội là điều không thể. Viết cho các Cơ Đốc nhân ngoại bang ở La Mã, Phao-lô còn nói cụ thể hơn:

> Ví bằng có một hai nhánh bị cắt đi, và ngươi vốn là cây ô-li-ve hoang được tháp vào chỗ các nhánh ấy để có phần về nhựa và rễ của cây ô-li-ve, thì chớ khoe mình hơn các nhánh đó. Nhưng nếu ngươi khoe mình, thì hãy biết rằng ấy chẳng phải là ngươi chịu đựng cái rễ, bèn là cái rễ chịu đựng ngươi. Ngươi sẽ nói rằng: Các nhánh đã bị cắt đi, để ta được tháp vào chỗ nó. Phải lắm; các nhánh đó đã bị cắt bởi cớ chẳng tin, và ngươi

---

66. Phục 28:9, 13–15, 20, 45, 47, 58, 62.

nhờ đức tin mà còn; chớ kiêu ngạo, hãy sợ hãi. Vì nếu Đức Chúa Trời chẳng tiếc các nhánh nguyên, thì Ngài cũng chẳng tiếc ngươi nữa. Vậy hãy xem sự nhân từ và sự nghiêm nhặt của Đức Chúa Trời: sự nghiêm nhặt đối với họ là kẻ đã ngã xuống, còn sự nhân từ đối với ngươi, miễn là ngươi cầm giữ mình trong sự nhân từ Ngài: bằng chẳng, ngươi cũng sẽ bị chặt. Về phần họ, nếu không gì mài trong sự chẳng tin, thì cũng sẽ được tháp; vì Đức Chúa Trời có quyền lại tháp họ vào. Nếu chính ngươi đã bị cắt khỏi cây ô-li-ve hoang thuận tánh mình, mà được tháp vào cây ô-li-ve tốt nghịch tánh, thì huống chi những kẻ ấy là nhánh nguyên sẽ được tháp vào chính cây ô-li-ve mình! (Rô 11:17–24)

Trong Hê-bơ-rơ 10:28–31, tác giả sách này so sánh số phận của người Y-sơ-ra-ên với số phận có thể gặp của thính giả ông:

Ai đã vi phạm luật pháp Môi-se, nếu có hai ba người làm chứng, thì chết đi không thương xót. Phương chi kẻ giày đạp Con Đức Chúa Trời, coi thường huyết của giao ước, tức là huyết đã thánh hóa mình, lại còn xúc phạm Thánh Linh của ân điển, thì anh em nghĩ người ấy không đáng bị trừng phạt nặng nề hơn sao? Vì chúng ta biết Đấng đã phán: 'Sự trả thù thuộc về Ta, Ta sẽ báo ứng.' Và lại phán: 'Chúa sẽ phán xét dân mình.' Sa vào tay Đức Chúa Trời hằng sống thì thật là kinh khiếp!

Đề phòng tính kiêu ngạo

Những lời cảnh báo trong các bản văn như thế này nhằm đề phòng sự kiêu ngạo. Giống như người Y-sơ-ra-ên trong Cựu Ước, Cơ Đốc nhân có thể bị cám dỗ lạm dụng ân sủng của Đức Chúa Trời và xem việc họ được đứng chung với Ngài là đương nhiên. Tuy nhiên những lời cảnh báo này nhằm mục đích tạo hy vọng và lòng kính sợ; khi đó chúng sẽ là thuốc giải độc chống lại sự bội đạo và nổi loạn.[67]

Kết quả tất yếu là phân đoạn này nhắc độc giả ở mỗi thế hệ rằng không bao giờ được xem sự thịnh vượng và tự do là những quyền lợi cơ bản và vô điều kiện. Lời kêu gọi bước vào mối quan hệ với Đức Chúa Trời trong Đấng Christ và mang danh Ngài là một đặc ân đầy vinh hiển (Phục 28:8–10; so sánh 1 Phi 4:12–19) mà chúng ta phải đáp ứng bằng đức tin và bày tỏ qua sự vâng phục ý muốn của Đức Chúa Trời. Trung thành với Ngài có thể khiến người khác giận dữ, nhưng

---

67. Về bài giải thích đầy đủ hơn những điều này và các bản văn khác giống như vậy, xem L. L. Norris, 'The Function of New Testament Warning Passages: A Speech Act Theory Approach' (Luận văn PhD, Wheaton College, Wheaton, IL, 2011).

Chúa sẽ khen ngợi. Còn không sống theo ý muốn của Bá Chủ có thể được người khác khen ngợi, nhưng sẽ khiến Đức Chúa Trời nổi giận.

Đức Gia-vê vẫn tể trị

Bản văn này nhắc độc giả hiện đại rằng dù Đức Gia-vê luôn giữ lời, nhưng Ngài vẫn tể trị trên mọi việc trong vũ trụ. Ngài đem các dân lên, và Ngài hạ bệ họ. Ngài làm điều đó qua các phương tiện thiên nhiên như hạn hán, dịch bệnh và đủ loại tai ương, và qua chính tác nhân con người. Ngược với các dân ở Cận Đông cổ, tai ương không phải là kết quả của các thế lực ma quỷ. Chúa của giao ước có quyền và có sức mạnh để giáng tai họa trên chính dân Ngài, nếu họ từ bỏ Ngài. Bản văn này nhắc tín hữu ở mọi thời đại rằng không có sự bảo đảm đời đời cho những người sống trong tội lỗi. Cuối cùng, bài kiểm tra đức tin thật được tìm thấy trong chính đời sống của người tín hữu đó.

Giới thiệu Đức Chúa Trời cho thế gian

Không hề rao giảng một phúc âm thịnh vượng như chúng ta thấy nhiều người giảng Phúc Âm ngày nay,[68] Phục Truyền 28 nhắc độc giả ở mỗi thời đại rằng qua việc cứu chuộc dân Y-sơ-ra-ên, Đức Chúa Trời kêu gọi họ đến với đặc ân vinh quang là giới thiệu Ngài cho thế giới và bày tỏ qua đời sống họ quyền năng biến đổi của Đấng Christ. Đặc ân đó được nhấn mạnh qua các câu 1 và 9–10, tóm tắt khải tượng của Chúa cho dân chúng, dù là Y-sơ-ra-ên thời Cựu Ước hay hội thánh ngày nay. Mục tiêu của Ngài là làm cho chúng ta trội hơn các dân trên đất - không vì lợi ích của chúng ta, mà vì chúng ta đang mang danh của Ngài.

Chúng ta được kêu gọi ra khỏi thế gian để trở thành dân thánh và được gọi bằng danh Ngài (28:10; nghĩa đen 'được gọi theo danh Đức Gia-vê'). Nếu chúng ta được gọi theo danh của Chúa, thì điều đó phải có nghĩa là danh đó được 'đóng' trên chúng ta. Hoặc là chúng ta được 'đóng nhãn' theo danh Ngài (đối chiếu chú giải ở 5:11), hoặc giống

---

68. Đặc biệt xem Joel Osteen, *Your Best Life Now: 7 Steps to Living at Your Full Potential* (Nashville: Faith Words, 2004). Về bài phê bình, xem David van Biema and Jeff Chu, 'Does God Want You to be Rich?' *Time* (Sunday, September 10, 2006). Muốn đọc bài đáp ứng hữu ích với loại phúc âm này, xem W. C. Kaiser, 'The Old Testament Case for Material Blessings and the Contemporary Believer,' *TJ* 9 (1988): 151–69.

thầy tế lễ thượng phẩm của Y-sơ-ra-ên (Xuất 28:35), chúng ta đeo phù hiệu trên trán có khắc 'Thánh cho Đức Giê-hô-va'. Phù hiệu này phản ánh sứ mạng mà chúng ta được kêu gọi thực hiện: qua đời sống và qua lời chứng tuyên bố cho thế giới điều Đức Chúa Trời có thể làm cho tội nhân trong ân sủng của Ngài.

Tuy nhiên, như chính Đức Gia-vê tuyên bố trong Xuất Ê-díp-tô Ký 19:4–6 và Môi-se đã nhắc lại trong Phục Truyền 26:16–19, việc thực thi sứ mạng đó tùy thuộc vào lòng trung thành của dân sự - vâng theo tiếng Ngài và giữ điều răn Ngài. Y-sơ-ra-ên không được kêu gọi vì lợi ích của Y-sơ-ra-ên, mà vì sứ mạng cứu chuộc thế giới của Đức Chúa Trời. Và với chúng ta cũng vậy. Theo Ê-phê-sô, Chúa chọn tội nhân và nhận họ làm con Ngài; Ngài đóng ấn bằng danh Ngài và kêu gọi họ để trở nên thánh và không chỗ trách được (Êph 1:3–5), Ngài làm cho họ trội hơn các dân (1:11–14) và ban cho họ sự giàu có của ân sủng Ngài và mọi thứ phước thuộc linh. Tất cả những việc làm thiên thượng này là nhằm để những người đầu tiên đặt hy vọng nơi Đấng Christ sẽ sống để ngợi khen sự vinh hiển Ngài (1:6). Được kêu gọi đến 'sự ngợi khen, danh tiếng và tôn trọng' (Phục 26:19), nguyện chúng ta không bao giờ quên hy vọng về sự kêu gọi của mình và sự giàu có của vinh hiển của cơ nghiệp Ngài trong các thánh đồ. Và nguyện chúng ta không bao giờ quên rằng 'chúng ta là công trình của tay Ngài, được tạo dựng trong Đấng Christ Jêsus để thực hiện những việc lành mà Đức Chúa Trời đã chuẩn bị từ trước để chúng ta làm theo' (Êph 2:10), nghĩa là sống đời sống xứng đáng với sự kêu gọi mà chúng ta đã nhận (4:1).

Thật vậy, những chương cuối của thư tín Ê-phê-sô (chương 4–6) tương đương với Phục Truyền 12–26. Dựa vào sự kêu gọi cao quý này, hậu quả nghiêm trọng của việc từ chối trách nhiệm đi kèm với sự kêu gọi đó là điều dễ hiểu. Trong lời phán của Chúa Giê-xu, mọi nhánh không sinh trái (việc làm của sự công bình) phải bị chặt, phơi, bị ném vào lửa và đốt cháy (Giăng 15:2, 6). Đây là lời cảnh báo nghiêm khắc cho các tín hữu ở mọi thời đại.

Phục Truyền Luật Lệ Ký 29:2–28[1–27]

Nằm trong mạch văn chung của Phục Truyền, các chương 29–30 là bài giảng thứ ba và là bài cuối cùng của Môi-se trước khi ông qua đời (34:1–12). Bài giảng được chia thành các phần phụ ngắn hơn, nhưng được liên kết với nhau bởi một chuỗi các đặc điểm văn chương: (1) nhấn mạnh về ngữ cảnh hùng biện trước mắt ('ngày nay');[1] (2) từ ngữ của sự nguyền rủa (và phước lành);[2] (3) các lời ám chỉ đến 'giao ước đã được ghi trong sách luật pháp này' (diễn ý cá nhân theo 29:21); (4) những lời ám chỉ đến 'lòng/ trí' là nơi phát sinh vấn đề và là trọng tâm của giải pháp;[3] (5) việc nhắc lại chương 4 được lặp lại nhiều lần suốt hai chương này (xem phần dưới); (6) những liên kết bao quát với phần còn lại của bài giảng đầu tiên (chương 1–3) và bài giảng dài thứ hai;[4] (7) việc phỏng theo từ ngữ và hình thức của hiệp ước Cận Đông cổ đại trong các chương;[5] và (8) mô-típ về sự hiểu biết và ngu dốt.[6]

Dù có những điểm tương đồng, nhưng các học giả vẫn tìm thấy nhiều cơ sở để tách tài liệu thành phân lớp chính và phụ.[7] Tuy nhiên, những phần chuyển tiếp đột ngột và thay đổi về văn phong có thể bắt nguồn từ tính hùng biện và mục đích giảng dạy của các chương này, nếu không phải từ tình huống truyền miệng ban đầu. Ở đây, các

---

1. Xem 29:4, 10, 12, 13, 15a, 15b, 18, 28; 30:2, 8, 11, 15, 16, 18a, 18b, 19.
2. Xem *haqqĕlāla*, 'nguyền rủa' (29:27; 30:1, 19), *hāʾālâ/ʾālôt*, 'lời nguyền rủa trong giao ước, nguyền rủa/ những lời nguyền rủa' (29:12, 14, 19, 20, 21; 30:7), và đặc biệt *ʾālôt habbĕrît*, 'mọi lời nguyền rủa của giao ước' (29:21).
3. Phục 29:4, 18, 19; 30:1, 2, 6, 10, 14, 17.
4. Về bài phân tích những liên kết này, xem Timothy A. Lenchak, *Choose Life! A Rhetorical-Critical Investigation of Deuteronomy 28, 69–30:20* (Rome: Pntifical Biblical Institute, 1993), 114–18.
5. Có các yếu tố sau: phần mở đầu lịch sử (29:2b–9); lời tuyên bố cam kết (29:10–15); các điều kiện (29:16–20a); lời kêu gọi nhân chứng (30:19a); phước lành và nguyền rủa (30:15–18, 19b–20). Đây là sự sắp xếp đã sửa đổi được đề xuất bởi A. Rofé, 'The Covenant in the Land of Moab (Deuteronomy 28:69–30:20', trong *Das Deuteronomium: Entstehung, Gestalt und Botschaft* (bt. N. Lohfink; BETL 68; Louvain: Louvain Univ. Press, 1985), 310–20; được in lại trong *A Song of Power and the Power of Song* (bt. D. L. Christensen; Winona Lake, IN: Eisenbrauns, 1993), 269–80.
6. Phục 29:4, 24, 29; 30:11–14.
7. Về bài khảo sát các phương pháp gần đây, xem Barker, *Triumph of Grace*, 108–10; Lenchak, *Choose Life!* 32–36.

bài giảng mục vụ cuối cùng của Môi-se đạt đến cao trào, khi ông thúc giục dân chúng chấp nhận ý muốn Đức Chúa Trời được bày tỏ tại Si-na-i và được giải thích chi tiết trong 'sách luật pháp này', và thúc giục họ chọn sự sống thay vì sự chết bằng việc sống theo ý muốn Đức Chúa Trời.

Chúng ta chỉ có thể suy đoán về những tình huống dẫn đến bài giảng cuối cùng này. Việc nhắc đến phước lành và lời nguyền rủa cho thấy thính giả quen thuộc với nội dung của chương 28 và ngụ ý rằng các nghi lễ diễn ra 'hôm nay/ ngày nay' (29:10–13) phải được phân biệt với những nghi lễ được nói đến ở 26:16–19. Nhưng chúng ta không biết bài giảng này cách việc người Y-sơ-ra-ên chấp nhận giao ước trước đó bao lâu (ch. 12–26, 28). Hình như sau khi chép bài giảng thứ nhất và thứ nhì, Môi-se triệu tập hội chúng một lần nữa (29:2) để đưa ra lời kêu gọi cuối cùng về lòng trung thành với giao ước và để giám sát nghi thức cuối cùng mà nhờ đó dân chúng một lần nữa buộc mình với giao ước. Có lẽ ông xem đây là giai đoạn đầu tiên của nghi lễ mà người Y-sơ-ra-ên sẽ hoàn thành tại Si-chem như được quy định ở chương 27.

Dựa vào nội dung và các dấu chỉ thời gian, bài giảng gồm năm phần được sắp xếp theo kiểu ABABA, trong đó các phần 'A' nói với thính giả ngay trước mặt Môi-se, còn phần 'B' liên quan đến tương lai. Mạch văn của phần A (29:2–13, 29; 30:11–20) tương đối trôi chảy, cho thấy đây là những phần chính của bài diễn văn ban đầu, còn phần B (29:14–28; 30:1–10) liên quan đến tương lai, là những đoạn tẻ tách khỏi phần chính. Với hình thức hiện tại, bài giảng cuối của Môi-se có thể được xem là vở kịch gồm bốn màn liên quan đến Đức Gia-vê và dân giao ước của Ngài. Hai màn đầu và màn cuối được chia thành hai cảnh cho mỗi màn, còn màn thứ ba đỉnh điểm gồm một cảnh duy nhất. Cốt truyện này có thể được mô tả như ở trang 63.

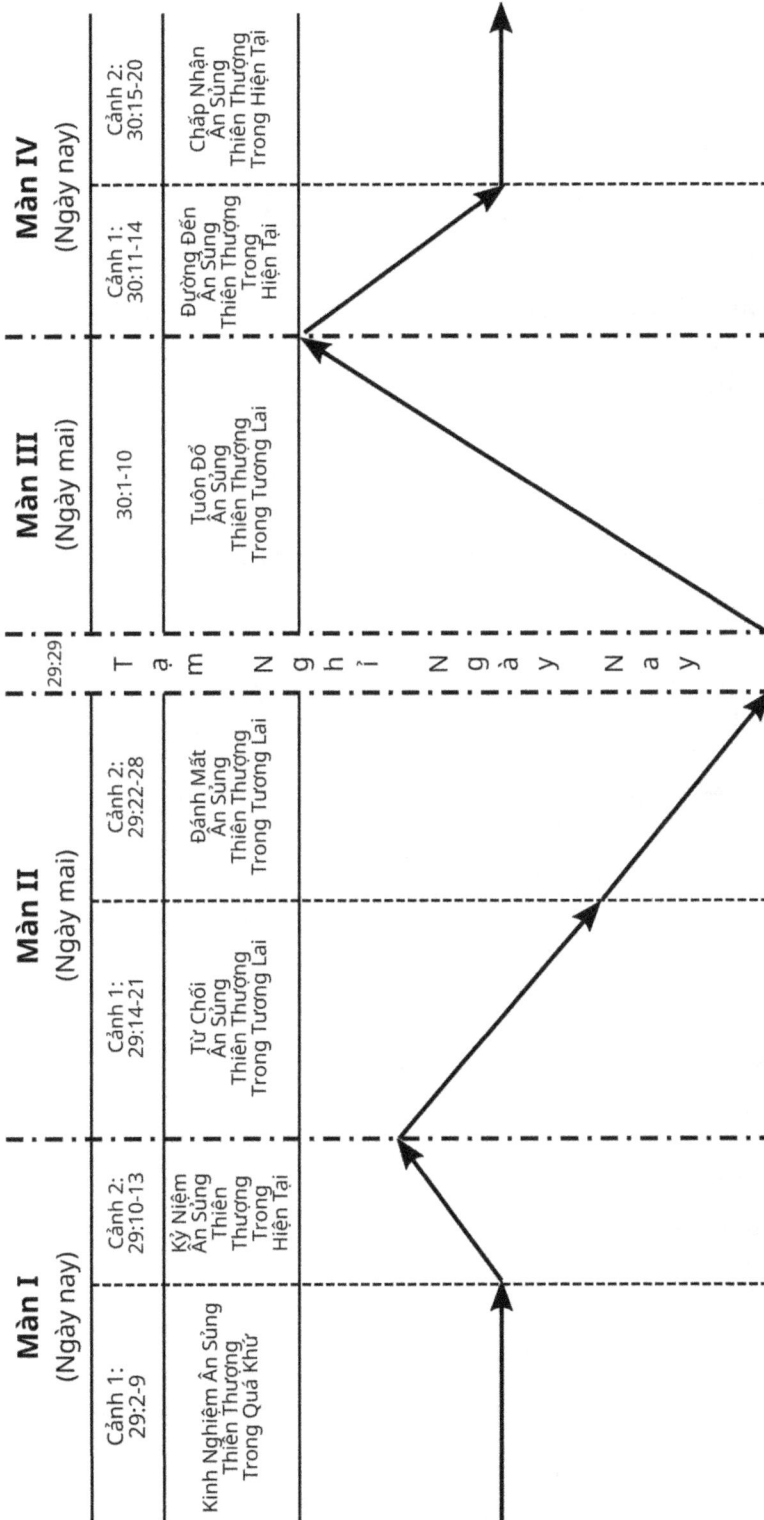

Màn I (Ngày nay)		Màn II (Ngày mai)		29:29	Màn III (Ngày mai)	Màn IV (Ngày nay)	
Cảnh 1: 29:2-9	Cảnh 2: 29:10-13	Cảnh 1: 29:14-21	Cảnh 2: 29:22-28	T ạ m N g h ỉ N g à y N a y	30:1-10	Cảnh 1: 30:11-14	Cảnh 2: 30:15-20
Kinh Nghiệm Ân Sủng Thiên Thượng Trong Quá Khứ	Kỷ Niệm Ân Sủng Thiên Thượng Trong Hiện Tại	Từ Chối Ân Sủng Thiên Thượng Trong Tương Lai	Đánh Mất Ân Sủng Thiên Thượng Trong Tương Lai		Tuôn Đổ Ân Sủng Thiên Thượng Trong Tương Lai	Đường Đến Ân Sủng Thiên Thượng Trong Hiện Tại	Chấp Nhận Ân Sủng Thiên Thượng Trong Hiện Tại

Ý Nghĩa Nguyên Thủy

Như sơ đồ gợi ý, chương 29 gồm hai màn, màn đầu tiên là kỷ niệm ân sủng của giao ước (29:2–13), và màn thứ hai là sự từ chối ân sủng đó (29:14–28).

Màn I: Kỷ niệm ân sủng của giao ước trong hôm nay (29:2–13)

Phần giới thiệu ở dạng tường thuật (29:2) báo hiệu đoạn mở đầu của bài diễn thuyết chính thức trong một ngữ cảnh trang trọng.[8] Môi-se đặt bài giảng cuối của mình trong hiện tại (29:4, 10, 12) nhưng ông bắt đầu bằng lời kêu gọi dân chúng nhớ lại ân sủng của Đức Gia-vê trong quá khứ (29:2–9) và cam kết với Đấng đã tỏ lòng nhân từ với họ (29:10–13).

Ngày nay hãy nhớ lại ân sủng của Đức Gia-vê trong quá khứ (29:2–9)

Phân đoạn mở đầu là sự kết hợp của nhiều từ, cụm từ và mệnh đề cũng xuất hiện ở những chỗ khác trong Phục Truyền. Các yếu tố mới đáng chú ý bao hàm việc nói đến sự túng thiếu (29:4; tức là không có lòng để biết, mắt để thấy, tai để nghe; 29:6, không ăn bánh, uống rượu), và mệnh đề chỉ mục đích trong câu 9 dùng cụm từ 'được thành công' (chỉ xuất hiện ở đây trong Phục Truyền). Phần này ôn lại những kinh nghiệm dẫn đến thời điểm hiện tại của Y-sơ-ra-ên với Đức Gia-vê (29:2c–8), tiếp theo là lời kêu gọi đáp ứng ngắn gọn (29:9). Phần tóm tắt lịch sử tập trung vào những hành động cứu chuộc của Đức Gia-vê và sự chăm sóc quan phòng của Ngài vì lợi ích của Y-sơ-ra-ên (29:2b–6), cũng như đáp ứng của Y-sơ-ra-ên với các vua bên kia Giô-đanh (29:6–7). Mỗi phần phụ này lại nhắc rõ hơn về những việc Đức Gia-vê đã làm (29:2b–3, 5), tiếp theo là câu nói về sự thiếu thốn (29:4, 6).

Vì hầu hết hội chúng đều được sinh ra trong thời kỳ bốn mươi năm trong hoang mạc và không chứng kiến sự giải cứu dân tộc ra khỏi Ai Cập, nên Môi-se kéo tất cả tham gia vào những hành động của Đức Gia-vê trong quá khứ bằng cách nói như thể họ là nhân chứng cho

---

8. Như ở Xuất 12:21; 36:2; Lê 10:4; Phục 5:1; 31:7

những sự kiện này.[9] Qua việc nhắc lại giao ước Đức Gia-vê đã lập với Y-sơ-ra-ên tại Si-na-i, thế hệ hiện tại có thể đồng cảm với bậc tiền bối của họ, là những người nhìn thấy dấu kỳ phép lạ Đức Gia-vê đã làm tại Ai Cập.

Câu 4 là câu khó hiểu, nhưng việc giữ lại thứ tự từ ngữ trong tiếng Hê-bơ-rơ có thể hữu ích: 'Nhưng cho đến ngày nay Đức Giê-hô-va chưa ban cho anh em tấm lòng để biết, con mắt để thấy hay lỗ tai để nghe.'[10] Nối tiếp việc nhắc đến 'tấm lòng' hiểu biết, 'mắt' và 'tai' là khả năng trí tuệ để nhận thức và hiểu biết.[11] Mặc dù thế hệ ra khỏi Ai Cập nói chung không hiểu ý nghĩa mang tính mặc khải, cứu chuộc và giao ước của những điều Đức Gia-vê đã làm (9:1–24; so sánh 1:19–46), nhưng thế hệ này thì biết; qua các bài giảng cuối cùng của Môi-se mà Đức Gia-vê ban cho Y-sơ-ra-ên tấm lòng để biết, mắt để thấy và tai để nghe.[12] Nghi lễ nhắc lại giao ước tiếp theo và những lời nói của Môi-se ở 30:11–14 thừa nhận điều này.

Trong phần hồi tưởng của Môi-se về những việc Đức Gia-vê làm trong hành trình nơi đồng vắng, ông nói bằng giọng của Đức Gia-vê ở ngôi thứ nhất. Mặc dù phần hồi tưởng này có thể so sánh với 8:2–4, nhưng trọng tâm có một chút thay đổi tại đây. (1) Trong khi trước đó Môi-se nhận thấy rằng trong suốt hành trình của họ, bàn chân của người Y-sơ-ra-ên chưa từng bị đau nhức, thì bây giờ Đức Gia-vê tuyên bố giày của họ không bị hao mòn. (2) Trong khi Môi-se đã nhấn mạnh việc thiếu thức ăn và sự chu cấp ma-na là một thử nghiệm, thì ở đây Ngài tuyên bố thử nghiệm cũng mang mục đích mặc khải. Giống như những việc lớn lao trong cuộc xuất hành (4:32–40), thử nghiệm chứng tỏ Ngài là Gia-vê, Đức Chúa Trời của họ. Thay vì bánh, rượu và các thức uống có cồn khác (những sản phẩm chính từ lao động nông nghiệp), Đức Gia-vê đã cứu sống họ bằng ma-na và nước.[13]

9. So sánh 3:21; 4:3, 9; 5:24; 10:21; 11:7

10. Tương tự với Tigay, *Deuteronomy*, 275. Trong thực tế, thế hệ trước đó đã trở nên như thần tượng bằng gỗ và đá mà Môi-se mô tả ở 4:28 là không thấy, không nghe, không ăn cũng không ngửi được. So sánh Thi 115:4–8; 135:15–18.

11. Bộ ba 'tấm lòng', 'mắt' và 'tai' xuất hiện ở Ê-sai 6:10, 32:3–4; Giê 5:21; Êxê 40:4. Khái niệm này nằm dưới thành ngữ của Phao-lô ở Êph 1:18 'soi sáng con mắt của lòng anh em'.

12. Điều này giải thích cụm từ 'cho đến ngày nay' theo nghĩa rộng là ngữ cảnh hiện tại của các bài giảng cuối cùng của Môi-se, không chỉ là giai đoạn thực hiện nghi lễ nhắc lại giao ước. Đối chiếu với chú giải ở 1:5.

13. Và chim cút: Xuất 16:13; Dân 11:31–32; Thi 105:40.

Rõ ràng những thiếu thốn trong đồng vắng là để thực hiện trong thế hệ xuất hành điều mà những hành động giải cứu lạ lùng của Đức Gia-vê đã không đạt được.

Phần thứ hai trong phần ôn lại lịch sử tập trung vào phản ứng của thế hệ hiện tại với Si-hôn, vua Hết-bôn và Óc, vua Ba-san. Mặc dù việc từ chối đi vào Ca-na-an từ hướng Ca-đe Ba-nê-a (1:1–40) chứng tỏ sự vô tín của thế hệ trước đó, nhưng những cuộc tấn công của thế hệ này vào các vua A-mô-rít thể hiện lòng tin cậy của họ nơi Đức Gia-vê. Việc phân chia đất bên kia Giô-đanh cho người Ru-bên, Gát, và nửa chi phái Ma-na-se làm cho đức tin trở nên cụ thể và xác thực.

Trong cả chương nói chung, câu 9 là câu bản lề. Ở đây Môi-se thách thức thính giả tiếp tục chứng tỏ đức tin của mình nơi Đức Gia-vê, giữ các lời của giao ước bằng cách làm theo. Các nghi lễ giao ước Môi-se sắp giám sát bao gồm việc tái xác nhận những cam kết được thực hiện bởi thế hệ xuất hành trước đó và bởi dân chúng đang tập hợp tại đây trong sự hiện diện của Môi-se (26:16–19). Mệnh đề 'để anh em được thành công trong mọi việc anh em làm' nhấn mạnh tầm quan trọng tương lai của việc gìn giữ cam kết người Y-sơ-ra-ên đã bày tỏ trong chiến thắng trước các vua A-mô-rít. Những phương diện của sự thịnh vượng này được tóm tắt trong các phước lành ở 28:1–14.

Nhận ân sủng của Đức Gia-vê ngày nay (29:10–13)

Mặc dù hầu hết học giả đều mở rộng phần này đến câu 15, nhưng cú pháp đòi hỏi phải phân chia như ở đây. Câu 10–13 gồm một câu phức, mà trọng tâm là mệnh đề chính theo sau bởi hai mệnh đề chỉ mục đích, cả hai đều được chia thành hai phần phụ:

Hôm nay tất cả các anh em đang đứng trước mặt Giê-hô-va Đức Chúa Trời

(1) để bước vào (a) giao ước của Giê-hô-va Đức Chúa Trời

(b) và lời thề mà Ngài đã lập với anh em

(2) để hôm nay (a) Ngài xác nhận anh em là dân của Ngài

(b) và chính Ngài sẽ là Đức Chúa Trời của anh em (diễn ý cá nhân)

Phần còn lại là phần diễn giải, với cấu trúc theo dạng cú pháp, lựa chọn từ ngữ và ba lần nhắc đến 'hôm nay' kết hợp để mô tả nghi lễ chính thức.

Tính chất của sự kiện. Mệnh đề mở đầu đặt ra những việc phải làm. Động từ dạng Niphal *nāṣab* nghĩa là 'đứng' và diễn đạt bằng một từ điều Môi-se đã diễn đạt bằng hai từ ở 4:10. Cụm từ 'trước mặt Giê-hô-va Đức Chúa Trời' củng cố cách giải thích này, nối điều sắp diễn ra với nghi thức giao ước của thế hệ xuất hành tại Si-na-i/Hô-rếp.

Người tham gia sự kiện. Trong phần còn lại của câu 10–11, Môi-se liệt kê những người tham gia vào thủ tục giao ước. Bắt đầu với cách nói hàm ý mọi người 'tất cả anh em', ông đưa ra danh sách dài nhất những người tham gia sự kiện tôn giáo trang trọng trong toàn Cựu Ước. Tám đối tượng dường như được sắp xếp từ lớn nhất đến nhỏ nhất, nhưng họ được chia thành hai nhóm theo nội dung (nhóm bốn đối tượng đầu liên quan đến tước vị và chức vụ hành chính) và cú pháp (thành viên cuối cùng của mỗi bốn nhóm bắt đầu bằng một liên từ). Chúng ta đã gặp ba trong số bốn đối tượng trong nhóm chỉ chức vụ hành chính trước đây trong sách.[14] Mặc dù ở chỗ khác trong sách, chức vụ thứ tư (*šibṭêkem*) luôn có nghĩa là 'bộ tộc anh em' (1:15; 5:23; 12:5; 31:28), nhưng nghĩa này không phù hợp với ngữ cảnh hiện tại. Vì từ *šebeṭ* bắt nguồn từ gốc mang ý nghĩa 'cây roi, cây gậy', nên có vẻ cách hiểu từ này đúng nhất là 'người giữ cây gậy của bộ tộc'- cho nên là viên chức thuộc bộ tộc.[15]

Nhóm bốn người dự phần thứ nhì bao gồm những người bình thường: người nam, con trẻ, vợ, khách lạ. Môi-se làm nổi bật tính chất bao hàm của sự kiện bằng cách giải thích nhóm cuối cùng. Việc nói đến người ngoài là những người 'chặt củi và xách nước' liên hệ đến cặp từ khuôn sáo. Cặp từ này là cách nói ngắn gọn chỉ khách lạ tham gia vào mọi hình thức lao động như người đầy tớ.[16]

Mục đích của sự kiện. Việc tập hợp nhằm hai mục đích.

(1) Qua những nghi lễ này, dân chúng 'bước vào giao ước với Giê-hô-va Đức Chúa Trời và với lời thề của Ngài' (29:12, diễn ý cá nhân).

---

14. Về 'trưởng bộ tộc/ lãnh đạo của các ngươi', xem 1:15; 5:23; về 'các quan chức' xem 5:23; 19:12; 21:2–4, 6, 19–20; 22:15–18; 25:7–9; 27:1; 29:10; 31:9, 28; 32:7; về 'các trưởng lão' xem 1:15; 16:18; 31:28.

15. Về bài phân tích các vấn đề và lựa chọn khác, xem Lenchak, *Choose Life!* 94–95.

16. So sánh Giôs 9:21–27, là phần nói rằng người Y-sơ-ra-ên giao những công việc này cho người Ga-ba-ôn sau khi sự việc lừa dối của Ga-ba-ôn bị bại lộ.

Thành ngữ được dùng ở đây 'đi qua ['ābar] để vào giao ước',[17] có thể bắt nguồn từ nghi lễ trong đó các bên giao ước xẻ con thú ra làm hai rồi sau đó ràng buộc nhau vào các điều kiện của giao ước bằng cách đi qua giữa hai phần thịt đã cắt.[18] Để phù hợp với lời chứng ở chỗ khác trong Kinh Thánh, Môi-se nói giao ước này là giao ước của Đức Gia-vê, không phải của Y-sơ-ra-ên, và lời thề là 'lời thề của Ngài'.

Mặc dù cụm ngữ 'lập [krt] giao ước' thường liên quan đến một giao ước mới,[19] nhưng cách hiểu này không phù hợp với tình huống hiện tại.[20] Từ 'lời thề' bắt nguồn từ 'lh, nghĩa gốc là 'thề, nguyền rủa, tuyên thệ' (so sánh Êxê 16:59; 17:19). Cặp cụm từ 'giao ước của Giê-hô-va Đức Chúa Trời và lời thề mà Ngài đã lập' là phép thế đôi, 'giao ước đã được thề' tức là hiệp ước kết thúc bằng lời nguyền rủa. Trong nghi lễ lập giao ước, lời thề bao gồm lời nguyền có điều kiện, nếu bên thề nguyện không giữ các điều kiện của hiệp ước thì phải bị nguyền rủa.

Qua những nghi thức này, Đức Gia-vê xác nhận Y-sơ-ra-ên là dân Ngài và chính Ngài là Đức Chúa Trời họ. Việc Môi-se phỏng theo công thức giao ước trong câu 13 không chỉ gợi lại những cam kết ở 26:17–18, mà còn làm nhớ lại sự kiện ở Si-na-i mà qua đó Đức Gia-vê đã tự ràng buộc Ngài với thế hệ xuất hành (Xuất 29:45; Lê 26:11–12). Môi-se tuyên bố rõ ràng rằng nghi thức hiện tại tượng trưng cho sự ứng nghiệm những lời hứa trước kia với dân này.[21] Với câu này, Môi-se có vẻ nhớ lại cuộc nói chuyện của Đức Gia-vê với ông ở Xuất 6:2–8, nhưng ông cũng hướng tầm mắt xa hơn những lời hứa của Đức Gia-vê với thế hệ xuất hành, mà nhìn chăm chăm vào lời thề của Ngài

---

17. Cụm từ chỉ xuất hiện ở đây trong Cựu Ước, thay thế cách nói phổ biến hơn 'lập [bô'] giao ước' (xem 2 Sử 15:12; Giê 34:10; Êxê 16:8). Về bài phân tích những cách nói mang tính công thức khi thiết lập mối quan hệ giao ước, xem M. Weinfeld, 'běrît', *TDOT*, 2:255–56.

18. So sánh Sáng 15:9–10, 17; Giê 34:18. Về nghi lễ ở Cận Đông cổ, xem Weinfeld, *TDOT*, 2:262–63.

19. Xem Dumbrell, *Covenant and Creation*, 15–26.

20. Cách hiểu này không phải lúc nào cũng đúng với những chỗ khác. Cách nói này và cụm từ 'lập giao ước' được Ê-xê-chi-ên dùng hoán chuyển cho nhau (so sánh Êxê 16:60; 34:25).

21. Công thức 'như Ngài đã hứa với anh em' xuất hiện thường xuyên trong Phục Truyền: 1:11, 21; 6:19; 9:3; 10:9; 11:25; 12:20; 15:6; 18:2; 26:18, 19; 27:3; 31:3. Trong Phục Truyền mệnh đề này luôn nói đến 'lời hứa' trước đây, được tìm thấy trong các nguồn tài liệu mà Phục Truyền dựa theo. Xem J. Milgrom, 'Profane Slaughter and a Formulaic Key to the Composition of Deuteronomy'. *HUCA* 47 (1976):3–4.

với các tổ phụ (Sáng 17:7).[22] Giao ước mà Ngài hứa 'lập' với Áp-ra-ham và dòng dõi ông là giao ước Ngài lập với con cháu Áp-ra-ham tại Si-na-i (Xuất 19–24), và bây giờ Ngài xác nhận trên đồng bằng Mô-áp với thế hệ sắp đi vào và chiếm lấy Đất Hứa.[23] Mặc dù dân chúng đã tham dự vào một dạng nghi thức nhắc lại giao ước trên đồng bằng Mô-áp (26:16–19), nhưng dường như Môi-se cho rằng cần thiết phải giám sát nghi thức phê chuẩn này một lần nữa.

Màn II: Khinh thường ân sủng của Đức Gia-vê trong tương lai (29:14–28)

Trong câu 14–21, Môi-se nói đến những hậu quả của việc khinh thường ân sủng Đức Gia-vê ban cho Y-sơ-ra-ên khi nhận họ làm dân giao ước của Ngài. Môi-se chuẩn bị cho lời tuyên bố mục đích mở đầu (29:14–15) và phần lạc ra khỏi chủ đề để hồi tưởng (29:16–17). Phần còn lại của chương lần lượt nói đến cá nhân trong vai trò người đại diện của cộng đồng Y-sơ-ra-ên phản bội giao ước và Chúa của giao ước (29:18–21), và những hậu quả của sự nổi loạn tập thể trên đỉnh của tam giác giao ước (29:22–28). Về mặt cấu trúc và khái niệm, câu 14–21 dựa trên 4:25–28. Cả hai bản văn đều nói trước về sự bỏ đạo trong tương lai và được chia thành các phần tương tự: (1) bối cảnh của sự bỏ đạo (4:25a; 29:14–15); (2) tính chất của sự bỏ đạo (4:25b; 29:16–18); (3) hậu quả của sự bỏ đạo về mặt địa lý (4:26–28; 29:19–21).

Sự chuẩn bị (29:14–17)

Môi-se bắt đầu bằng việc mở rộng khải tượng ra ngoài nghi thức hiện tại mà hướng đến tương lai. Tuy nhiên, ngay lập tức ông tự ngắt lời bằng cách xen vào lời nhắc nhở về kinh nghiệm trong quá khứ của Y-sơ-ra-ên với việc thờ hình tượng (29:16–17), tiếp theo là hoàn tất suy nghĩ trong câu 18–21 với hai mệnh đề phủ định chỉ mục đích.

Câu 14–15 có cấu trúc rõ ràng, vừa nhờ lời nhắc lần thứ hai đến 'giao ước và lời thề này' (ám chỉ những đặc ân và cảnh báo trong

---

22. So sánh 1:8; 6:10; 9:5; 30:20; 34:4.
23. Về bài giải thích mối quan hệ giữa những bản văn này và các giao ước, xem J. Hwang, *The rhetoric of Remembrance: an Exegetical and Theological Investigation into the 'Fathers' in Deuteronomy* (Winona Lake, IN: Eisenbrauns, 2012).

giao ước) vừa nhờ thứ tự cú pháp. Trong câu 15, Môi-se nhắc lại rằng tất cả những ai hiện đứng trước mặt Đức Gia-vê đều thực sự bị ràng buộc với những đặc ân và trách nhiệm đi kèm với mối quan hệ giao ước với Đức Gia-vê, nhưng sau đó ông làm cho vấn đề trở nên phức tạp hơn khi kể đến cả 'những người không có mặt tại đây với chúng ta hôm nay'. Mặc dù về mặt ngữ nghĩa, đây có thể ám chỉ những người vắng mặt hoặc những người ngoại quốc, nhưng câu 10–11 loại trừ cách hiểu người vắng mặt, còn câu 13 loại trừ người ngoại quốc. Như vậy các bên của giao ước được nhận diện là những người Đức Gia-vê đã nhận làm dân Ngài. Môi-se không nói rõ ý khó hiểu này cho đến đầu phần phụ tiếp theo (29:22). Cho dù câu này mơ hồ, nhưng những cam kết được Y-sơ-ra-ên và Đức Gia-vê thực hiện ở đây ràng buộc các thế hệ tương lai.

Như thể tâm trí đi trước con người ông, trong câu 16–17 Môi-se tỏ đề với những suy nghĩ về cuộc sống của người Y-sơ-ra-ên tại Ai Cập và khi họ băng qua lãnh thổ của các dân trên hành trình đi đến địa điểm hiện tại. Tuy nhiên, tự thân hành trình không phải điều ông quan tâm. Ngược lại, mối bận tâm của ông là cảnh thờ thần tượng của các dân mà họ đi ngang qua. Có lẽ Môi-se nghĩ cụ thể đến người Mô-áp (so sánh 4:3; Dân 25:1–3), nhưng việc nhắc đến Ai Cập cho thấy cuộc chạm trán của Y-sơ-ra-ên với việc thờ hình tượng bắt đầu tại đây. Mặc dù các dấu kỳ phép lạ của Đức Gia-vê tượng trưng cho những cuộc tấn công vào các thần của Ai Cập (Phục 4:32–40; so sánh Xuất 12:12; 18:11), nhưng các chuyện kể Xuất Hành không nói gì về tội thờ hình tượng của người Y-sơ-ra-ên trước khi có sự kiện con bò vàng tại Si-na-i.[24]

Tên gọi Môi-se đặt cho hình tượng phản ánh thái độ của ông đối với việc thờ lạy hình tượng. Từ *šiqqûṣîm* ('các vật gớm ghiếc') bắt nguồn từ nghĩa gốc 'ghê tởm, kinh tởm'. Môi-se vay mượn cụm từ thứ hai (*gillûlîm*, bản NIV 'hình tượng') từ Lê-vi Ký 26:30.[25] Mang nghĩa là 'vật hình tròn' và chủ yếu ám chỉ phân cừu, tự thân tên gọi này

---

24. Nhưng xem Giôs 24:14. Câu này có thể là cơ sở cho nhận thức của Ê-xê-chi-ên về quá khứ thờ lạy hình tượng của người Y-sơ-ra-ên (Êxê 20:5–9). Về vấn đề này, xem Block, *Ezekiel Chapters 1–24*, 624–30, đặc biệt 628–29). Kết luận này được củng cố bởi tên gọi mà nhà tiên tri thích dành cho thần tượng. Xem thêm bên dưới.

25. Ba mươi chín trong số bốn mươi tám lần từ này xuất hiện trong Cựu Ước là ở Ê-xê-chi-ên. Về bài phân tích đầy đủ từ này, xem D. Bodi, 'Les *gillûlîm*

đã là lời nói chua cay về việc sùng bái hình tượng.[26] Mặc dù những tên gọi dành cho hình tượng nhấn mạnh tính vô dụng và ghê tởm của chúng, nhưng danh sách các nguyên liệu dùng làm hình tượng của Môi-se (29:17) có vẻ xem chúng như những vật giá trị. Tuy nhiên, theo 4:28, đây là những tạo tác đáng khinh không có sức sống từ bàn tay con người.

Hậu quả cá nhân của sự bất trung (29:18–21)

Sau khi tẻ đề trong giây lát, Môi-se quay lại với vấn đề khiến ông bận tâm. Ông sợ rằng dù gắn chặt với giao ước, nhưng với một số cá nhân, cám dỗ thờ hình tượng có thể rất mạnh. Với giọng điệu và văn phong làm nhớ lại chương 13, Môi-se cảnh báo thế hệ hiện tại và tương lai rằng, không như thần của các dân, Đức Gia-vê sẽ không dung thứ địch thủ nào (29:18). Lời cảnh báo của ông gồm hai mệnh đề. (1) Ông cảnh báo về việc dung thứ cho các cá nhân từ bỏ Đức Gia-vê mà phục vụ thần khác giữa vòng họ. Với thành ngữ 'thay lòng đổi dạ' (so sánh 30:17),[27] Môi-se quay lại một trong những từ ngữ chính trong bài giảng này (lēb, 'lòng/ trí'),[28] một thuật ngữ xác định vị trí của tư tưởng cũng như ý chí, tình cảm và cảm xúc. Mặc dù câu 4 cho thấy Đức Gia-vê không ban cho thế hệ trước đó tấm lòng hiểu biết, nhưng ở đây lòng người vốn đã biết điều nó muốn làm: từ bỏ Đức Gia-vê mà quy phục các thần khác.

Tiếp tục xu hướng gom bốn chủ đề với nhau trong bài giảng này, Môi-se nhận diện bốn đối tượng có khả năng bỏ đạo: người nam, người nữ, thị tộc, chi phái. Vì câu 19–21 tập trung vào việc bỏ đạo và phản ứng kiêu căng của cá nhân, nên một số người lập luận rằng đoạn này chủ yếu nói đến sự bất trung của cá nhân.[29] Tuy nhiên, bộ tứ trong câu 18 cũng nói lên mối quan tâm tập thể. Ngoài ra, hậu quả này (29:22–28) mô tả ảnh hưởng từ sự chống nghịch của tập thể và dân tộc. Mặc dù mối quan tâm đến cá nhân ấy được thể hiện khá rõ, nhưng cá nhân ấy là người đại diện cho dân tộc. Việc người đó làm,

---

chez Ézéchiel et dans l'Ancien Testament et les différentes pratiques cultuelles associées à ce terme,' *RB* 100 (1995): 481– 510.

26. Bodi, như trên, dùng từ 'thần tồi tệ' (*shitgods*) để diễn đạt ý muốn nói. Về ý nghĩa của *gillûlîm*, xem Block, *Ezekiel Chapters 1–24*, 227–28.

27. Phục Truyền 17:17 nói đến sự bỏ đạo là lòng/trí 'lầm lạc/xoay khỏi', có lẽ là khỏi việc đi theo đường lối Đức Gia-vê (tương tự với Giê 17:5; Êxê 6:9; Thi 101:4).

28. So sánh 29:4, 18, 19; 30:2, 6 [3l], 10, 14, 17.

29. So sánh McConville, *Deuteronomy*, 416–17, 420.

thái độ người đó thể hiện, và số phận người đó chịu tượng trưng cho hành động, thái độ và số phận của dân tộc bội đạo nói chung. (2) Môi-se cảnh báo về tính chất độc hại của việc sùng bái thần tượng. Dịch theo nghĩa đen, mệnh đề cuối cùng trong câu 18 là: 'Vì sợ có người ở giữa các ngươi có rễ sinh trái độc và quả đắng'. Vì rễ không thật sự sinh trái, nên từ ngữ được dùng ở đây có lẽ là 'thân chính' mà từ đó các nhánh mọc ra (so sánh 2 Vua 19:30; Gióp 14:17).[30] Ở đây, theo nghĩa ẩn dụ, chất độc và ngải đắng nói đến hậu quả vô đạo và chết người của sự sùng bái thần tượng. Nếu sự sùng bái thần tượng tự thân nó không thể giết người, thì lời nguyền rủa sẽ làm điều đó như được mô tả trong câu 19–21.[31]

Câu 19 giới thiệu chính người thờ hình tượng, tóm tắt phản ứng được đoán trước của anh ta khi nghe 'các lời thề ước này'. Một lần nữa, Môi-se cụ thể hóa cảnh tượng bằng cách đặt phản ứng của người bỏ đạo ở hình thức câu nói thầm trực tiếp ('trong lòng/ trí của mình', bản NIV 'nghĩ'). Dịch theo nghĩa đen là 'và anh ta tự chúc phước', ở đây có thể có nghĩa là 'và anh ta sẽ tự hào'.[32] Vì thiếu lòng/ trí như được nói đến trong câu 4, người này không chú ý đến những hậu quả mà anh ta và toàn thể người Y-sơ-ra-ên đã bị buộc vào, mà lại tưởng rằng mình sẽ an toàn.

Dòng mở đầu trong lời nói của người thờ hình tượng khá rõ ràng (29:19b), phản chiếu cảm giác tự mãn của người tưởng rằng những phước lành ở 28:1–14 được ban cho mình cách vô điều kiện. Tuy nhiên, ý tiếp theo thì hết sức mơ hồ. Từ 'dù' dịch liên từ giới thiệu *kî* theo nghĩa nhượng bộ, dù cũng có thể hàm ý điều kiện ('nếu') hay nguyên nhân ('vì'), hoặc thậm chí theo ý nhấn mạnh 'thật vậy'. Câu trả lời tùy thuộc vào ý nghĩa phần còn lại của mệnh đề.[33] Mặc dù thành ngữ được dùng ở đây thường được dịch là 'cứng lòng', nhưng vì ít ai tự hào là mình cứng lòng, nên có lẽ chúng ta nên hiểu theo nghĩa tích cực hơn: 'Tôi sẽ cương quyết'. Nhưng cương quyết về điều

---

30. Về trái được đề cập ở đây, xem I. Jacob và W. Jacob, 'Flora', *ABD*, 2:816; M. G. Reddish, 'Wormwood', *ABD*, 6:973.

31. Hai từ này được kết hợp để diễn đạt lời báo trước về sự trừng phạt thiên thượng ở Giê 9:15[14] và 23:15, và để mô tả sự ứng nghiệm lời báo trước ở Ca 3:15, 19.

32. Tương tự với McConville, *Deuteronomy*, 413.

33. Cách dịch vòng vo trong bản NIV 'mặc dù tôi cứ khăng khăng đi theo đường lối mình' che đậy vấn đề.

gì? Dựa trên cách dùng thành ngữ này ở chỗ khác, động từ khá hiếm *sâpâ* có nghĩa đại khái là 'loại bỏ, quét sạch'. Hình như 'được tưới và khô' là hình thức đối, dù thế nào câu này cũng nói đến việc quét sạch mọi thứ.

Nhưng điều này ám chỉ gì?[34] Hiểu trong ngữ cảnh rộng hơn, câu nói của người thờ hình tượng trong câu 19b là phản ứng của anh ta trước lời nhắc nhở về 'các lời thề này'. Nếu 'lời thề' ám chỉ những hậu quả đi kèm với giao ước, thì dường như Môi-se nghĩ đến toàn bộ chương 28, với *hârâwâ* ('môi trường được tưới') nói đến các phước lành (28:1–14) và *haşşĕmĕ'â* ('môi trường khô nẻ') ám chỉ những lời nguyền rủa (28:15–68). Cụ thể hơn, trong ngữ cảnh này dường như nói đến tài liệu thành văn đọc trước mặt người thờ hình tượng.[35] Tình huống là: người Y-sơ-ra-ên trước đó buộc mình vào giao ước của Đức Gia-vê giờ bội ước và theo đuổi sự sùng bái thần tượng. Khi bị phát hiện, ai đó cảnh báo anh ta về sai phạm và nguy cơ của con đường anh chọn bằng cách đọc cho anh những lời nguyền rủa gắn liền với giao ước từ bản sao luật pháp. Nhưng người thờ hình tượng bướng bỉnh đáp lại, khẳng định mọi thứ với anh ta sẽ ổn thôi. Giật lấy tài liệu từ tay người đang đọc những lời nguyền rủa, người thờ hình tượng tiêu hủy tất cả - phước lành lẫn nguyền rủa - cho rằng anh ta có thể thoát khỏi nó.

Trong câu 20–21, Môi-se báo trước phản ứng của Đức Gia-vê, với dòng mở đầu là câu chủ đề. Dù Môi-se có thể đã tuyên bố Đức Gia-vê không sẵn sàng tha mạng cho người đó, nhưng ông nói về việc từ chối tha thứ. Không gì có thể làm thay đổi thái độ của Đức Gia-vê: không phải lời cầu xin tha tội của chính người thờ hình tượng,[36] không phải nghi lễ chuộc tội giải hòa của thầy tế lễ,[37] cũng không

---

34. Cách dịch trong bản NIV 'Điều này sẽ đem thảm họa trên đất đai được tưới cũng như đất khô hạn' là vô nghĩa trong ngữ cảnh này, và giống hầu hết các bản dịch Anh ngữ đã sai lầm bỏ mệnh đề này ra khỏi lời nói của người thờ hình tượng. Về bài phân tích thêm các vấn đề này, xem McConville, *Deuteronomy*, 412; Nielsen, *Deuteronomy*, 336; Tigay, *Deuteronomy*, 280.

35. Lưu ý việc nhắc đến việc ghi lại lời thề/ lời nguyền rủa trong câu 20 và 21.

36. Theo 2 Sử 7:14, khi dân Đức Gia-vê hạ mình, cầu nguyện, tìm kiếm mặt Ngài, và từ bỏ đường lối gian ác, thì Ngài sẽ tha thứ. So sánh lời cầu xin tha thứ của Na-a-man ở 2 Vua 5:18.

37. So sánh với các nghi thức đem lại sự tha thứ ở Lê 4:20, 26, 31, 35; 5:10, 13, 16, 18; 6:7[5:26]; 19:22; Dân 15:25–28.

phải sự can thiệp của thành viên có trách nhiệm trong gia đình,[38] hay sự cầu thay của người hòa giải tin kính.[39] Bởi sự sùng bái thần tượng và câu trả lời cao ngạo trước những lời cảnh báo, người thờ hình tượng đã định đoạt số phận của chính mình.

Môi-se mô tả số phận thật sự của người thờ hình tượng trong phần còn lại của câu 20–21. (1) Dùng thuyết nhân dạng (mượn những hình dạng và đặc điểm của con người để mô tả thần linh-ND) cách rõ ràng, ông tuyên bố cơn giận và cảm xúc của Đức Gia-vê sẽ 'đốt cháy' người đó.[40] (2) Mỗi hậu quả được ghi lại trong tài liệu này đều sẽ giáng xuống người thờ hình tượng. (3) Đức Gia-vê sẽ quét sạch tên của kẻ thờ hình tượng dưới trời. Với thành ngữ này, Môi-se quả quyết rằng người Y-sơ-ra-ên nào nhờ cậy thần tượng sẽ chịu chung số phận mà ông đã truyền trước đó cho người Ca-na-an (7:24) và người A-ma-léc (25:19).[41] (4) Đức Gia-vê sẽ chỉ ra kẻ thờ hình tượng từ trong các chi phái Y-sơ-ra-ên, là mục tiêu cụ thể của tai họa. Mặc dù trước đó Đức Gia-vê đã phân rẽ Y-sơ-ra-ên khỏi người Ai Cập để họ không bị tai họa, nhưng bây giờ Ngài sẽ làm điều ngược lại. Ở đây, Môi-se tuyên bố rằng người sùng bái thần tượng có thể không thấy an toàn trong chi phái mình. Cho dù số phận hay vận mệnh của phần còn lại của chi phái là gì, thì sự chết của người này cũng đã được ấn định. Người đó sẽ phải chịu tất cả những hậu quả của giao ước được ghi lại trong luật pháp.

Hậu quả về mặt địa lý của sự bất trung tập thể (29:22–28)

Phần này bắt đầu ở câu 14, đạt đến đỉnh điểm khi Môi-se đi từ hậu quả của cá nhân bất trung đến những hậu quả kinh khủng của tập thể. Trong lúc đó, trọng tâm của ông thay đổi từ dân chống nghịch Đức Gia-vê sang xứ mà Ngài ban cho họ. Cùng với sự thay đổi này là sự thay đổi trong văn phong và thể loại. Chín mươi trong tổng số

---

38. So sánh Dân 30:5, 8, 12[6, 9, 13].

39. Dân 14:20; cũng lưu ý lời cầu thay của Đa-ni-ên vì cớ dân chúng trong Đa 9:19. Về bài phân tích động từ được dùng ở đây, xem J. P. J. Olivier, *NIDOTTE*, 3:259–64.

40. Về hình ảnh lỗ mũi của người tức giận bốc khói, xem Thi 74:1 (cũng xem chú giải ở 4:24).

41. Đây cũng là số phận mà Đức Gia-vê đã cảnh báo toàn thể dân tộc vì thờ lạy con bò tại Hô-rếp (9:14).

117 từ được trình bày như lời nói trực tiếp,[42] bao gồm ba tiếng nói khác nhau: (1) tiếng của con cháu thế hệ hiện tại của người Y-sơ-ra-ên và các khách ngoại quốc viếng thăm Y-sơ-ra-ên, là những người làm nền (29:22–23); (2) tiếng của tất cả các dân, là những người nêu lên câu hỏi thần học được đặt ra bởi điều mà tiếng nói đầu tiên mô tả (29:23), (3) tiếng của người trả lời giả định, đưa ra lời giải thích thần học về cảnh tượng (29:25–28).

Lời nói đầu tiên (29:22–23). Câu 22 được tiếp tục với việc nhận diện người nói trong bài giảng đầu tiên. Môi-se bắt đầu với tên gọi chung, 'các thế hệ tương lai', trong ngữ cảnh này và dựa vào mối liên kết với 4:25–31 cho thấy đó là tương lai xa.[43] Ông làm rõ cụm từ này bằng hai loại người sẽ chứng kiến sự hoang tàn của xứ: 'con cháu tiếp nối anh em' và 'người nước ngoài từ phương xa đến'. Hình thức số ít (nghĩa đen 'người ngoại quốc') khớp với người sùng bái thần tượng ở số ít trong câu 18–20 và đóng vai trò người đại diện cho các khách từ nơi xa đến. Theo câu 23, lời nói được thúc đẩy bởi cảnh tượng chào đón những người đang dõi theo: 'những thảm họa giáng trên xứ' và 'những bệnh tật Đức Giê-hô-va đã gây ra'. Đây là những cách nói rút gọn chỉ tất cả những lời nguyền rủa ở 28:20–68, dù chúng có những điểm rất giống với 28:59. Điều đáng chú ý là Môi-se gán cho xứ những đau khổ thường xảy đến cho con người.

Lời nói trong Bản TTHĐ dùng ba danh từ ngắn gọn 'đồng khô cỏ cháy, diêm sinh, muối',[44] tiếp theo là những hậu quả tiêu cực có thể nhìn thấy được. (1) Từ thứ hai biểu thị chất màu vàng như pha lê được tìm thấy ở những vùng có núi lửa hoạt động, dễ bốc cháy trong không trung, sinh ra khói gây ngạt thở.[45] Mặc dù chất hóa học này có thể được dùng như loại thuốc diệt nấm hoặc để làm giảm tính kiềm trong đất, nhưng dùng quá liều sẽ làm cho đất cằn cỗi.

(2) Loại chất được nói đến qua từ 'muối' vừa được dùng như gia vị (6:6) vừa là tác nhân gây cằn cỗi. Tuy nhiên, Các Quan Xét 9:45 và nhiều tài liệu ngoại kinh có nói đến việc rải muối trên lãnh thổ bị

---

42. Bản NIV không cho thấy rõ đặc điểm về lời nói của 29:21 khi bắt đầu câu nói trực tiếp ở 29:24.

43. Ngược với những bản dịch nói rõ là thế hệ tiếp theo: ESV, NRSV, McConville, *Deuteronomy*, 412.

44. Bản Truyền thống dùng các từ 'diêm, muối, cháy tiêu'.

45. Ở chỗ khác, thuật ngữ này thường gắn liền với lửa (Sáng 19:24; Thi 11:6; Ê-sai 30:33; Êxê 38:22); so sánh với nhựa thông ở Ê-sai 34:9.

chinh phục cho thấy hành động này cũng nhằm làm cho đất bị cằn cỗi và gieo ra lời nguyền rủa kinh khủng trên đất.[46]

Từ ngữ đầu tiên bắt nguồn từ nghĩa gốc là 'đốt cháy' (*śrp*) và rõ ràng gắn liền với lửa trong Dân Số Ký 16:37. Ở đây, cụm từ nói đến việc nhìn thấy cảnh tượng bị đốt, có lẽ bằng lửa và lưu huỳnh từ trời.

Bộ ba thành ngữ theo sau ba từ này trong Bản Truyền Thống mô tả ảnh hưởng tàn phá của lưu huỳnh, muối và lửa: 'không giống gieo, không sản vật chi hết, chẳng một thứ cỏ nào mọc'. Cảnh tượng nhắc người quan sát về sự tàn phá hoàn toàn của Sô-đôm, Gô-mô-rơ, Át-ma và Sê-bô-im.[47] Thật vậy, danh từ *mahpēkâ* ('hủy diệt') dường như nằm trong vốn từ vựng được dùng khi kể lại chi tiết sự kiện này.[48]

Lời nói thứ hai (29:24). Phần giới thiệu người nói mới nhấn mạnh tính mỉa mai của tình huống. Trong khi ý định của Đức Gia-vê là các dân tộc phải nhìn thấy địa vị đặc ân của Y-sơ-ra-ên (26:19; so sánh 28:1), thì ở đây 'các nước' chứng kiến kết cuộc của Y-sơ-ra-ên. Tuy nhiên, về mặt ngữ nghĩa, các nước không hỏi về dân tộc Y-sơ-ra-ên, mà họ quan tâm đến xứ: 'Tại sao Đức Gia-vê đối xử với xứ này như vậy? Tại sao có sự bộc phát cơn thịnh nộ cách quá khích này?' (diễn ý cá nhân). Đây là những câu hỏi mà bất kỳ người nào thuộc Cận Đông cổ cũng hỏi;[49] cảnh tàn phá như vậy sẽ đương nhiên được hiểu là bằng chứng của cơn giận thiên thượng.

Lời nói thứ ba (29:25–28). Môi-se không nhận diện người nói câu thứ ba. Vì họ nói đến người Y-sơ-ra-ên ở ngôi thứ ba, nên họ phải là người ngoài, dù có vẻ như họ hiểu rõ mối liên hệ đặc biệt của Y-sơ-ra-ên với Đức Gia-vê và giao ước Ngài đã lập với họ. Bản thân lời nói được chia thành hai phần hầu như bằng nhau, phần đầu tiên (29:25–26) nói đến nguyên nhân từ con người đằng sau số phận của

---

46. Về muối là biểu tượng của sự son sẻ và hoang tàn, xem Thi 107:34; Giê 17:6; Xa 2:9. So sánh S. Gevirtz, 'Jericho and Shechem: A Religio-Literary Aspect of City Destruction', *VT* 13 (1963): 52–62. Cũng xem chú giải ở 7:2–5.

47. Mặc dù Sáng 18–19 chỉ nói đến việc tiêu diệt Sô-đôm và Gô-mô-rơ, nhưng Ô-sê 11:8 thêm vào Át-ma và Sê-bô-im như được nhắc đến trong Sáng 10:19 và 14:2, 8.

48. Từ này luôn gắn liền với Sô-đôm và Gô-mô-rơ: Ê-sai 1:7; 13:19; Giê 49:18; 50:40; A-mốt 4:11.

49. Về phản ứng tương tự với việc Ashurbanipal hủy diệt Arabia vì chống nghịch ông, xem *ANET*, 299–300.

Y-sơ-ra-ên và phần thứ hai (29:26–27) nói đến phản ứng của Đức Gia-vê.

(1) Sự phản bội của Y-sơ-ra-ên là nguyên nhân cơ bản cho số phận của họ (29:25–26). Ở đây, người nói nhận ra rằng sự hủy diệt của Y-sơ-ra-ên là hậu quả từ việc họ chống lại Đức Giê-hô-va. Họ nhận biết bốn phương diện trong sự phản bội của Y-sơ-ra-ên. (a) Y-sơ-ra-ên đã từ bỏ giao ước của Gia-vê, Đức Chúa Trời của tổ phụ họ.[50] Phản ứng đầu tiên là xem đây là giao ước lập với các tổ phụ, mà qua đó Đức Gia-vê thề hứa ban xứ Ca-na-an cho họ và con cháu họ làm cơ nghiệp đời đời.[51] Tuy nhiên, nhắc lại Lê-vi Ký 26:45, Môi-se nói cụ thể thời điểm giao ước này được lập: 'khi Ngài đem họ ra khỏi Ai Cập'. Mệnh đề này rõ ràng chỉ về giao ước Ngài lập với Y-sơ-ra-ên tại Hô-rếp (so sánh 29:1[28:69]). (b) Người Y-sơ-ra-ên đã đi theo các thần khác. Việc cấm thờ các thần khác là cơ sở cho giao ước của Đức Gia-vê với Y-sơ-ra-ên, như được trình bày trong phần mở đầu Mười Điều Răn và Điều Răn Quan Trọng Nhất (5:6–10) và trong Shema (6:4–5). (c) Họ phục tùng các thần khác. Như ở chỗ khác trong sách, 'phục vụ [tiếng Hê-bơ-rơ *'âbad*; bản HĐTT 'thờ phượng'] các thần khác' là chấp nhận địa vị tôi tớ của một thần linh. (d) Họ phủ phục trước các thần lạ. Môi-se gọi những thần đó là 'các thần mà họ chưa từng biết và Ngài cũng không cho phép họ thờ lạy', trái ngược với Đức Gia-vê, Đấng đã gọi Y-sơ-ra-ên đến với mối quan hệ giao ước mật thiết với chính Ngài và đã tuyên bố Y-sơ-ra-ên là phần đặc biệt của Ngài (32:9).

(2) Cơn thịnh nộ của Đức Gia-vê là nguyên nhân trực tiếp tạo nên số phận của Y-sơ-ra-ên (29:27–28). Trong lời mô tả của quan sát viên về phản ứng của Đức Gia-vê đối với sự phản bội của Y-sơ-ra-ên, sự chú ý chuyển sang xứ. Để bức tranh về cơn thịnh nộ thiên thượng bắt đầu ở câu 20 và 24 thêm dữ dội, người đối thoại giả định chất một loạt những từ ngữ chưa từng có trong Cựu Ước: Đức Gia-vê nổi phừng cùng họ (29:27)[52] và hành động trong cơn thịnh nộ (29:28), tức giận và phẫn nộ (29:28). Lời nói của quan sát viên kết thúc với phần tóm tắt cách Đức Gia-vê bộc lộ cơn giận của Ngài. Họ thừa nhận rằng

---

50. Đây là một trong chỉ năm trường hợp mà sự bất trung của Y-sơ-ra-ên được nói đến bằng cụm từ 'từ bỏ giao ước'. So sánh 1 Vua 19:10, 14; Giê 22:9; Đa 11:30.

51. So sánh Phục 1:8; 6:10; 9:5, 27; 30:20; 34:4.

52. So sánh 6:15; 7:4; 11:17; 31:17. Thành ngữ này bắt nguồn từ hiện tượng tự nhiên khi hơi thở nóng ra từ lỗ mũi của sinh vật bị chọc tức. So sánh 29:20 nói đến 'lỗ mũi' ('cơn giận') của Đức Gia-vê 'đốt cháy người ấy'.

Đức Gia-vê đã giáng trên xứ 'mọi lời nguyền rủa ghi trong sách nầy' (29:27), trục xuất/rút[53] dân chúng ra khỏi xứ, và ném họ vào xứ khác (29:28).[54]

Bài giảng đầy sự mỉa mai. Giống những người đã ra khỏi Ai Cập (so sánh 29:4), thế hệ Y-sơ-ra-ên tương lai được hình dung ở đây có vẻ không biết gì về thực tế thuộc linh, dường như họ đã quên Giê-hô-va Đức Chúa Trời của họ,[55] giao ước của Ngài (4:23; so sánh 29:25), và sự kiện mà tại đó họ chính thức trở thành dân của Đức Gia-vê (so sánh 4:9–14). Ngoài ra, họ từ bỏ Đấng đã bày tỏ chính Ngài một cách ngoạn mục trong cuộc giải cứu họ khỏi Ai Cập và tại Si-na-i để đi theo các thần họ không biết (29:26; so sánh 11:28; 13:2[3], 13[14]). Ngược lại, người nói vô danh nhạy bén nhận ra mối quan hệ giao ước đặc biệt hiện hữu giữa Đức Gia-vê và Y-sơ-ra-ên: dòng dõi của Y-sơ-ra-ên tại Ai Cập và hành động cứu chuộc đầy ân sủng của Đức Gia-vê, tình yêu mãnh liệt của Đức Gia-vê dành cho dân tộc, sự tham gia của chính Ngài vào kết cuộc của họ, và luật pháp thành văn cùng mọi lời nguyền rủa được viết trong đó. Lời ghi kết thúc 'như điều đang có ngày nay', không ám chỉ tình huống hùng biện trước mắt, mà phản chiếu ngữ cảnh và góc nhìn của người đối thoại. 'Ngày nay' là ngày phán xét của Y-sơ-ra-ên.

Ngữ Cảnh Bắc Cầu

LỊCH SỬ TIẾP NỐI CỦA Y-SƠ-RA-ÊN. Hầu hết các chủ đề được nói đến trong chương này đều đã được nói đến trước đó. Có lẽ hơn bất cứ điều gì khác, ở đây Môi-se củng cố khái niệm cho rằng mối quan hệ giao ước với Đức Gia-vê là một đặc ân không thể tin được. Trong tất cả các dân tộc trên đất, Đức Gia-vê chọn Y-sơ-ra-ên cho một vai trò đặc biệt. Vì Y-sơ-ra-ên hiện hữu chính là nhờ Bá Chủ thiên thượng nhân từ, nên việc Đức Gia-vê đòi hỏi ở họ lòng trung thành hoàn toàn và trọn vẹn là hợp lý. Trong nửa đầu bài thuyết giảng cuối, Môi-se

---

53. Động từ 'trục xuất/rút' chỉ xuất hiện tại đây trong Phục Truyền, nhưng là từ được ưa chuộng chỉ về hành động phán xét gây hủy diệt của Đức Gia-vê trong Giê-rê-mi: Giê 1:10, 12:14–15, 17; 18:7; 24:6; 31:28; 42:10; 45:4; so sánh 1 Vua 14:15.

54. Động từ 'ném' chỉ xuất hiện tại đây trong Phục Truyền, nhưng cũng được dùng ở chỗ khác khi nói Đức Gia-vê ném dân Ngài ra khỏi sự hiện diện của Ngài: 2 Vua 13:23; 24:20=Giê 52:3; Giê 7:15; 2 Sử 7:20; so sánh 1 Vua 9:7.

55. So sánh 6:12; 8:11, 14, 19.

nhắc dân chúng về những hậu quả kinh khủng khi từ bỏ giao ước. Ngay trong lời nhắc nhở này, chúng ta cũng thấy ân sủng của Đức Chúa Trời, vì Ngài không vui về sự chết của kẻ ác nhưng vui khi họ được sống (Êxê 33:11).

Nhưng khải tượng của Môi-se về tương lai của dân tộc đã đúng. Theo Các Quan Xét 2:10–11, sự tái phạm thuộc linh được thấy trước ở đây đã bắt đầu trong nhiều thập niên của bài giảng này. Bảy lần tác giả tuyên bố rằng con cháu Y-sơ-ra-ên đã làm điều ác trước mặt Đức Gia-vê,[56] và hai lần tác giả nói họ làm điều đúng theo mắt họ (17:6; 21:25). Trong Các Quan Xét 17–18, gia đình Mi-ca minh họa cho vai trò của cá nhân trong sự bỏ đạo. Mặc dù ý nghĩ tạc một tượng chạm bắt nguồn từ mẹ của Mi-ca (17:3–4), nhưng người tường thuật quy trách nhiệm trong việc xây điện thờ thần tượng và việc quản lý điện thờ cho Mi-ca (17:5, 9–13; 18:14–26). Thay vì tố giác việc ác này, người Lê-vi khờ dại trở thành thầy tế lễ trong tổ chức bội đạo này (17:7–13). Và khi người của chi phái Đan đến tịch thu các hình tượng và vật chế tác liên quan đến việc sùng bái thần tượng, tội của một cá nhân trở thành tội của cả chi phái và gia tộc (18:19). Không đợi đến kết thúc (18:30) tác giả mới tiết lộ cho độc giả bí mật khủng khiếp: thầy tế lễ bỏ đạo chính là Giô-na-than, cháu của Môi-se!

1 & 2 Các Vua mô tả thể nào tội của cá nhân trong Các Quan Xét trở thành tội của dân tộc, khi hết vua này đến vua khác dẫn họ tuột dốc theo con đường thờ hình tượng chọc giận Chúa. Cuối cùng, năm 722 TC những lời nguyền rủa được nói đến trong bản văn giáng trên vương quốc phía bắc, và năm 586 TC Giê-ru-sa-lem và Giu-đa thất thủ, khiến các dân tộc thắc mắc về vai trò của Đức Gia-vê trong số phận của dân Ngài. Sự bối rối của họ thể hiện qua câu hỏi 'Đức Chúa Trời của họ ở đâu?'[57] Trong lời tiên tri cho Sa-lô-môn sau khi cung hiến đền thờ, Đức Gia-vê cảnh báo các vua và tất cả những người kế nhiệm ông đừng quên bài giảng cuối của Môi-se:

> 'Về phần con, nếu con bước đi trước mặt Ta như Đa-vít, cha của con, đã bước đi, lấy lòng trọn lành và ngay thẳng mà làm theo tất cả những điều Ta đã truyền cho con, tuân giữ những luật lệ và mệnh lệnh của Ta, thì

---

56. Quan 2:11; 3:7, 12; 4:1; 6:1; 10:6; 13:1. Ba lần trong số này ông nói cụ thể điều ác là vi phạm Điều răn Lớn nhất: họ từ bỏ Đức Gia-vê, phục vụ các thần khác, và khiêu khích cơn giận thiên thượng (2:11–12; 3:7–8; 10:6–7).

57. Thi 42:10[11]; 79:10; 115:2; Giô-ên 2:17.

Ta sẽ làm cho ngôi nước con vững bền trên Y-sơ-ra-ên đến đời đời, đúng như Ta đã phán hứa với Đa-vít, cha của con, rằng: 'Con sẽ chẳng hề thiếu người kế vị trên ngai Y-sơ-ra-ên.'

Nhưng nếu con hoặc con cháu của con quay khỏi Ta, không tuân giữ các điều răn và luật lệ Ta đã truyền phán, mà đi phục vụ các thần khác và thờ lạy chúng, thì Ta sẽ truất Y-sơ-ra-ên khỏi đất Ta đã ban cho họ. Còn đền thờ mà Ta đã biệt riêng ra thánh cho danh Ta thì Ta cũng sẽ loại bỏ khỏi mặt Ta; và Y-sơ-ra-ên sẽ trở thành đề tài cho mọi dân tộc đàm tiếu và chế nhạo. Mặc dù hiện nay đền thờ nầy nguy nga nhưng nó sẽ đổ nát, mọi người đi ngang qua đó đều sẽ kinh ngạc, chế nhạo và nói: 'Tại sao Đức Giê-hô-va đã làm cho đất nước nầy và đền thờ nầy như vậy?' Người ta sẽ trả lời rằng: 'Ấy là vì họ đã lìa bỏ Giê-hô-va Đức Chúa Trời của họ, Đấng đã đem tổ phụ họ ra khỏi Ai Cập. Họ đã đi theo các thần khác, thờ lạy các thần ấy và phục vụ chúng. Vì thế, Đức Giê-hô-va đã giáng trên họ các tai họa nầy'. (1 Vua 9:4–9)

Nhiều thế kỷ sau, khi ngày tàn của Giu-đa đến, tiên tri Giê-rê-mi cảnh báo dân sự với tiếng vọng từ bản văn này:

'Đây là lời Đức Giê-hô-va phán về cung điện vua Giu-đa:'Ta xem người như Ga-la-át, như đỉnh núi Li-ban, nhưng chắc chắn Ta sẽ biến người ra hoang mạc,các thành phố không người ở. Ta sẽ dành sẵn những kẻ phá hoại có vũ khí tiêu diệt ngươi;chúng sẽ đốn những cây bá hương tốt nhất của người và ném vào lửa.' Các dân tộc đi ngang qua thành nầy đều hỏi nhau: 'Tại sao Đức Giê-hô-va đã xử như vậy với thành lớn nầy?' Sẽ có người trả lời: 'Vì dân thành đó đã bỏ giao ước của Giê-hô-va Đức Chúa Trời mình mà thờ lạy và phục vụ các thần khác." (Giê 22:6–9).[58]

Trong một bức tranh biếm họa kỳ lạ về Phục Truyền 29:4, Ê-sai 6:9–10 đã áp dụng lời Môi-se tuyên bố rằng trong quá khứ Đức Gia-vê đã không ban cho Y-sơ-ra-ên tâm trí để biết, mắt để nhìn hay tai để nghe, cho thái độ cứng lòng của chính thời đại ông. Chức vụ tiên tri của Ê-sai đã tạo hiệu ứng trái ngược trên thính giả của ông; lòng của họ sẽ được diễn tả là vô tình hơn nữa, mắt họ mù và tai họ điếc hơn, phản chiếu quyết tâm của Đức Gia-vê thực hiện 'mọi lời nguyền rủa được viết trong sách luật pháp này', làm ứng nghiệm 29:18–28.[59] Trong Ê-xê-chi-ên 12:2 nhà tiên tri lưu đày áp dụng Phục Truyền 29:4

---

58. Cũng xem Giê 5:19, 16:10–13.
59. G. K. Beale (*We Become What We Worship: A Biblical Theology of Idolatry* [Downers Grove, IL: InterVarsity Press, 2008], 71–76) lập luận rằng khi có mắt mà không thấy, tai mà không nghe, thế hệ người Y-sơ-ra-ên ra khỏi Ai Cập trở nên giống như thần tượng họ thờ phượng.

vào hoàn cảnh trước mắt của Giu-đa, cho thấy mắt không thấy và tai không nghe là bằng chứng cho sự chống nghịch Đức Gia-vê của dân tộc.

Hơn một thiên niên kỷ sau, trong Rô-ma 11:8 Phao-lô dựa vào Phục Truyền 29:4 và áp dụng cho chính thế hệ Do Thái của ông. Lời mở đầu 'như có lời chép rằng' cho thấy ông chủ ý trích dẫn lời Môi-se. Sự tương ứng giữa câu trích của ông và bản Bảy Mươi tiếng Hy Lạp dựa trên bản tiếng Hê-bơ-rơ được thấy rõ khi đặt bản dịch của hai bản văn này cạnh nhau:

Phục Truyền 29:4	Rô-ma 11:8
	như có lời chép rằng:
Nhưng cho đến ngày nay	
Đức Giê-hô-va chưa ban cho anh em tấm lòng để biết,	'Đức Chúa Trời đã cho họ
con mắt để thấy	một tâm linh mê muội,Mắt mù,
hay lỗ tai để nghe.	tai điếc,
	cho đến ngày nay.

Nhưng việc Phao-lô áp dụng bài thuyết giảng cuối cùng của Môi-se cho người Do Thái trong thời ông không kết thúc bằng sự so sánh tình trạng cứng cỏi của họ với sự chống nghịch của Y-sơ-ra-ên được báo trước ở Phục Truyền 29:18–28. Ngược lại, thấy trước chương 30, Phao-lô đặt hy vọng cho người Do Thái xét về khía cạnh chủng tộc trên lời phán của Môi-se rằng sự phán xét không thể là quyết định sau cùng. Như Talstra nhận xét:

> Giống như tiên tri Ê-li, Phao-lô, người Do Thái, có thể cảm thấy cô đơn, nhưng không được cảm xúc đó điều khiển. Tình huống đó có thể so sánh với tình huống ở 1 Các Vua 19: mối quan hệ giữa Đức Chúa Trời và Y-sơ-ra-ên không kết thúc. Sự dạy dỗ của Chúa Giê-xu và các môn đồ không hề hàm ý giao ước của Đức Chúa Trời và Y-sơ-ra-ên đã kết thúc, mà sự dạy dỗ ấy phù hợp với giao ước đó.[60]

---

60. E. Talstra, 'Texts and Their Readers: On Reading the Old Testament in the Context of Theology', trong *The Rediscovery of the Hebrew Bible* (bt. J. W. Dyk và cs.; ACEBT Supplement 1; Maastricht: Shaker, 1999), 109. Chúng ta có thể nhận ra một ám chỉ gián tiếp khác đến Phục 29 ở Rô 11:3–5, khi Phao-lô trích dẫn lời phàn nàn của Ê-li ở 1 Vua 19:10 rằng dân chúng đã phá hủy bàn thờ của Đức Gia-vê và giết các tiên tri Ngài, than thở rằng ông là người duy nhất còn lại. Điều ông không

Ý Nghĩa Đương Đại

TRÁCH NHIỆM CÁ NHÂN TRONG MỐI QUAN HỆ GIAO ƯỚC. Cơ Đốc nhân ngày nay phải hiểu chương này và những hình ảnh kinh khủng về cơn giận lẫn sự hủy diệt của Chúa trên đất như thế nào? Chúng ta có thể tóm tắt nhiều bài học ý nghĩa mà từng thế hệ tín hữu cần nghe. Một mặt, chương này nhấn mạnh chủ đề trách nhiệm cá nhân ngay trong mối quan hệ giao ước. Không chỉ các dân tộc hay các cộng đồng mới là những nhóm người có liên hệ tích cực hoặc tiêu cực với Đức Chúa Trời. Các cá nhân giẫm đạp ân sủng của Ngài cũng biến mình trở thành mục tiêu đặc biệt của cơn thịnh nộ thiên thượng (29:20–21) và có thể không núp dưới ô dù quốc gia trong khi vẫn theo đuổi con đường chống nghịch của mình. Nếu vũ khí do con người chế tạo có thể chỉ ra mục tiêu tấn công một cách chính xác trong một không gian rộng lớn, thì mục tiêu Đức Gia-vê nhắm không thể nào trật được.

Hậu quả thảm khốc của lòng bất trung về mặt truyền giáo

Chương này cũng nhấn mạnh cho độc giả những hậu quả của lòng bất trung trên phương diện truyền giáo. Đức Gia-vê không lập giao ước với Y-sơ-ra-ên trong một góc khuất, cũng không có ý định cho Y-sơ-ra-ên tận hưởng phước hạnh của Ngài một mình. Ban đầu, Ngài chọn Y-sơ-ra-ên để họ trở thành nước thầy tế lễ, một dân thánh giữa các dân, can thiệp vì lợi ích của họ trước mặt Ngài và phục vụ như tác nhân đem đến sự mặc khải và phước lành của Ngài. Bài thuyết giảng thứ hai của Môi-se kết thúc với những lời nhắc được lặp đi lặp lại về kế hoạch của Đức Gia-vê cho dân Ngài: làm cho họ trội hơn các dân để Ngài được ngợi khen, danh tiếng và tôn trọng (26:19; 28:9–10). Chương này nhấn mạnh rằng nếu sự thịnh vượng của Y-sơ-ra-ên góp phần làm cho Đức Chúa Trời được vinh hiển giữa các dân, thì điều ngược lại cũng đúng khi họ nhìn thấy những hậu quả khủng khiếp của lòng bất trung.

---

nói đến là lời buộc tội mở đầu của Ê-li chống lại dân Chúa: họ đã từ bỏ giao ước của Đức Gia-vê, rõ ràng bắt nguồn từ Phục 29:25. Như đã lưu ý ở trên, thành ngữ này chỉ xuất hiện ở Phục 29:25, 1 Vua 19:10, 14; Giê 22:9; và Đa 11:30.

Người ngoài

Cuối cùng, câu 22–28 nói riêng nhắc chúng ta rằng đôi khi người ngoài nhạy bén với lẽ thật thiên thượng hơn những người cho rằng mình là con dân Chúa. Bất chấp kinh nghiệm được giải cứu khỏi Ai Cập, việc đón nhận mối quan hệ giao ước và việc người Y-sơ-ra-ên nhận lãnh sự mặc khải dưới hình thức điều răn và mạng lệnh tại Si-na-i và sau đó, thế hệ của Môi-se vẫn xem những đặc ân này là chuyện đương nhiên và không hiểu được ý nghĩa của tất cả những gì mắt họ đã thấy, tai họ đã nghe.

Sự việc cũng không khác mấy trong thời Phao-lô. Trong Rô-ma 9:4–5, Phao-lô đề cập đến những người đồng hương về phần xác sở hữu các đặc ân của việc nhận làm con nuôi, sự vinh hiển (sự bày tỏ vinh quang?), các giao ước, luật pháp, hệ thống các nghi thức thờ phượng hiệu quả và được bày tỏ bởi thiên thượng, các lời hứa, và truyền thống, nhưng họ không hiểu ý nghĩa của sự mặc khải đỉnh điểm của Đức Chúa Trời trong Chúa Giê-xu Christ. Chúa Giê-xu làm ứng nghiệm tất cả các lời hứa và mục tiêu của mọi sự mặc khải (Rô 10:4). Hễ ai kêu cầu danh Ngài sẽ được cứu (10:13). Vốn là người ngoài, những ai trước kia chỉ là người quan sát tất cả những gì Đức Chúa Trời đã làm cho và làm vì dân được chọn của Ngài đều được ghép vào cây ô-liu bởi đức tin nơi Đấng Christ (Rô 11:17–24). Đây không phải lý do để tự hào, mà để khiêm nhường thỏa vui trong ân sủng của Chúa dành cho chúng ta.

Trong khi chờ đợi, cùng với Phao-lô, lòng ao ước và lời cầu xin của chúng ta cho dân được chọn của Ngài đó là tâm trí họ sẽ được biết, mắt họ sẽ nhìn thấy, và tai họ sẽ nghe về phúc âm cứu rỗi vinh hiển trong Chúa Giê-xu Christ - Đấng trên hết mọi sự, Đức Chúa Trời đáng được chúc tụng đời đời. A-men (Rô 9:5).

Phục Truyền Luật Lệ Ký 29:29 [28]–30:10

Ý Nghĩa Nguyên Thủy

Sự chuyển tiếp từ những nỗi kinh hoàng và đen tối của cơn giận thiên thượng trong chương 29 sang ánh sáng rực rỡ của ân sủng thiên thượng trong chương 30 sẽ trở nên đột ngột nếu không có 29:29 làm bước đệm. Là câu chuyển tiếp, sẽ có ý nghĩa khi xem 29:29 là phần giới thiệu chương 30 hơn là câu kết của chương 29, vì nó mở cánh cửa để suy tư về một tương lai mới cho Y-sơ-ra-ên.

Ngày nay: Thắc mắc về ân sủng giao ước (29:29)

Đem thính giả quay về với hiện tại, Môi-se đối chiếu 'những sự bí mật' thuộc về Đức Gia-vê với 'những sự được bày tỏ' vĩnh viễn thuộc về thính giả và con cháu họ. Ý nghĩa của những sự được bày tỏ được nói rõ qua mệnh đề cuối cùng - luật pháp mà Môi-se đang giải thích trong 25 chương vừa qua.[1] Mặc dù thế hệ trước đó thiếu đi thái độ tiếp nhận sự mặc khải (29:4), nhưng thính giả hiện tại của Môi-se được ban cho sự hiểu biết rõ ràng về ý muốn của Đức Gia-vê và bản chất của mối quan hệ giao ước.

Các nhà chú giải hiểu 'những điều huyền nhiệm' thuộc về/dành riêng cho Đức Gia-vê theo những cách khác nhau, chẳng hạn tội lỗi kín giấu,[2] luật pháp bằng lời,[3] sự khôn ngoan,[4] hay điều huyền nhiệm

---

1. Kết luận này được củng cố trong chương tiếp theo, cụ thể là 30:11–14 và 30:15–20. So sánh Barker, *Triumph of Grace*, 139–40.

2. Giống những tội được trích dẫn trong 27:15 và 24. Xem Rofé, 'Covenant in the Land of Moab', 313. Cũng so sánh Thi 19:12[13].

3. Tương tự với ý của các thầy dạy luật Do Thái, xem A. Shemesh và C. Weman, 'Hidden Things and Their Revelation', *RevQ* 18 (1998): 409–27. Cộng đồng Do Thái theo trường phái khổ hạnh (Essene) tại Qumran hiểu 29:29 như là lời chú thích về lịch sử của họ; những điều kín giấu thuộc về Đức Chúa Trời trong suốt Thời Kỳ Đền Thờ Đầu Tiên (khi người Y-sơ-ra-ên vi phạm các mạng lệnh được bày tỏ), nhưng được bày tỏ trong Thời Kỳ Đền Thờ Thứ Nhì cho các thành viên của cộng đồng. Xem CD 3:9–20; 5:20–6:11.

4. Một số người ghi nhận mối liên hệ với Gióp 28:21, là câu nói rằng sự khôn ngoan là điều kín giấu và khó hiểu đối với con người. So sánh G. Braulik, *Deuteronomium II 16, 18–34*, 12 (Neue Echter Bible 28; Würzburg: Echter Verlag, 1992), 216.

của sự quan phòng thiên thượng.[5] Đề xuất cuối cùng là có khả năng nhất. Tương tự 4:28–31, câu này là câu chuyển tiếp từ sự đoán phạt đến sự phục hồi ở tương lai xa. Tuy nhiên, tương phản với 4:28–31, là phân đoạn góp phần vào việc chuyển từ bản tính thương xót của Đức Gia-vê và cam kết không thể hủy bỏ của Ngài sabg giao ước với các tổ phụ, sự thay đổi trong thái độ của Chúa trở nên cấp bách hơn trong bản văn này. Làm thế nào Đấng Cứu Chuộc nhân vốn từ bị từ bỏ để chạy theo các thần khác cuối cùng lại định làm mới lại giao ước ấy? Đây là điều bí mật của sự quan phòng thiên thượng.[6]

Cho dù ý nghĩa của 'những điều huyền nhiệm' là gì, việc Môi-se thêm vào câu này cung cấp bước đệm về mặt tâm lý khi chuyển từ sự tối tăm của chương 29 sang sự sáng chói của chương 30. Giống như thời gian giải lao giữa các màn trong buổi biểu diễn sân khấu, phần suy ngẫm sâu sắc về sự khôn ngoan này chuẩn bị cho sự thay đổi trong giọng văn và phương hướng. Không có phần tạm ngừng này, việc thay đổi từ 29:28[27] sang 30:1 sẽ vô cùng đột ngột.

Màn III: Tin cậy ân sủng của giao ước tương lai (30:1–10)

Không như Lê-vi Ký 26:40–45, các phước lành và nguyền rủa trong Phục 28 không tiên liệu sự phục hồi sau đoán phạt. Tuy nhiên, việc thiếu sót này không chỉ được bù đắp bằng 30:1–10. Thật vậy, với cách sắp xếp này, Môi-se làm nổi bật ý nghĩa của sự phục hồi được nói đến ở Lê-vi Ký 26,[7] và những liên kết giữa Phục Truyền 30:1–10 với chương 28 cho thấy toàn bộ bài giảng này phải được hiểu dựa trên những lời nguyền rủa trong giao ước được trình bày ở chương 28.[8]

Khi bức màn được kéo lên sau 29:29, giọng điệu hoàn toàn thay đổi, dù những bí mật trong sự quan phòng thiên thượng vẫn còn và vẫn khiến độc giả đưa ra một loạt câu hỏi. Sau khi trắng trợn từ chối ân sủng của Ngài được mô tả trong chương 29, làm thế nào Đức Gia-

---

5. Sau khi quan sát thấy những điều bí mật là mơ hồ, Barker nhận xét: 'Cho dù chúng là gì, con người cũng không cần phải biết. Đức Chúa Trời đã bày tỏ tất cả những gì con người cần vâng theo' (*Triumph of Grace*, 140).

6. Nếu các phân đoạn 'hôm nay' (29:2–13 [1–12]; 29:29; 30:11–20) là cốt lõi của bài giảng này, thì những điều huyền nhiệm không chỉ tương phản với 'tất cả những lời của luật pháp này', mà còn với 'điều răn' ở 30:11 và 'lời' ở 30:14.

7. J. Krasovec ("The Distinctive Hebrew Testimony to Renewal Based on Forgiveness', *Zeitschrift für altorientalische und biblische Rechtsgeschichte* 5 [1999]: 226) hiểu 30:1–10 là phần tương ứng với Lê 26:40–45.

8. Krasovec (như trên, 230) cho biết chúng ra từ cùng một tác giả.

vê có thể tiếp nhận lại dân Ngài? Mối quan hệ giữa việc Y-sơ-ra-ên quay về với Đức Gia-vê và Đức Gia-vê trở lại với họ là gì? Có phải Đức Gia-vê trở về với Y-sơ-ra-ên vì họ chủ động quay về với Ngài trước không, hay ngược lại?[9] Mặc dù các vấn đề liên quan đến cuộc tranh luận này là quan trọng, nhưng những mục tiêu về mặt thần học bên ngoài không nên cản trở việc đọc bản văn theo cách tự nhiên.

Phục Truyền 30 là đỉnh điểm của Phúc Âm theo Môi-se như ông đã tuyên bố trong sách này. Sử dụng ngôi thứ hai trong bài giảng trực tiếp, Môi-se đem thính giả hiện tại của mình bước vào những sự kiện tương lai. Phần lớn nội dung thần học của phần này được chuyển tải qua những từ ngữ chính. Phần quan trọng nhất là gốc từ šûb ('hồi tâm, quay lại'), xuất hiện bảy lần, với sự thay đổi về ý nghĩa.[10] Vì bốn trong số bảy lần có chủ ngữ là Y-sơ-ra-ên (30:1, 2, 8, 10) và ba lần Đức Gia-vê là chủ ngữ (30:3a, 3b, 9), nên sự phục hồi Y-sơ-ra-ên trong tương lai rõ ràng đòi hỏi sự thay đổi trong thái độ của cả hai bên. Những yếu tố này cùng với các yếu tố khác được lặp đi lặp lại là chất keo kết nối đơn vị văn chương này. Các chủ đề phụ được trộn lẫn xuyên suốt phân đoạn cho thấy một sự sắp xếp khéo léo theo kiểu hoán chuyển (diễn ý cá nhân):[11]

A Khi anh em và con cháu anh em quay về (30:2a)

B và hết lòng hết sức vâng theo tiếng Ngài (30:2b)

C thì Đức Gia-vê sẽ phục hồi vận mệnh và làm cho anh em thịnh vượng hơn tổ phụ (30:3–5)

---

9. Về phần trình bày quan điểm đầu tiên, xem Driver, *Deuteronomy*, 328; Craigie, *Deuteronomy*, 363; Tigay, *Deuteronomy*, 283–84; Biddle, *Deuteronomy*, 444. Về phần trình bày quan điểm thứ hai, xem Wright, *Deuteronomy*, 289–90; và đặc biệt Barker, *Triumph of Grace*, 144–45; K. Turner, *The Death of Deaths in the Death of Israel: Deuteronomy's Theology of Exlie* (Eugene, OR: Wipf and Stock, 2010), 173–79, dù ông chấp nhận quan điểm ôn hòa hơn trong 'When Does God Circumcise the Heart in Israel's Restoration from Exile? Deuteronomy 30:1–10 and Its Implications for the Christian Doctrine of Salvation', bài luận nộp cho Evangelical Theological Society, Washington, D. C., 2006.

10. A. Rofé ('The Covenant in the Land of Moab [Deuteronomy 28:69–30:20]: Historico-Literary, Comparative and Form-Critical Considerations', trong *Das Deuteronomium: Entstehung, Gestalt und Botschaft* (bt. N. Lohfink; BETL 68; Leuven: Leuven Univ. Press, 1985, 311) mô tả phân đoạn này là 'fuga đồ sộ' về chủ đề *šûb*. Về bài nghiên cứu đầy đủ từ này, xem W. L. Holladay, *The Root שׁוב in the Old Testament (with Particular References to Its Usage in Covenantal Contexts)* (Leiden: Brill, 1958).

11. So sánh Wright, *Deuteronomy*, 289.

Giê-hô-va Đức Chúa Trời sẽ cắt bì tấm lòng anh em và tấm lòng của dòng dõi anh em

để anh em hết lòng hết linh hồn kính mến Giê-hô-va Đức Chúa Trời mình và nhờ đó mà anh em được sống (30:6)[12]

C' Đức Gia-vê sẽ vui thích làm cho anh em được thịnh vượng, như Ngài đã vui lòng về tổ phụ anh em (30:8–9)

B' nếu anh em vâng theo tiếng Giê-hô-va Đức Chúa Trời (30:10a)

A' và nếu anh em hết lòng, hết linh hồn trở về với Giê-hô-va Đức Chúa Trời (30:10b).

Đây là bản văn hết sức toàn diện, thông báo sự phục hồi hoàn toàn mối quan hệ giao ước ba bên. Dựa trên các dấu hiệu cú pháp và khái niệm, bản văn được chia thành các phần sau: (1) sự phục hồi mối quan hệ song phương giữa Đức Gia-vê và Y-sơ-ra-ên (30:1–3); (2) sự phục hồi mối quan hệ giao ước ba bên từ thiên thượng (30:4–7); (3) bằng chứng của con người về sự phục hồi (30:8); (4) bằng chứng của môi trường về sự phục hồi (30:9–10).

Phục Hồi Mối Quan Hệ Song Phương Giữa Đức Gia-vê và Y-sơ-ra-ên (30:1–3)

Mệnh đề mở đầu 'Khi' xác định ngữ cảnh sẽ diễn ra sự phục hồi mối quan hệ song phương. Câu mở đầu bắt đầu bằng mệnh đề 'Khi tất cả những điều này *haddĕbârîm*'. Trong khi ở nhiều bản dịch, từ *haddĕbârîm* được dịch là 'các điều', thì trong Phục Truyền và Ngũ Kinh nói chung, từ ngữ này luôn có nghĩa là 'tất cả những lời này'.[13] Môi-se làm cho cụm từ trở nên rõ ràng khi thêm vào 'các phước lành và lời nguyền rủa' (diễn ý cá nhân), chỉ về chương 28. Mệnh đề bổ nghĩa '[mà] tôi đã đưa ra trước mặt anh em', củng cố cách giải thích này. Môi-se đang lựa chọn từ ngữ để cố gắng truyền cảm hứng về lòng trung thành bằng những lời hứa làm phần thưởng cho sự vâng lời và bằng những lời cảnh báo như là hậu quả của sự bất tuân. Khi những lời báo trước của ông được ứng nghiệm, các sự kiện được biết trước trong câu 1b-3 sẽ xảy ra (so sánh 4:30).

---

12. Câu 7 bị lược bỏ vì nói đến điều Đức Gia-vê sẽ làm cho các dân thay vì cho Y-sơ-ra-ên, dù những hành động này cuối cùng cũng vì lợi ích của Y-sơ-ra-ên.

13. Sáng 20:8; 29:13; Xuất 19:7; 20:1; 24:8; Dân 16:31; Phục 4:30; 12:28; 30:1; 32:45

Môi-se bắt đầu phần mô tả sự phục hồi Y-sơ-ra-ên bằng cách tóm tắt những thay đổi trong mối liên hệ giữa dân Y-sơ-ra-ên và Đức Gia-vê. (1) Về dân chúng (30:1b–2), người Y-sơ-ra-ên sẽ kinh nghiệm sự thay đổi trong thái độ. Sống giữa tất cả các dân mà Giê-hô-va Đức Chúa Trời trục xuất người Y-sơ-ra-ên đến, họ sẽ tỉnh ngộ. Trong mệnh đề được bản NIV dịch là 'ngươi ghi nhớ trong lòng' động từ *hēšîb* ('đem x trở về') thật sự thiếu vị ngữ. Nếu chúng ta cho rằng 'những điều đó' (30:1b) là vị ngữ, thì trong cuộc lưu đày, người Y-sơ-ra-ên sẽ đảo ngược tấm lòng cứng cỏi của họ (so sánh 29:19[18]) và thực sự viết lại như lời xưng nhận điều Môi-se đã trình bày trong tư cách lời giải thích ở ngôi thứ ba trong 29:25–28[24–27].

(2) Người Y-sơ-ra-ên sau đó sẽ có sự thay đổi về phương hướng: họ 'quay lại với Giê-hô-va Đức Chúa Trời', một câu trích dẫn từng lời từ 4:30. Đây là dấu hiệu của sự đảo ngược khuôn mẫu hành vi trong quá khứ được mô tả là, chỉ kể ra một số, 'lìa bỏ' Đức Gia-vê (28:20) hoặc giao ước của Ngài (29:2[24]), và bỏ đường lối Ngài (9:12) hoặc bỏ Ngài để phục vụ các thần khác (11:16).

(3) Người Y-sơ-ra-ên sẽ có sự thay đổi trong nhận thức: cuối cùng họ sẽ lắng nghe tiếng của Đức Gia-vê (bản NIV 'vâng phục', so sánh 4:30).[14] Cách diễn đạt kết hợp 'hết lòng, hết linh hồn' (bản NIV 'linh hồn'; 30:2, 6, 10) tiếp tục điệp khúc thường được nghe trong sách[15] và làm nổi bật 'sự ăn năn' trọn vẹn của dân chúng.

Tiếng vang từ 4:29–31 xuất hiện trong câu 3 khi Môi-se chuyển hướng chú ý sang thái độ mới và việc làm của Đức Gia-vê. (1) Những ý định của Đức Gia-vê liên quan đến Y-sơ-ra-ên sẽ thay đổi; Ngài sẽ phục hồi vận mệnh của họ.[16] Ở đây sự đảo ngược bao gồm việc chấm dứt sự đoán phạt và khôi phục mối quan hệ giữa dân Y-sơ-ra-ên với xứ của họ. (2) Thái độ của Đức Gia-vê đối với Y-sơ-ra-ên sẽ thay đổi; Ngài sẽ tỏ lòng thương xót họ (so sánh 4:31). Như ở 13:17[18], sự thay đổi dường như tùy thuộc vào việc Y-sơ-ra-ên lắng nghe tiếng Ngài và

---

14. Mệnh đề này là điệp khúc của sách: 4:30; 8:20; 9:23; 13:4, 18[5, 19]; 15:5; 21:18, 20; 26:14, 17; 27:10; 28:1–2, 15, 45, 62; 30:2, 8, 10, 20.

15. Phục 4:29; 6:5, 10:12–13; 11:13–15; 13:3[4]; 26:16.

16. Đây là lần đầu tiên trong số hai mươi lăm lần lần xuất hiện thành ngữ này trong Cựu Ước, và là lần xuất hiện duy nhất ở Phục Truyền. Trong Gióp 42:10, cụm từ này liên hệ đến việc khôi phục của cải tốt đẹp ban đầu của ông đã bị lấy mất. Về bài giải thích thành ngữ, xem J. M. Bracke, '*šûb šĕbût*: A Reappraisal', *ZAW* 97 (1985): 233–44; J. A. Thompson and E. A. Martens, 'שׁוּב' *NIDOTTE*, 4:58–59.

làm điều đúng trong mắt Ngài. (3) Hướng của Đức Gia-vê dành cho Y-sơ-ra-ên sẽ thay đổi; Ngài sẽ 'xoay lại' [ND: Bản dịch tiếng Việt không thể hiện từ ngữ này]. Động từ ở đây thể hiện sự tái điều hướng căn bản của Đức Gia-vê. Thay vì xoay khỏi Y-sơ-ra-ên và hành động như kẻ thù của họ, Ngài sẽ hướng về họ và hành động vì lợi ích của họ. (4) Cách Đức Gia-vê đối xử với Y-sơ-ra-ên sẽ thay đổi. Mặc dù trước kia Ngài đã làm cho họ tản lạc giữa các dân, nhưng bây giờ Ngài sẽ tập hợp họ lại (so sánh 4:27; 28:64). Mặc dù chúng ta chưa nghe gì về việc phục hồi dân chúng trở về xứ, nhưng hành động này của Chúa là bước cần thiết đầu tiên để đảo ngược việc họ bị rút ra khỏi xứ (29:28[27]).

Sự Phục Hồi Mối Quan Hệ Ba Bên Gồm Đức Gia-vê, Y-sơ-ra-ên và Xứ (30:4–7)

Cú pháp của câu 4 báo hiệu sự thay đổi trong mạch văn, dù việc lặp lại động từ 'tập hợp' cho thấy câu 4–5 giải thích đầy đủ hơn mệnh đề cuối cùng trong câu 3 và nhấn mạnh tính toàn diện của sự phục hồi. Môi-se bắt đầu phần phụ này bằng việc nhắc đến mối quan hệ dân-xứ trong tam giác (30:4–5). Giải pháp của ông gồm năm yếu tố, được thể hiện qua năm động từ. Ngôn ngữ nhìn chung là quen thuộc, dù một vài chi tiết cần chú giải thêm. Động từ thứ hai 'đem...về' có phần khó hiểu. Mối liên kết với 4:20 – chỗ duy nhất mà Đức Gia-vê là chủ ngữ còn Y-sơ-ra-ên là vị ngữ – cho thấy động từ là lời khẳng định cụ thể về sự lựa chọn; một lần nữa Đức Gia-vê sẽ tuyên bố Y-sơ-ra-ên là tài sản của chính Ngài. Động từ thứ ba, 'đưa...về' (30:5) ngụ ý Đức Gia-vê sẽ đem họ về nhà và về với chính Ngài (so sánh chú giải ở 12:5). Ngoài ra, việc thêm vào 'và anh em sẽ sở hữu nó [xứ]', hàm ý sự vĩnh viễn. Niềm vui ban đầu của Đức Gia-vê, được bày tỏ cụ thể trong các phước lành ở 28:1–14, sẽ quay trở lại. Bức tranh sẽ hoàn tất khi Đức Gia-vê làm ứng nghiệm lời hứa xa xưa của Ngài với Áp-ra-ham đó là làm cho con cháu ông gia tăng thêm một lần nữa (6:3; 13:17[18]).[17] Thật vậy, Đức Gia-vê sẽ làm cho dân số vượt hơn dân số của tổ phụ họ trước lưu đày.[18] Cuối cùng, những lý tưởng dân tộc được thông báo trong giao ước với Áp-ra-ham và được xác nhận

---

17. So sánh Sáng 16:10; 17:2, 20; 22:17; 26:4, 24; 28:3; 35:11; 48:4.
18. Về những lần nói đến Y-sơ-ra-ên được thịnh vượng trong xứ và gia tăng dân số, xem 6:3; 7:13; 30:16.

khi người Y-sơ-ra-ên được kết hợp vào trong giao ước này tại Hô-rếp sẽ được thực hiện.

Trong câu 6, Môi-se nói đến trọng tâm của vấn đề: mối quan hệ bị gián đoạn của Y-sơ-ra-ên với Đức Gia-vê. Khi làm như vậy, ông giới thiệu lại một khái niệm được trình bày ở 10:16, đó là kêu gọi người Y-sơ-ra-ên 'cắt bì' tấm lòng. Phép ẩn dụ nói đến việc loại bỏ tất cả những rào cản tâm lý, đạo đức và thuộc linh khiến họ không thật sự tận hiến cho Đức Gia-vê, không hết lòng yêu mến và vâng phục Ngài. Mặc dù thái độ tích cực đối với Đức Chúa Trời là điều kiện tiên quyết cho sự phục hồi, nhưng Môi-se thừa nhận rằng cam kết giao ước trọn vẹn và vĩnh viễn có thể đạt được không phải bởi kêu gọi dân chúng làm hòa với Đức Gia-vê, cũng không phải chỉ bằng cách quay về xứ. Ngược lại, lòng bất trung của dân tộc dường như không chỉ không thể tránh khỏi; mà còn tạo mối nguy thường trực cho thế hệ này.[19] Tuy nhiên, Môi-se cũng đã tuyên bố rằng, cho dù thất bại của Y-sơ-ra-ên là chắc chắn sẽ đến ra sao, thì lòng tin quyết rằng sự xa cách Đức Gia-vê và cuộc lưu đày không thể là quyết định cuối cùng cũng chắc chắn như vậy (so sánh 4:28–31).

Câu 6 đem chúng ta đến gần với việc tháo gỡ những bí mật của sự quan phòng và ân sủng thiên thượng (so sánh 29:29[28]). Môi-se tuyên bố rằng Đức Gia-vê sẽ bảo đảm sự trung thành hoàn toàn và vĩnh viễn qua phép cắt bì tấm lòng của những người Ngài đem về từ chốn lưu đày và của con cháu họ. Ngài bày tỏ mục tiêu của cuộc giải phẫu này với cụm từ dạng vô định đơn giản: 'để anh em hết lòng hết linh hồn kính mến Giê-hô-va Đức Chúa Trời mình'. Như những chỗ khác, 'kính mến' là cam kết được thể hiện qua hành động phục vụ vì lợi ích và niềm vui của đối tác giao ước. Điều này không thể có được nhờ pháp luật; mà nó đòi hỏi hành động mới mẻ triệt để, đó là loại bỏ những biểu tượng của lòng yêu mến xưa cũ thông qua cuộc giải phẫu. Với hành động này, mục tiêu của đời sống và lý tưởng được thể hiện qua Shema (6:4–5) sẽ thành hiện thực.[20]

Với cuộc phẫu thuật tấm lòng, tam giác giao ước sẽ hoàn toàn được phục hồi. Trước khi Môi-se hoàn tất bức tranh qua việc bàn đến

---

19. Xem 5:29; 9:6, 13, 24; 13:2[3]; 31:16–18, 27–29.

20. Vì ở chỗ khác Môi-se cho rằng mục tiêu này sẽ đạt được qua việc đọc/ nghe luật pháp (17:19–20; 31:11–13), cắt bì tấm lòng tương đương với ghi khắc luật pháp vào lòng dân chúng.

những hàm ý của việc phục hồi đối với xứ (30:9), ông nhìn lướt qua các dân tộc xung quanh (30:7). Đi kèm với sự phục hồi thuộc linh của Y-sơ-ra-ên, Đức Gia-vê sẽ sửa lại chỗ đứng của họ giữa các nước, bắt những người Ngài đã dùng làm tác nhân đoán phạt phải chịu những hậu quả mà chính dân Ngài đã kinh nghiệm ở 29:22–28[21–27]. Một phần sự mầu nhiệm của sự quan phòng thiên thượng là việc Đức Gia-vê có toàn quyền tự do hành động trên tất cả các nước. Giống như Gót và Ma-gốc ở Ê-xê-chi-ên 38–39, Đức Gia-vê có thể cử họ đến để thực thiện sứ mạng của Ngài, nhưng vì ghét dân Ngài, nên họ là kẻ thù của Ngài, và sự gian ác của họ phải được xử lý.

Bằng Chứng Con Người Về Sự Phục Hồi (30:8)

Phần mở đầu 'Còn anh em sẽ trở lại...' (diễn ý cá nhân) trong câu 8 báo hiệu sự thay đổi trọng tâm từ hành động thiên thượng trong câu 4–7 sang đáp ứng của con người. Nhắc lại các khái niệm được trình bày trong câu 2, câu 8 mô tả điều Y-sơ-ra-ên cần phải có trong tương lai và thật sự báo trước sự ứng nghiệm những yêu cầu này. Dân của Đức Gia-vê sẽ thể hiện một khuynh hướng mới, một nhận thức mới, và một sự vâng phục mới phù hợp với lời dạy của Môi-se. Sự lạc quan của Môi-se về Y-sơ-ra-ên trong tư cách một dân tộc bao hàm hành động cắt bì tấm lòng từ thiên thượng. Ông không tin rằng ý chí của con người có thể duy trì chiều hướng này.

Bằng Chứng Của Môi Trường Về Sự Phục Hồi (30:9–10)

Giải thích chi tiết câu 5, Môi-se khiến thính giả quay lại chú ý đến Đức Gia-vê, Đấng làm cho đất thực hiện vai trò của nó trong mối quan hệ giao ước ba bên. Khi mô tả những bằng chứng môi trường về trật tự mới này, ông làm nổi bật mối quan hệ đặc biệt của Y-sơ-ra-ên với Đức Gia-vê qua những việc cả hai sẽ làm cho nhau. Ông thông báo kết quả của việc làm nhân từ của Đức Gia-vê trong mệnh đề mở đầu: Ngài sẽ làm cho người Y-sơ-ra-ên được thịnh vượng trong mọi việc họ làm. Nhắc lại phước lành ở 28:11, Môi-se triển khai ba phương diện của sự thịnh vượng này: trong chính dòng dõi của họ, trong con cái của súc vật họ, và trong sự sinh sản của đất đai. Phước lành hậu hĩnh của Đức Gia-vê ban cho Y-sơ-ra-ên bắt nguồn từ khuynh hướng và thái độ mới đối với dân Ngài.

Nhắc lại lời hứa trước đó của mình, Đức Gia-vê tuyên bố rằng Ngài sẽ 'hướng về Y-sơ-ra-ên'[21] với niềm vui mới về họ (so sánh 28:63). Vì các tổ phụ thật sự không hề tận hưởng những lợi ích của mối quan hệ giao ước tam giác trọn vẹn, nên 'tổ phụ anh em' ám chỉ thế hệ hiện tại, là những người sẽ nhận xứ và cuối cùng sẽ được xem là tổ phụ của thế hệ bị lưu đày (so sánh 4:25; 29:22 [21]). Do đó, dù Môi-se dường như xem sự bội đạo trong tương lai của Y-sơ-ra-ên là điều không thể tránh khỏi, nhưng ông thông báo thời kỳ trung thành và thịnh vượng sẽ đến trước. Lời hứa ở 7:12–16; 8:11–13; và 11:13–15 không chỉ là giấc mơ không tưởng đối với tương lai lai thế học (so sánh 32:13–14); lời hứa sẽ xảy ra cho thế hệ này và/hoặc con cháu họ.

Trong câu 10, Môi-se kết thúc phần này bằng một lời nhắc nhở nữa rằng cho dù các mối quan hệ tam giác giao ước sẽ hoàn toàn được khôi phục, nhưng dân chúng không nên xem những lời hứa này là những lời tiên báo vô điều kiện, bất kể thái độ của họ ra sao.

(1) Người Y-sơ-ra-ên phải hết sức chú ý tiếng phán của Đức Gia-vê, nghĩa là điều khiển hành vi theo điều răn và luật lệ của Ngài như được chép 'trong sách luật pháp này'.[22] Tài liệu thành văn này không chỉ là bản sao bằng văn tự các bài giảng của Môi-se, mà còn là sự truyền đạt cách cô đọng bằng lời từ Chúa. Vì tiếng của Đức Gia-vê rõ ràng được xem là bản văn bằng văn tự, nên trong luật pháp của Môi-se, người Y-sơ-ra-ên thuộc mọi thế hệ đều có thể nghe tiếng phán của Chúa.

(2) Y-sơ-ra-ên phải hết lòng/trí và hết cả con người quay về cùng Giê-hô-va Đức Chúa Trời của họ. Mặc dù câu 3 đã kêu gọi Y-sơ-ra-ên quay về với Đức Gia-vê và lắng nghe tiếng Ngài bằng hết cả tấm lòng/ tâm trí và con người, nhưng ở đây Môi-se đảo ngược thứ tự, nói rằng họ phải lắng nghe tiếng Ngài và quay về cùng Đức Gia-vê với cả tấm lòng và con người họ.

Liên từ *kî* trong tiếng Hê-bơ-rơ xuất hiện ba lần trong các câu 9–10 và đặt ra một vấn đề then chốt trong việc giải thích phân đoạn này.

---

21. Như ở 30:3c và 30:8, bản tiếng Việt không cho thấy rõ sự đổi hướng khi xem *yâsûb*, 'Ngài sẽ quay lại', là một trạng từ có nghĩa 'một lần nữa'.

22. Cụm từ 'trong sách này của luật pháp' giống với hình thức ở 29:21[20], nhưng khác với 28:61, 'được ghi trong sách luật pháp này'. Lưu ý 'sách' (*sēper*) không phải sách theo nghĩa kỹ thuật mà là tài liệu thành văn – rất có thể là cuộn giấy da hoặc giấy da cừu.

Chúng ta nên hiểu cụm từ này theo nghĩa nguyên nhân kết quả ('vì') hay điều kiện ('nếu'), hay thời gian ('khi')? Về mặt lý thuyết, bất kỳ nghĩa nào trong ba nghĩa này cũng đều được.[23] Tuy nhiên, vì mệnh đề *kî* theo sau mệnh đề chính thường mang ý nghĩa liên quan đến nguyên nhân kết quả,[24] nên ba mệnh đề này đều tuyên bố lý do lẫn tính bảo đảm của sự thịnh vượng mới mẻ của Y-sơ-ra-ên: Đức Gia-vê sẽ ban phước cho Y-sơ-ra-ên vì Ngài vui lòng về họ (30:9b), vì họ sẽ lắng nghe tiếng Ngài (30:10a) [bản tiếng Việt dịch 'miễn là'], và vì họ sẽ quay về với Ngài [bản tiếng Việt dùng từ 'cũng như'].[25] Lời kêu gọi trước đó của Môi-se là phải 'cắt bì tấm lòng' và những lời kêu gọi lặp đi lặp đó là hãy yêu mến, kính sợ, vâng phục và phục vụ Đức Gia-vê (đặc biệt 10:12–16) đều dựa trên cách hiểu này. Dường như thiếu sót trong lịch sử của Y-sơ-ra-ên không phải là khả năng làm theo ý muốn Đức Gia-vê, mà là ý chí để vâng theo ý muốn của Ngài, một vấn đề được bàn đến đầy đủ hơn trong các chương tiếp theo.

Trong Phục Truyền 30:1–10, Môi-se nhắc lại và giải thích chi tiết khải tượng của ông về tương lai của Y-sơ-ra-ên như được tóm tắt ở 4:30–31 và được hình dung ở Lê-vi Ký 26:40–45. Có lẽ đây là câu trả lời cho bí mật thiên thượng ở Phục Truyền 29:29[28]. Tại sao Đức Gia-vê quay lại với Y-sơ-ra-ên bằng việc tuôn đổ dạt dào tình yêu giao ước? Vì đến cuối cùng, lòng thương xót của Ngài lớn hơn cơn thịnh nộ Ngài, và cam kết của Ngài với dân Ngài là cam kết đời đời. Sự đoán phạt sẽ không và không thể là quyết định cuối cùng.

Ngữ Cảnh Bắc Cầu

MÔI-SE, GIÊ-RÊ-MI, VÀ PHAO-LÔ. Trong bức tranh về sự phục hồi chắc chắn của Y-sơ-ra-ên, Môi-se đã gieo vô số hạt giống sẽ nẩy mầm và lớn lên trong các bản văn sau này.[26] Giê-rê-mi vẽ nên bức tranh về

---

23. Bản NIV bỏ qua lần xuất hiện đầu tiên, xem mệnh đề cuối cùng trong 30:9 là mệnh đề độc lập; trong 30:10 *kî* được dịch hai lần là 'nếu'.

24. Tương tự với A. Aejmelaeus, 'Function and Interpretation of *kî* in Biblical Hebrew', *JBL* 105 (1986): 202–7.

25. So sánh như trên, 202–8. Ngược với McConville, *Deuteronomy*, 428; về mặt cú pháp, cách hiểu về thời gian có vẻ không khả thi nhất và phụ thuộc quá nhiều vào những giả định thần học về sự bất lực của Y-sơ-ra-ên trong việc quay về với Đức Gia-vê trước khi họ được cắt bì trong lòng ở 10:16.

26. Cách giải thích của tôi rõ ràng giả định thứ tự niên đại của Phục Truyền trước Giê-rê-mi. Xem G. Vanoni, 'Anspielungen und Zitate innerhalbe der hebräischen Bibel: Am Beispiel von Dtn 4, 29; Deut 30, 3 und Jer 29, 13–14,' trong

sự khôi phục Y-sơ-ra-ên, đỉnh điểm là việc thiết lập giao ước mới (Giê 31:27–37) với hậu cảnh là phân đoạn này. Trong lời tuyên bố chính đề của nhà tiên tri ở Giê-rê-mi 30:3 chúng ta nghe vọng lại rõ ràng ý niệm và ngôn ngữ của Phục Truyền 30:1–10. Mặc dù Giê-rê-mi không nói đến phép cắt bì lòng, nhưng hiểu biết của ông về việc Chúa đã ghi khắc luật pháp lên lòng dân Ngài và khải tượng của ông về toàn thể Y-sơ-ra-ên tham gia vào trật tự mới cũng thuộc lĩnh vực thần học tương tự.

Giống như Môi-se, Giê-rê-mi hoàn toàn nhận thức rằng có hai Y-sơ-ra-ên. Một mặt, có một Y-sơ-ra-ên khẳng định địa vị trước mặt Đức Chúa Trời và trước mặt các dân vì là con cháu của Áp-ra-ham, vì sự đồng hóa mình trong cuộc xuất Ai Cập qua việc cử hành lễ Vượt Qua hằng năm và vì việc sở hữu luật pháp; đây là 'Y-sơ-ra-ên về phần xác'[27] của Phao-lô. Mặt khác, có một Y-sơ-ra-ên thuộc linh mà Shema (Phục 6:4–5) là khẩu lệnh cho họ. Giống như Giô-si-a nhiều thế kỷ sau, họ quay về cùng Đức Gia-vê bằng hết cả tấm lòng, hết ý, hết sức của họ (2 Vua 23:25); giống như Ca-lép, Ra-háp và Ru-tơ (những người có dòng máu ngoại bang), họ có một Linh khác và họ đi theo Đức Gia-vê cách trọn vẹn (so sánh Dân 14:24; Phục 1:36; Giôs 14:8); giống như Đa-vít, họ hoàn toàn tin cậy Đức Gia-vê (2 Sa 22:2–51). Về mặt lịch sử, hiếm khi nào ranh giới giữa hai Y-sơ-ra-ên được kết hợp làm một. Sự tương phản giữa hai Y-sơ-ra-ên có thể được mô tả bằng biểu đồ như sau:

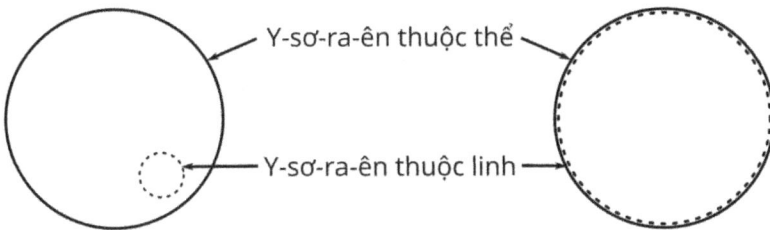

Jeremia und die deuteronomische Bewegung (bt. W. Gross; BBB 98; Weinheim: Beltz Athenäum, 1995), 383–95. Ngược lại, M. Z. Brettler lập luận rằng Phục 30:1–10 dựa trên Giê-rê-mi. Xem 'Predestination in Deuteronomy 30.1–10,' trong *Those Elusive Deuteronomists: The Phenomenon of Pan-Deuteronomists* (bt. L. S. Schearing và S. L. McKenzie; JSOTSup 268; Sheffield: Sheffield Academic, 1999), 171–88

27. Rô 4:1; 9:3, 5; Ga 4:23, 29.

Nhưng hình ảnh được hình dung ở đây lại khác. Theo mô tả phía bên phải, Môi-se hướng về thời kỳ khi mà ranh giới của Y-sơ-ra-ên thuộc thể và thuộc linh sẽ gặp nhau. Toàn thể Y-sơ-ra-ên sẽ được cắt bì trong lòng; tất cả sẽ yêu mến Đức Gia-vê; tất cả sẽ lắng nghe tiếng Ngài và sống theo luật pháp Môi-se; và tất cả sẽ được hưởng ân huệ của Ngài.

Đây là lý tưởng mà Giê-rê-mi nghĩ đến. Rút một trang ra khỏi sổ ghi chép của Môi-se, ông khiển trách dân chúng vì không chịu cắt bì trong lòng (4:4; 6:10; 9:25–26), nhưng trong Giê-rê-mi 31:31–34, ông nhìn vượt trên sự đoán phạt để thấy ngày mà 'toàn thể Y-sơ-ra-ên' sẽ (1) để luật pháp được ghi khắc trong lòng, (2) có mối liên hệ với Đức Gia-vê qua giao ước, (3) biết Ngài, và (4) sẽ kinh nghiệm sự tha tội. Không có điều nào trong bốn điều này là hoàn toàn mới mẻ. Ngay từ ban đầu đã có một phần dân sót lại tận hưởng món quà ân sủng này. Đặc điểm mới duy nhất của 'giao ước mới' là phạm vi của nó. Bằng tiếng nói của Đức Gia-vê, nhà tiên tri mong ngóng ngày khi tất cả Y-sơ-ra-ên sẽ đi theo Ngài (so sánh 30:22) và ranh giới của Y-sơ-ra-ên thuộc linh sẽ trùng với ranh giới của Y-sơ-ra-ên thuộc thể.

Được xác nhận từ hai phía, mối ràng buộc qua sự kết ước sẽ bền vững. Trong giao ước mới, không có tự do tách biệt khỏi luật pháp, cũng không có sự điều chỉnh trong tiêu chuẩn công bình của Đức Chúa Trời. Giê-rê-mi hình dung một tương lai[28] khi luật pháp ban đầu của Đức Gia-vê sẽ được tiếp nhận vào lòng của mọi người Y-sơ-ra-ên và toàn thể Y-sơ-ra-ên sẽ được tự do đi theo đường lối Đức Gia-vê. Cái gọi là 'giao ước mới' thật sự không phải mới. Nó có nghĩa là sự ứng nghiệm và thực hiện những lý tưởng được trình bày trong giao ước của Đức Chúa Trời với Áp-ra-ham, được truyền cho toàn thể dân tộc tại Si-na-i và được nhắc lại cho thế hệ này trên đồng bằng Mô-áp.[29]

---

28. Cụm từ 'những ngày đến' lặp lại trong 30:27, 31, 38.

29. Trong ngữ cảnh, Giê 31:27–40 chỉ mang tính địa phương; ở đây chỉ nói đến Y-sơ-ra-ên. Ê-xê-chi-ên không nói về cắt bì trong lòng, nhưng thay thế hình ảnh này bằng ẩn dụ về ngôn ngữ của việc ghép lòng. Nhắc lại sự mâu thuẫn của Môi-se trong Phục Truyền, lúc thì ông kêu gọi người Y-sơ-ra-ên hãy khiến mình có một lòng mới và thần mới (Êxê 18:31; so sánh Phục 10:16), lúc thì ông lại nói đến việc Đức Gia-vê sẽ đặt thần và lòng mới vào dân Ngài (11:19; 36:24–34; so sánh Phục 30:6). Giống Môi-se, Ê-xê-chi-ên xem việc vâng theo ý muốn Chúa là bằng chứng về sự đổi mới tâm linh.

Việc người Do Thái từ Ba-by-lôn trở về năm 538 cho thấy Đức Gia-vê đã không quên dân Ngài hay lời Ngài phán qua Môi-se. Không còn thờ thần tượng nữa, những người trở về xây lại Giê-ru-sa-lem trong tư cách dân giao ước của Đức Gia-vê có tâm linh được đổi mới. Tuy nhiên, cả Môi-se lẫn những nhà giải kinh sau này đều không hình dung đây là sự ứng nghiệm hoàn toàn Phục Truyền 30:1–10, vì sự kiện này là sự thay đổi chỉ 'trong phạm vi nhỏ' (so sánh Êxê 11:16). Các cột trụ là nền tảng cho hy vọng của họ chỉ được tái thiết một phần:

1. Họ chỉ chiếm một phần nhỏ của xứ được hứa cho các tổ phụ lúc ban đầu.

2. Dù khoảng 50.000 người trở về (Era 2:64–65), nhưng chủ yếu là người Giu-đa và người Lê-vi, và chỉ đại diện một phần nhỏ người Y-sơ-ra-ên tản lạc khắp vùng Cận Đông cổ.

3. Xô-rô-ba-bên, con cháu của Đa-vít, trở về, nhưng vương quyền chưa được khôi phục; ông chỉ là thống đốc của một tỉnh dưới sự kiểm soát của Ba Tư (A-ghê 1:12–15; 2:23).

4. Đền thờ được tái thiết, nhưng đó là phiên bản đáng thương của vinh quang ban đầu; bất luận thế nào, vinh quang của Đức Gia-vê dường như không hề trở lại (so sánh A-ghê 2:1–9).

Bức tranh này rõ ràng không phù hợp với lý tưởng Môi-se đưa ra, nhưng đó là một phần cọc của cam kết không bị gián đoạn của Đức Gia-vê với dân Ngài.

Phục Truyền 30:1–10 cũng cung cấp cơ sở cho tư tưởng của Phao-lô. Để trả lời cho người Giu-đa, những người lập luận rằng người ngoại bang cần phải được cắt bì trong thân thể thì mới được bước vào giao ước của Đức Gia-vê, Phao-lô biện luận rằng người ta không nhận biết dân giao ước của Đức Chúa Trời nhờ phép cắt bì thuộc thể mà nhờ phép cắt bì trong lòng bởi Thánh Linh. Chơi chữ với tên gọi Giu-đa ('ngợi khen'), ông tuyên bố rằng Y-sơ-ra-ên thật (Do Thái) được Đức Chúa Trời chứ không phải được con người khen ngợi (Rô 2:25–29). Nhìn xuyên qua khải tượng của Giê-rê-mi về tương lai, Phao-lô mong đợi sự ứng nghiệm lý tưởng của Môi-se khi 'cả dân Y-sơ-ra-ên sẽ được cứu' (Rô 11:26).

Viễn cảnh của niềm hy vọng về sự khôi phục mối quan hệ giữa Đức Gia-vê và thần dân bị xa lánh của Ngài tương phản rõ rệt với thực tế được nhìn nhận trong các hiệp ước bá chủ Cận Đông cổ đại. Mặc dù các tài liệu chính trị này trình bày mối quan hệ giữa bá chủ và chư hầu bằng ngôn ngữ quen thuộc như 'cha' và 'con', nhưng các bá chủ con người thường chủ yếu quan tâm đến việc bảo vệ lợi ích của chính mình; hy vọng về sự phục hồi mối quan hệ sau khi các thần giáng những lời nguyền rủa không bao giờ đi kèm với những nguyền rủa trong hiệp ước. Ngoài ra, trong khi các bá chủ chính trị yêu cầu thần linh làm bên thứ ba để thưởng hay phạt kẻ phản bội ở thể cầu khẩn, thì Đức Gia-vê tuyên bố kết quả của sự vâng lời và không vâng lời ở thể tuyên bố và tự cho mình là Đấng bảo đảm các hậu quả lẫn sự phục hồi cuối cùng ở ngôi thứ nhất.[30]

Mặc dù Đức Gia-vê đóng vai trò lập pháp, hành pháp và xét xử, nhưng Ngài cũng hoàn toàn được tự do phục hồi mối quan hệ sau khi đã thi hành sự nguyền rủa. Việc Ngài lựa chọn tổ phụ ban đầu được thôi thúc bởi mối quan tâm truyền giáo rộng lớn hơn, nhưng trong mối quan hệ của Ngài với Y-sơ-ra-ên, Ngài luôn hành động vì lợi ích của dân chúng. Sự chống nghịch của họ không hề gây nguy hiểm cho quyền thế và địa vị của Đức Gia-vê. Bởi lòng thương xót và cam kết bền vững của Ngài đối với dân chúng (4:30–31), Ngài tự do tuyên bố kết thúc đoán phạt và cho họ một khởi đầu mới. Phục Truyền 30:1–10 là lời chứng mạnh mẽ về cam kết đời đời của Đức Gia-vê với dân Ngài.[31]

Ý Nghĩa Đương Đại

QUỐC GIA Y-SƠ-RA-ÊN HIỆN TẠI. Phục Truyền 30:1–10 có ý nghĩa sâu sắc đối với Cơ Đốc nhân ngày nay ở ba cấp độ. Thứ nhất, đây là kim chỉ nam cho quan điểm Cơ Đốc về những vấn đề liên quan đến quốc gia Y-sơ-ra-ên hiện tại. Một mặt, sự hiện hữu một quê hương đối với dân tộc Do Thái trong xứ Y-sơ-ra-ên không thể bị xóa bỏ giống như một sự kiện tình cờ trong lịch sử. Sau hai ngàn năm sống tha hương, con cháu Áp-ra-ham từ khắp nơi trên thế giới đã tái lập một quốc gia

---

30. So sánh Krasovec, 'Distinctive Hebrew Testimony', 234.
31. So sánh Xuất 31:16–17; Lê 24:8, 26:40–45; Quan 2:1; Thi 111:2–9; Ê-sai 24:4–5; 54:4–10.

trong xứ được hứa cho dòng dõi ông. Đây là bằng chứng rõ rệt nhất về sự quan phòng.

Dù vậy, chúng ta thừa nhận rằng quốc gia Y-sơ-ra-ên hiện tại không phải là sự ứng nghiệm cho khải tượng của Môi-se hay khải tượng của các tiên tri tiếp nối ông. Những điều kiện tiên quyết được đưa ra để phục hồi tam giác giao ước chưa được ứng nghiệm. Mặc dù một số người Do Thái cẩn thận làm theo các luật về ăn uống và nghi lễ của Do Thái giáo, nhưng Y-sơ-ra-ên ngày nay về bản chất là một quốc gia thế tục; ngoài ra, cách họ cư xử với người Pa-lét-tin và những người nước ngoài ở giữa họ cho thấy bằng chứng ít ỏi về một phong trào trên toàn quốc mà điểm đặc trưng của nó là tấm lòng được cắt bì và khải tượng đạo đức được tóm tắt ở Phục Truyền 10:12–22. Nếu không có đức tin và lòng kính sợ Đức Chúa Trời được thể hiện qua hành động tìm kiếm phúc lợi của người lân cận trước lợi ích bản thân, thì không hề có quyền thiêng liêng nào trên xứ cả.

Chúng ta cầu nguyện cho sự hòa bình của Giê-ru-sa-lem, nhưng cũng cầu cho hòa bình của khu vực. Y-sơ-ra-ên được kêu gọi trở thành mô hình thu nhỏ của thế giới khao khát hòa bình. Điều này đòi hỏi lòng trung thành với Đức Chúa Trời đi kèm với phước lành của Đức Chúa Trời. Áp dụng trực tiếp Giô-ên 2:32[3:5] cho Đấng Christ, Phao-lô tuyên bố lòng tận hiến thật cho Đức Gia-vê được bày tỏ thông qua đức tin nơi Chúa Giê-xu Christ, vì 'ai kêu cầu danh Chúa đều sẽ được cứu' (Rô 10:13).[32]

Đức Chúa Trời và mối quan hệ giao ước

Như Phao-lô nhấn mạnh trong Rô-ma 2, Phục Truyền 30:1–10 là mô hình cho cách Đức Chúa Trời thiết lập mối quan hệ giao ước với những người hết lòng tìm kiếm Ngài. Một mặt, mối quan hệ tích cực với Đức Chúa Trời đòi hỏi sự thay đổi trong thái độ của chúng ta khi chúng ta tỉnh ngộ và thừa nhận đường lối chống nghịch của mình; sự thay đổi trong hướng đi khi chúng ta ra khỏi con đường tội lỗi và nổi loạn; và việc sẵn sàng nghe tiếng Đức Chúa Trời, kêu gọi chúng ta tin cậy Ngài và thiết lập con đường chúng ta phải đi (Công 3:19;

---

32. Về ý này, xem D. I. Block, 'Who Do Commentators Say 'the Lord' Is? The Scandalous Rock of Romans 10:13', trong *On the Writing of New Testament Commentaries: Festschrift for Grant Osborne on the Occasion of His 70th Birthday* (bt. S. Porter và E. Schnabel (Leiden: Brill, 2012).

8:22).[33] Sứ điệp của Kinh Thánh là nhất quán: điều kiện tiên quyết để con người có được mối liên hệ với Đức Chúa Trời bao gồm đức tin và sự ăn năn, mà theo ngôn ngữ của Phao-lô là từ bỏ con người cũ bại hoại và mặc lấy người mới (Côl 3:9–10).

Mặt khác, sự đổi mới tâm linh có hiệu lực nhờ hành động ân sủng của Chúa. Khi Đức Chúa Trời rút cánh tay đoán phạt khỏi chúng ta - là những người đáng bị phạt - vì tất cả đều thiếu hụt tiêu chuẩn vinh quang của Đức Chúa Trời (Rô 3:23) - khi thái độ và đường hướng của Ngài thay đổi từ thịnh nộ sang thương xót, và khi Ngài cắt bì lòng người bởi hành động biến đổi nhân từ mà chúng ta không đáng nhận được, thì mối liên hệ với Ngài được thiết lập. Tất cả những ai được cắt bì trong lòng đều sẽ yêu mến Ngài hết lòng và sẽ bày tỏ tình yêu đó qua việc vui vẻ vâng phục ý muốn Ngài.

Giao ước mới

Từ góc nhìn này của thập tự giá, những liên kết về khái niệm giữa bản văn này và giao ước mới buộc chúng ta phải thắc mắc về vai trò của Đấng Christ, Đấng khiến cho mối liên hệ giao ước mới trở nên khả thi. Khi Chúa Giê-xu thiết lập Lễ Vượt Qua, Ngài phán về trái nho: 'Chén nầy là giao ước mới trong huyết Ta vì các con mà đổ ra' (Lu 22:20). Qua công tác của Đấng Christ, chúng ta được đem đến gần Đức Chúa Trời để tận hưởng mối quan hệ giao ước với Ngài; qua Đấng Christ chúng ta được biết Cha; qua sự hy sinh của Đấng Christ, tội lỗi chúng ta được tha; và qua Đấng Christ và Thánh Linh, tâm trí chúng ta được làm nên mới và luật pháp Ngài được ghi khắc vào lòng chúng ta. Công tác của Đấng Christ, sứ mạng của Ngài được thiết lập trước khi lập nền thế giới (1 Phi 1:18–21), là nền tảng cho mọi giao ước của Đức Chúa Trời. Qua công tác của Đấng Christ, sự thánh khiết

---

33. M. Boda đã đúng khi ghi nhận rằng Phục Truyền ít nói về sự tha thứ và sự chuộc tội trong vai trò giải pháp cho việc vi phạm giao ước. Lòng thương xót và sự phục hồi thiên thượng được nhấn mạnh như cách đáp ứng trước sự ăn năn của con người. Xem chương 7, 'Deuteronomy' trong *A Severe Mercy: Sin and Its Remedy in the Old Testament* (Siphrut 1; Winona Lake, IN: Eisenbrauns, 2009), 97–114. Trong khi các nhà thần học thường lập luận rằng tự thân sự ăn năn đã là kết quả của việc Chúa làm trước đó, thì bản văn này không cho phép cách giải thích giản hóa luận về tiến trình cứu rỗi. Ở đây, chuỗi thứ tự là ăn năn, đòi hỏi việc suy ngẫm sâu sắc về tội lỗi và nhận tội lỗi, theo sau là xây bỏ và hết lòng vâng phục. Chỉ có bước sau mới được trình bày như kết quả của công tác thiên thượng trong phép cắt bì lòng.

của Đức Chúa Trời được đáp ứng và cơn thịnh nộ của Ngài đối với chúng ta được cất bỏ và được thay thế bằng lòng thương xót.

Phục Truyền Luật Lệ Ký 30:11–20

Ý Nghĩa Nguyên Thủy

Trong những câu này, Môi-se đem thính giả quay về hiện tại qua lời kêu gọi cuối cùng. Mối quan tâm mục vụ của ông trở nên rõ ràng khi ông nhắc người Y-sơ-ra-ên về tính hợp lý của các yêu cầu trong giao ước (30:11–14) và thách thức họ chọn con đường đúng (30:15–20).

Tính chất gần gũi trong sự mặc khải của Đức Chúa Trời (30:11–14)

Trong câu 11–14, Môi-se nhắc lại rằng những đòi hỏi của mối quan hệ giao ước không phải không thể nhận biết, không hợp lý, không thể hiểu được hay không thể thực hiện được. Ngược lại, có thể tiếp cận và thực hiện những đòi hỏi này. Hiếm khi nào cách lập luận trong sách lại chặt chẽ như vậy. Bắt đầu với câu chính đề được diễn đạt theo nghĩa phủ định (30:11), Môi-se trình bày hai lập luận phụ hầu như giống nhau về văn phong và cấu trúc, sau đó kết thúc bằng câu trả lời tích cực cho câu chính đề mở đầu.

Phân đoạn này mở đầu bằng trạng từ *kî* (ND: bản tiếng Việt không dịch từ này), báo hiệu đỉnh điểm hay cao trào của bài giảng thứ ba.[1] Trong 29:14[13] Môi-se đã thúc giục thính giả hướng về tương lai phía trước, khuyên họ đừng trượt ngã trong sự bội đạo (29:14–28[13–27]), nhưng về cơ bản đưa ra hy vọng rằng đến cuối cùng lòng thương xót của Đức Gia-vê sẽ thắng hơn cơn giận của Ngài (30:1–10). Nếu chúng ta đọc phần chính của bài diễn văn nhắc lại giao ước này (29:2–13[1–12], 29:28; 30:11–20) như một câu chuyện kể liên tục, thì trạng từ *kî* trực tiếp nối đoạn này với 29:29[28], ngụ ý câu 11–14 giải thích 'tất cả những lời của luật pháp [Tô-ra] này' đã được bày tỏ ra cho người Y-sơ-ra-ên.[2] Trong lời tuyên bố mở đầu,

---

1. Về cách dùng *kî* để đánh dấu điểm nối đáng chú ý, xem C. M. Follingstad, *Deictic Viewpoint in Biblical Hebrew Text: A Syntagmatic and Paradigmatic Analysis of the Particle* ‫כי‬(Dallas: SIL, 2001), 52.
2. Tương tự với E. Aurelius, 'Heilsgegenwart im Wort: Dtn 30, 11– 14,' trong *Liebe und Gebot. Studien zum Deuteronomium* (bt. L. Perlitt Festschrift, R. G. Kratz

'điều răn' (*hammiṣwa*) nói đến tất cả những đòi hỏi của giao ước.[3] Mặc dù một số người cho rằng từ này hầu như đồng nghĩa với từ *hattôrâ*, 'Tô-ra, chỉ dẫn',[4] nhưng hình thức số ít có thể cũng ám chỉ Điều Răn Quan Trọng Nhất - mà tất cả những điều răn khác đều nằm bên dưới - được thể hiện trong điều răn đầu tiên của Mười Điều Răn và trong phần thứ hai của Shema (6:5; so sánh 10:12–21).

Ở 30:12–13 Môi-se chen vào giọng của hai người đối thoại giả định, mà qua họ ông đưa ra hai lời bác bỏ quan trọng liên quan đến điều răn.

(1) Điều răn không 'quá khó khăn' (*niplē't*) đến nỗi người Y-sơ-ra-ên không thể hiểu hay thực hành (30:11). Từ này có thể ám chỉ điều gì đó vượt quá hiểu biết của con người[5] hoặc vượt quá năng lực của con người.[6] Ở đây có lẽ Môi-se muốn từ ngữ này được hiểu theo nghĩa rộng nhất. Điều răn không khó hiểu đến nỗi chỉ thuật sĩ mới có thể hiểu, cũng không quá khó đến nỗi phải cần đến sức mạnh phi thường của con người. Đối với Đức Gia-vê, áp đặt lên dân chúng tiêu chuẩn hành vi mà họ không thể đạt tới không phải là hành động nhân từ, mà là hành động chuyên chế tột bậc.

(2) Điều răn không vượt quá tầm tay. Môi-se làm rõ ý này bằng hai minh họa hầu như giống nhau về hình thức. Tưởng tượng một người bắt đầu chuyến hành trình dài để tìm lại điều răn, sau đó đem điều răn trở về và dạy cho dân chúng, Môi-se đặt trời và biển cạnh nhau như phép đối nghịch để diễn đạt 'bất kỳ đích đến nào có thể tưởng tượng được'.[7] Một số bản văn ngoại kinh cung cấp sự tương đồng

---

và H. Spieckermann; (FRLANT 190; Göttingen: Vandenhoeck & Ruprecht, 2000), 15.

3. So sánh Phục 6:25; 11:22; 15:5; 19:9. Phục 30:11 dịch sát nghĩa: 'Điều răn mà tôi truyền cho anh em hôm nay'; vang vọng nguyên văn 15:5.

4. Tigay, *Deuteronomy*, 74, 286.

5. Trong Xuất 34:10, danh từ cùng gốc nói đến hành động phi thường của Đức Gia-vê vì lợi ích của dân Ngài. Trong Phục 17:8, động từ thể Niphal nói đến vụ kiện pháp lý không giải quyết được. Châm 30:18 liên kết từ này với việc không thể hiểu thấu.

6. Xem 2 Sa 13:2; Xa 8:6. Từ này được dùng để chỉ về Đức Gia-vê trong Sáng 18:14; Giê 32:17, 27.

7. Cặp từ ngữ này là cách viết rút gọn của những cặp đối nghịch được liệt kê chỗ khác trong Cựu Ước (Gióp 11:8–9; Thi 139:8–9; so sánh Gióp 28). Trong Amarna Letter 264, vị vua Ca-na-an mô tả lòng trung thành của ông với Pha-ra-ôn: 'Nếu chúng tôi phải đi lên trời, hay đi xuống âm phủ, đầu chúng tôi cũng ở trong tay vua' (dịch bởi Moran, *Amarna Letters*, 313).

với lời của Môi-se.[8] Mặc dù có lẽ Môi-se không biết về truyền thống hành trình này trong vũ trụ, nhưng câu nói của ông có vẻ trả lời cho câu hỏi được nêu lên bởi người công bình chịu khổ trong Ludlul Bēl Nēmeqi: 'Ai biết ý muốn của các thần trên trời? Ai hiểu được kế hoạch của các thần của thế giới âm ti? Con người học biết đường lối của thần ở đâu?'[9]

Ngược với việc không thể hiểu được suy nghĩ các thần, sự bày tỏ của Đức Chúa Trời, tức là 'lời', có ngay tại đây và không cần phải đến một nơi xa để lấy về. Việc thay đổi từ 'điều răn' trong câu 11 sang 'lời' trong câu 14 có vẻ liên quan đến văn phong, nhưng sự lựa chọn này lại có mối liên kết với 'lời', ám chỉ chung những chỉ dẫn của Môi-se (so sánh 1:1). Việc Môi-se đánh đồng 'điều răn [mà tôi truyền cho anh em]' và 'lời' cung cấp thêm những hiểu biết về ý nghĩa của các bài giảng cuối cùng của ông. Trái ngược với những điều bí mật mà Đức Gia-vê giữ cho chính Ngài (29:29[28]), qua các diễn văn của Môi-se, sự mặc khải của Đức Gia-vê đến đến gần hơn với thế hệ hiện tại, và dân chúng được ban cho tâm trí để biết, mắt để thấy, và tai để nghe (so sánh 29:4[3]).

Từ 'gần' cho thấy mối liên hệ với 4:7–8, những câu Kinh Thánh nói về việc Đức Gia-vê ở gần người Y-sơ-ra-ên. Điều gì đúng với Đức Gia-vê thì cũng đúng với 'điều răn [mà tôi truyền cho anh em]'. Câu 14 cho biết sự mặc khải hết sức gần, trong miệng và trong trí/lòng họ; qua việc đọc thuộc lòng, họ ghi nhớ nó.[10] Qua mệnh đề kết thúc chỉ mục đích trong câu này, Môi-se tuyên bố rằng huấn thị của ông nhằm hướng dẫn hành vi của người Y-sơ-ra-ên. Câu nói này hàm ý Điều Răn Quan Trọng Nhất và phần chỉ dẫn chi tiết bắt nguồn từ điều răn này thật sự có thể thực hiện được. Khi kêu gọi họ hết lòng vâng

---

8. Ví dụ, xem 'Etana' trong Foster, *Before the Muses*, 533–54; Tablets IX-XI in the Epic of Gilgamesh. Muốn xem bản dịch của tài liệu thứ nhì, xem A. George, *The Epic of Gilgamesh: The Babylonian Epic Poem and Other Texts in Akkadian and Sumerian* (London: Penguin, 2000), 70–100; tương tự ANET, 88–97.

9. *Ludlul Bēl Nēmeqi* 1.36–38, Lambert dịch, *Babylonian Wisdom Literature*, 41. Cũng xem câu hỏi được đặt ra trong 'The Dialogue of Pessimism': 'Who is so tall as to ascend to the heavens? Who is so broad as to compass the underworld?' (như trên, 148–49, II. 83–84). Về mối quan hệ của những bản văn này với Phục 30:11–12, xem F. E. Greenspahn, 'A Mesopotamian Proverb and Its Biblical Reverberations', *JAOS* 114 (1994): 35.

10. Phục 30:11 và 14 phỏng theo 6:6: 'Hãy ghi lòng tạc dạ những lời mà tôi truyền cho anh em ngày nay'.

phục, Đức Gia-vê không đòi hỏi điều không thể biết được, không khả thi hay không hợp lý. Nếu Y-sơ-ra-ên thất bại - và họ sẽ thất bại (31:16–18) - thì không phải vì dân chúng không thể giữ luật pháp bởi rào cản cao quá sức, mà vì họ sẽ không vâng giữ nó. Dẫu mỗi thế hệ đều sẽ có những cá nhân công chính và trung thành với Đức Gia-vê (tức là Y-sơ-ra-ên thật), thì ở đây mối quan tâm là sự tái phạm thuộc linh của dân tộc nói chung. Thành công của họ phụ thuộc vào lòng trung thành của tập thể.

Hai Con Đường (30:15–20)

Môi-se kết thúc bài giảng thứ ba với lời kêu gọi cấp thiết đó là phải khôn ngoan giữa hai lựa chọn ông trình bày nãy giờ (so sánh 11:26–28). Cấu trúc của phân đoạn hiện tại có thể được làm nổi bật bằng đồ thị như sau (diễn ý cá nhân bên dưới):

Hãy xem, ngày nay tôi đặt trước mặt anh em		
Lựa Chọn	sự sống và phước lành	sự chết và tai họa
Điều kiện	mà tôi truyền cho anh em ngày nay yêu mến Giê-hô-va Đức Chúa Trời,đi trong đường lối Ngài, tuân giữ những điều răn,luật lệ và mệnh lệnh Ngài	nhưng nếu anh em thay lòng đổi dạ, không muốn nghe theo, lại bị quyến dụ đi cúng lạy và phụng thờ các thần khác
Hôm nay tôi công bố với anh em		
Kết quả	thì anh em được sống và thêm đông đúc.Giê-hô-va Đức Chúa Trời sẽ ban phước cho anh em trong xứ mà anh em sắp vào chiếm hữu	Thì anh em chắc chắn sẽ bị diệt vong, không được sống lâu trong xứ mà anh em sắp vượt qua sông Giô-đanhđể tiếp nhận.

Xét về ngôn ngữ,[11] nhiều người xem đơn vị này là phần tinh túy của 'thần học Phục Truyền', theo đó sự vâng lời đem đến phước hạnh còn bất tuân dẫn đến nguyền rủa.[12] Phỏng theo văn phong mà các tác phẩm văn chương khôn ngoan sau này đi theo,[13] giáo sư/người giảng Môi-se trình bày hai lựa chọn và phác họa kết quả của từng lựa chọn.

---

11. Về các yêu cầu, so sánh 10:12; 11:1, 22; về lời hứa/ cảnh báo, so sánh 4:1; 7:13; 8:1

12. So sánh bài viết của W. Brueggemann, 'the Shrill Voice of the Wounded Party', *HBT* 21 (1999): 1–25.

13. Nhà hiền triết đối chiếu sự sống và sự chết, như chủ đề mang tính động lực Châm 11:19; 14:27; 18:21. Cũng xem G. H. Wilson, 'The Words of the Wise': The

Nếu họ bày tỏ lòng yêu mến Đức Gia-vê bằng cách bước đi trong đường lối Ngài và vâng theo mọi điều răn Ngài, họ sẽ vui hưởng sự sống và thịnh vượng; còn nếu họ từ bỏ Đức Gia-vê và đường lối Ngài, họ 'chắc chắn sẽ bị diệt vong' (30:18). Ở đây, 'sự sống' và 'điều tốt lành' (dịch theo nghĩa đen; lưu ý mạo từ trong tiếng Hê-bơ-rơ) là những từ ngữ có chức năng tương đương với 'phước lành' (11:26; 28:1–14), còn 'sự chết và sự diệt vong' (một lần nữa lưu ý mạo từ) tượng trưng sự nguyền rủa (11:26; 28:15–68).

Câu 16 bắt đầu cách vụng về trong tiếng Hê-bơ-rơ, với mệnh đề phụ ở chỗ khác ám chỉ đến điều Môi-se đã truyền trước đó.[14] Ở 11:27, 'Anh em sẽ hưởng phước lành nếu vâng theo các điều răn của Giê-hô-va Đức Chúa Trời mà tôi truyền cho anh em hôm nay' đứng trước mệnh đề này, ngụ ý rằng ở đây trong 30:16, hoặc là Môi-se cho rằng dân chúng sẽ điền vào chỗ trống, hoặc chỗ trống đó là lỗi sao chép.[15] Do đó, những động từ nguyên thể sau đây phải được hiểu theo nghĩa cách: Y-sơ-ra-ên vâng theo các điều răn của Đức Gia-vê mà Môi-se truyền cho họ bằng cách 'kính mến; Giê-hô-va Đức Chúa Trời họ, bằng cách 'đi' trong đường lối Ngài, và bằng cách 'giữ' các điều răn, mạng lệnh và luật lệ Ngài (so sánh 10:12). Hậu quả của lòng bất trung là những điều trái ngược với những việc tốt đẹp Môi-se đã hứa làm phần thưởng cho lòng trung thành: thay vì sống, thì chết; thay vì điều tốt lành, thì là tai họa.[16]

Dĩ nhiên, hành vi đem lại sự chết và tai họa bao hàm một sự thay đổi trong thái độ từ bỏ Đức Gia-vê, thể hiện qua sự bất tuân và thờ các thần khác (30:17–18). Trong khi vâng lời mang lại sự sống, gia tăng dân số và phước lành trong xứ mà người Y-sơ-ra-ên sẽ đi vào, thì bất tuân đem lại sự hủy diệt, sự chết, không được ở lâu trong xứ mà họ sẽ vào. Khi thêm vào 'hôm nay tôi công bố cho anh em' (30:18)

Intent and Significance of Qohelet 12:9–14', *JBL* 103 (1984): 186–87. Liên quan đến Phục 11:26–28 và 30:15–18, Wilson trích dẫn Châm 3:33–35; 4:10–19; 8:32–36.

14. Chỉ trong chương này, xem 30:1a, 1b, 2, 3, 5, 7, 8, 11, 16b, 18.

15. Có lẽ lỗi là do mắt của người sao chép nhảy từ *'ăšer* đầu tiên sang từ thứ hai, làm mất khúc giữa. Bản ESV và NRSV theo bản Bảy Mươi, bao gồm mệnh đề bị sót. Tương tự với McConville, *Deuteronomy*, 423, Nelson, *Deuteronomy*, 345, 346. Có thể hiểu theo bản NIV, dù không chắc chắn đúng.

16. Về *tôb* ('tốt') và *ra'* ('ác') là những thái cực đối lập, xem C. Westermann, *Genesis 1–11: A Continental Commentary* (Minneapolis: Fortress, 1994), 328–33.

giữa những điều kiện và hậu quả của sự không vâng lời, Môi-se làm gia tăng tính long trọng cho lời cảnh báo.

Môi-se kết thúc bài giảng cuối cùng bằng lời kêu gọi mạnh mẽ đó là phải lựa chọn đúng đắn (30:19). Nhắc lại câu nói ở phần kết mang tính cổ vũ của bài giảng thứ nhất (4:26), ông kêu gọi trời và đất làm chứng cho Y-sơ-ra-ên rằng ông đã trình bày cho họ những lựa chọn này. Nửa phần sau của câu 19 được nhấn mạnh trong tiếng Hê-bơ-rơ: 'Sự sống và sự chết ta đặt trước mặt các ngươi; phước lành và nguyền rủa' (diễn ý cá nhân). Việc nói đến sống và chết nhắc lại phần mở đầu của phân đoạn này (30:15), và nói đến phước lành và nguyền rủa được mượn từ 11:26–27.

Lời kêu gọi cuối cùng 'chọn sự sống' ở cuối câu 19 vừa là đỉnh điểm của bài giảng cuối cùng của Môi-se, vừa là đỉnh điểm trong lời giảng của ông trên đồng bằng Mô-áp. Mệnh đề này ảnh hưởng đến phần còn lại của câu 19 và 20, tiếp theo là mệnh đề chỉ mục đích và ba động từ chỉ cách thức dạng nguyên thể. Chọn sự sống nghĩa là bày tỏ cam kết theo giao ước ('kính mến') với Đức Gia-vê bằng hành động vì lợi ích của Ngài, 'lắng nghe' tiếng Đức Gia-vê, và chỉ 'tríu mến' Ngài mà thôi.[17]

Nhưng có hai sự lựa chọn: sống hoặc chết. Ba động từ nguyên thể mở đầu câu 20 hàm ý chọn lựa đúng đắn bao hàm toàn bộ con người và Y-sơ-ra-ên nắm chìa khóa sự sống trong tay. Ở đây, Môi-se hiểu 'sống' theo nghĩa số lượng lẫn chất lượng. 'Sống' nghĩa là sống thọ trong đó hậu quả của tội lỗi và sự chết yểu bị ngăn chặn. Nhưng nó cũng có nghĩa là được ngụ trong xứ Đức Gia-vê thề hứa ban cho tổ phụ họ. Với việc nhắc đến tổ phụ lần cuối cùng, Môi-se đã quay về điểm xuất phát, kết thúc nơi ông đã bắt đầu – với dân sắp bước vào Đất Hứa và những lời hứa Đức Gia-vê đã thề nguyện ngân vang bên tai. Đức Gia-vê luôn giữ lời; vấn đề ở đây là dân chúng có giữ lời của họ không?

---

17. Về *dābaq* ('tríu mến/ gắn bó'), xem chú giải ở 4:4; 10:20; 11:22; 13:4[5]. Phục 11:22 gồm có bộ ba yêu cầu tương tự, dù 'đi trong đường lối Ngài' thay cho lắng nghe tiếng Ngài nằm giữa hai yêu cầu kia.

Ngữ Cảnh Bắc Cầu

TIẾP TỤC SỰ GIẢNG DẠY CỦA MÔI-SE. Mặc dù phần bài giảng tạm biệt của Môi-se với hội chúng của ông đã kết thúc, nhưng tiếng nói của ông vẫn còn. Âm vang từ lời giảng của ông văng vẳng qua nhiều thế kỷ, không chỉ qua các bài giảng được lưu lại trong sách Phục Truyền, mà còn trong các tác phẩm của sử gia, tiên tri, nhà hiền triết và soạn giả thánh ca. Họ nhắc chúng ta rằng những người xưng mình là dân Chúa luôn đứng trước thời khắc quyết định: Chúng ta có yêu Chúa không? Chúng ta có sẽ nghe tiếng Ngài không? Chúng ta có bám víu lấy Ngài không?

Giô-suê tiếp tục lời cầu xin của Môi-se trong bài giảng tạm biệt của chính ông bằng thách thức: 'Ngày nay hãy chọn ai mà mình muốn phụng sự, hoặc các thần mà tổ phụ anh em đã phụng sự bên kia sông, hoặc các thần của dân A-mô-rít trong xứ mà anh em ở'. Và ông nói về mình như một gương mẫu 'nhưng tôi và gia đình tôi sẽ phụng sự Đức Giê-hô-va' (Giôs 24:15). Đáng buồn thay, lịch sử của Y-sơ-ra-ên là lịch sử của những lựa chọn sai lầm. Chắc chắn cũng có những cá nhân chọn sự sống. Lịch sử dân tộc được xây dựng bởi hai người như vậy. Bởi lòng trung thành của mình, ngay từ đầu Ca-lép đã có được danh xưng đáng kính 'đầy tớ ta', và tận hưởng niềm vui được ở trong xứ, vì ông mang một tinh thần khác và hết lòng đi theo Đức Gia-vê (Dân 14:24).[18] Cuối cùng, Giô-si-a nhận được lời khen quan trọng nhất: 'Trước người chẳng có vua nào giống như vậy, hết lòng, hết cả con người, hết mọi nguồn lực quay về với Đức Gia-vê, theo trọn luật pháp của Môi-se' (2 Vua 23:25, diễn ý cá nhân). Nhưng trong vòng xoáy của những thập kỷ cuối cùng của Giu-đa, ngay cả sự sống của ông cũng bị rút ngắn bởi mũi tên 'bắn bừa' của Ai Cập.

Tác giả Hê-bơ-rơ tóm lược rất hay sự kiện thế hệ xuất hành khước từ ân sủng huy hoàng của Đức Gia-vê như được bày tỏ trong việc lựa chọn, cứu chuộc, lập giao ước và chăm sóc quan phòng: 'Vì Tin Lành được rao giảng cho chúng ta cũng giống như cho họ; nhưng lời họ đã nghe không đem lại ích lợi gì, vì trong khi nghe, họ không tiếp nhận lời ấy với đức tin' (Hê 4:2; so sánh Dân 32:11–12). Câu này cũng mô tả

---

18. Đối với Giô-suê, Ca-lép vẫn trung thành với Đức Gia-vê (Dân 14:24; Phục 1:36; Giôs 14:8–9, 14), trái ngược với những người còn lại thuộc thế hệ ra khỏi Ai Cập (Dân 32:11–12).

chính xác đáp ứng của con cháu họ. Theo Các Quan Xét, trong vòng một thế hệ sau khi băng qua Giô-đanh, người Y-sơ-ra-ên nhiều lần có những lựa chọn sai lầm, tự làm cho những lời nguyền rủa trong giao ước giáng trên họ. Họ chọn lấy sự chết thay vì sự sống, và chỉ bởi ân sủng của Đức Gia-vê mà dân Y-sơ-ra-ên mới có thể nổi lên vào cuối thiên niên kỷ II TC hầu như nguyên vẹn - ít ra là về mặt thể chất. Nhưng về thuộc linh tất cả đều làm điều đúng theo mắt mình thấy là phải (Quan 17:6; 21:25).

Sau khi nền quân chủ của Đa-vít được thiết lập, trong vòng một thế hệ, các vua của Y-sơ-ra-ên đã dẫn dân tộc đến những lựa chọn sai lầm, khiến cho việc trượt dài xuống sự hủy diệt của dân tộc càng trở nên dễ hơn. Việc Y-sơ-ra-ên chọn cái chết là rõ ràng đến nỗi Ê-sai có thể cường điệu đổi khái niệm mối quan hệ giao ước của Y-sơ-ra-ên với Đức Gia-vê thành 'kết ước với sự chết' (Ê-sai 28:15, 18). Bị quyền lực của xác thịt thắng hơn (so sánh Rô 8:3), người Y-sơ-ra-ên từ chối liên kết đức tin với tin tốt lành được trình bày trong lời hứa ban sự sống của Đức Gia-vê (vd: Dân 14:11). Thay vì 'cắt bì tấm lòng' và chấp nhận phép cắt bì của Chúa, họ lại cứng lòng, không nghe theo tiếng của Đức Gia-vê, và phá vỡ giao ước (so sánh Hê 8:9 [Giê 31:32]). Điều này dẫn đến việc Đức Gia-vê ngưng ban phước hạnh mà Ngài đã hứa và áp dụng sự nguyền rủa của giao ước trên họ.

Phao-lô và Phục Truyền 30

Tuy nhiên, Môi-se và các tiên tri, đặc biệt Giê-rê-mi (Giê 31:1–40) và Ê-xê-chi-ên (Êxê 34; 36:13–38; 37:1–28), và Phao-lô trong Tân Ước (Rô 9–11), quả quyết rằng lịch sử của Y-sơ-ra-ên sẽ không kết thúc bằng cuộc lưu đày. Nhờ công tác đầy ân sủng của Đức Chúa Trời để làm ứng nghiệm những cam kết của Ngài trong giao ước, dân Y-sơ-ra-ên sẽ lại vực dậy và thực hiện những lý tưởng Môi-se đã tuyên bố trong các bài giảng tạm biệt của ông. Tuy nhiên, khi Phao-lô nói đến việc Đấng Christ được đem xuống từ trời và đem lên từ địa ngục, ông hiểu bản văn hiện tại theo chiều hướng đáng kinh ngạc. Bản tóm tắt các bản dịch theo nghĩa đen sau đây cho thấy lập luận của ông không được đặt cách vững chắc trên Phục Truyền 30:11–14 theo Bản Bảy Mươi:

Phục Truyền 30:11–4 (Bản Bảy Mươi)	Rô-ma 10:6b–8

Điều răn này mà Ta truyền cho các ngươi ngày nay không vượt quá sức hay xa quá; Nó không ở trên trời, để ngươi nói rằng 'Ai sẽ thay chúng ta lên trời lấy nó cho chúng ta để chúng ta nghe mà làm theo? Nó cũng không nằm tận ngoài biển, để nói rằng: 'Ai sẽ băng qua biển bên kia cho chúng ta để đem nó về để chúng ta nghe và làm theo' Lời ở rất gần Trong miệng người và trong lòng người và trong tay người để người làm theo.	'Đừng nói trong lòng mình rằng: 'Ai sẽ lên trời?' với hàm ý là để đem Đấng Christ xuống; hay là: 'Ai sẽ xuống vực sâu?' với hàm ý là để đem Đấng Christ từ cõi chết lên.' Nhưng lời ấy nói gì? 'Đạo ở gần anh em, Trên môi miệng và trong lòng anh em, Đó là đạo đức tin mà chúng tôi giảng dạy".

Các học giả Tân Ước đã cố gắng để giải thích cách hợp lý việc Phao-lô đưa giáo lý Đấng Christ vào bản văn này.[19] Tuy nhiên, chúng ta phải nhớ rằng Phao-lô chủ yếu là nhà hùng biện chứ không phải là học giả giải kinh theo phương pháp bối cảnh lịch sử và phân tích ngữ pháp nguyên ngữ như chúng ta. Ý định của ông không nhằm mở khóa những bí mật trong lời nói của Môi-se ở Phục Truyền 30:11–14, mà là tôn cao Đấng Christ bằng cách nhấn mạnh Ngài là đỉnh điểm của giao ước[20] cho tất cả những kẻ tin (Rô 10:4), và nhằm phơi bày việc người Do Thái lạm dụng luật pháp qua việc tách luật ra khỏi đức tin và qua việc tự nhận mình có thể đến trong mối quan hệ với Đức Chúa Trời dựa trên sự công bình vượt trội của cá nhân (so sánh Rô 9:30–32).[21] Phao-lô bắt đầu lập luận của mình bằng việc nói đến lời hứa của chính Đức Gia-vê ở Lê-vi Ký 18:5, rằng những ai trung tín giữ các mạng lệnh và luật lệ sẽ nhờ nó mà sống. Điều này hòa hợp trọn vẹn với tinh thần của toàn bộ sách Phục Truyền[22] và phù hợp với thái độ của tác giả thi thiên, người vui thích gìn giữ luật pháp và tìm thấy con đường sự sống trong việc vâng giữ luật pháp.[23]

---

19. Đặc biệt xem T. Schreiner, *Romans* (BECNT; Grand Rapids: Baker, 1998), 550–63; D. J. Moo, *The Epistle to the Romans* (NICNT; Grand Rapids: Eerdmans, 1996), 664–60.

20. 'Sự cuối cùng của luật pháp' (Rô 10:4). Cách nói này mượn của N. T. Wright, *The Climax of the Covenant: Christ and the Law in Pauline Theology* (Minneapolis: Fortress, 1993), 241.

21. Một hàm ý trong lời trích dẫn Phục 9:4 của Phao-lô, trong ngữ cảnh ban đầu khi Môi-se hủy bỏ khái niệm cho rằng quyền sở hữu xứ Ca-na-an của Y-sơ-ra-ên dựa trên sự công bình vượt trội. So sánh Schreiner, *Romans*, 558; Moo, *Romans*, 650–51.

22. Phục 4:1, 6:20–25; 8:1, 3; 30:6, 16.

23. Thi 19:7–14[8–15]; 119:16, 24, 25, 35, 40, 47, 48, 62, 70, 77, 92, 93, 97, 113, 119, 127, 140, 143, 156, 159, 163, 167, 175.

Điều đáng chú ý là Phục Truyền thiếu vắng một từ Hê-bơ-rơ tương đương với từ *pistis* ('đức tin') của Phao-lô. Tuy nhiên, không có từ này không có nghĩa là không có khái niệm này. Việc sự sống được đưa ra làm phần thưởng cho sự vâng lời trong Phục Truyền thừa nhận vâng phục là cách thể hiện đức tin, là công việc của lòng tận hiến và kính sợ chỉ dành cho Đức Gia-vê.[24] Chúng ta không nên nhầm lẫn giữa những lý tưởng của luật pháp được trình bày trong sách Phục Truyền nói chung và 30:11–14 nói riêng với đáp ứng lịch sử của Y-sơ-ra-ên trước hai điều trên. Do đó, Phao-lô không phải đang sửa chữa những thiếu sót trong luật pháp, vì điều đó phủ nhận tính toàn hảo của luật pháp, bởi luật pháp bắt nguồn từ thiên thượng. Rô-ma 10:5 và 6–9 không trình bày những ý niệm đối lập nhau, như thể trong ngữ cảnh ban đầu luật pháp trình bày 'sự công bình nhờ việc làm' trái với 'công bình bởi đức tin' mà Phao-lô nói đến. Ngược lại, bằng cách này Phao-lô sửa lại cách hiểu sai và áp dụng sai luật pháp đương thời. Những người Do Thái hay giềm pha trong thời ông xem việc vâng giữ luật pháp là giấy thông hành vào vương quốc Đức Chúa Trời, trong khi giấy thông hành lẽ ra phải được coi là món quà ân sủng chỉ có được bởi đức tin mà thôi. Phao-lô và Môi-se đồng ý rằng chúng ta không giành được ân huệ cứu rỗi từ Chúa nhờ vâng giữ luật pháp; ngược lại, sự sẵn sàng vâng theo luật pháp là bằng chứng cho thấy một người đã đã đón nhận ân sủng Đức Chúa Trời ban cho bởi đức tin (so sánh Phục 6:20–25).

Chúng ta cũng nên cẩn thận khi tìm cách hiểu rõ mối liên hệ giữa các trích đoạn từ Phục Truyền 30:12–14 của Phao-lô với chức năng của chúng trong ngữ cảnh ban đầu. Chắc chắn Phao-lô hiểu mục đích những điều Môi-se nói trong ngữ cảnh nguyên thủy. Thật vậy, ông sáng suốt nhận ra mối liên hệ tương tự giữa 'điều răn/lời' trong Phục Truyền 30:11–14 với Đấng Christ. Đối với người Y-sơ-ra-ên trong thời Môi-se, học biết ý muốn của Đức Gia-vê không hề tốn hao công sức, vì Đức Gia-vê bày tỏ ý muốn Ngài cách tự nguyện và nhân từ. Thật vậy, sai phái sứ giả đi đem lời Đức Chúa Trời từ trời xuống hay từ vùng đất xa xôi nào đó về là hành động vô tín và là sự khước từ ân sủng đã nhận lãnh.

---

24. Phục 4:10; 5:29; 6:2, 4–5, 13, 24; 10:12, 20; 13:4[5]; 17:19; 31:12–13.

Phao-lô cũng áp dụng nguyên tắc này cho Đấng Christ. Không cần phải lên trời hay xuống âm phủ để tìm lại Đấng Christ. Trong sự nhập thể, Đấng Christ đã từ trời xuống, và trong sự sống lại Ngài từ âm phủ đi lên. Mặc dù trong ngữ cảnh nguyên thủy, đức tin được bày tỏ qua việc chấp nhận luật pháp và thuận phục Đức Gia-vê, nhưng sau sự sống lại, đức tin được thể hiện qua việc tiếp nhận Đấng Christ và đầu phục Ngài. Chúa Giê-xu không chỉ là hiện thân của luật pháp; vì Ngài là Đức Gia-vê nhập thể, nên Ngài hiện là 'tâm điểm lời mặc khải của Đức Chúa Trời'[25] chứ không phải của luật pháp.

Nhưng làm sao Phao-lô có thể liên kết 'điều răn'/'lời' trong Phục Truyền 30:11–14 với Đấng Christ? Có phải đây là kiểu giải kinh Hê-bơ-rơ hay phương pháp hùng biện cổ xưa nào đó? Mặc dù chúng ta không biết chắc liệu Môi-se có đang có sự liên kết ở đây hay không, nhưng việc dùng tính từ *qârôb* để mô tả 'tình trạng ở gần' của lời trong câu 14 gợi nhớ câu nói của Môi-se ở 4:7 rằng Gia-vê, Đức Chúa Trời của Y-sơ-ra-ên, 'ở gần' (*qĕrôbîm*) con dân Ngài. Thật vậy, ngay trong lịch sử đã được ghi nhận của bài nói chuyện cuối cùng của Môi-se, Đức Gia-vê và luật pháp được liên kết mật thiết - mật thiết đến nỗi trong Thi Thiên 119 những hành động và thái độ của con người mà chúng ta nghĩ phải dành cho Đức Gia-vê thì lại hướng vào Lời/điều răn, như thể Đức Chúa Trời được đồng hóa với Lời. Trong nhiều trường hợp, các từ 'luật pháp'/'Lời'/'Tô-ra' có thể được thay bằng danh xưng Đức Gia-vê.[26]

Dựa trên những liên kết của 'lời' với Đức Gia-vê, việc Phao-lô thay Chúa Giê-xu Christ bằng 'điều răn'/'lời' trong Phục Truyền 30:11, 14 bắt đầu có ý nghĩa. Trong ngữ cảnh của Rô-ma 10, mục tiêu của Phao-lô không chỉ chứng minh Chúa Giê-xu Christ tương tự luật pháp được Môi-se tuyên bố, mà còn chứng minh Chúa Giê-xu là Đức Gia-vê, Đấng mà người Y-sơ-ra-ên phải cam kết cách trọn vẹn và là Đấng Môi-se nhân danh để phán với dân Ngài. Điều này được ngụ ý trong

---

25. Tương tự với Moo, *Romans*, 653.
26. So sánh Aurelius, 'Heilsgegenwart im Wort', 23–24. Các câu sau gồm những trích dẫn trong đó cách nói 'lời'/ 'điều răn'/ 'luật pháp' có thể được thay thế bằng danh xưng thiên thượng là Đức Gia-vê: Thi 119:19 (so sánh 27:9; 69:17[18]; 102:3[4]; 143:7), 20, 31 (so sánh 63:9[10]; Phục 10:20), 41, 42 (so sánh 56:4[5]), 46 (so sánh Ê-sai 61:6), 47 (so sánh Phục 6:5; Thi 26:8; 31:23[24]; 97:10; 116:1; 145:20), 48 (so sánh Thi 28:2; 63:4[5]); 114 (so sánh 119:43, 74; 147; so sánh 31:24[25]; 33:18, 22; 69:3[4]; 71:5; 147:11; 130:7; 131:3).

Rô-ma 10:8b khi Phao-lô liên kết 'đạo đức tin mà chúng tôi giảng dạy' với lời xưng nhận 'Giê-xu là Chúa' ở 10:9.

Nhưng lời xưng nhận 'Giê-xu là Chúa' (*kyrion Iēsoun*) có ý nghĩa gì? Phản ứng đầu tiên có thể là xem đây như lời xưng nhận về vương quyền của Chúa Giê-xu, có lẽ để trả lời cho yêu cầu của người Sê-sa-rê đòi phải tuyên xưng hoàng đế La Mã là chúa. Tuy nhiên, từ *kyrios* ('chúa') trong Tân Ước được dùng như một biệt danh, phản chiếu danh xưng Hê-bơ-rơ *'ădôn* ('Chúa') và danh xưng thiên thượng *yhwh* ('Đức Gia-vê'). Với cách giải thích thứ hai, lời xưng nhận cho biết 'Chúa Giê-xu là Đức Gia-vê'[27], khác với câu 12 mô tả Chúa Giê-xu là 'Chúa của tất cả' rõ ràng nói đến quyền tể trị tối cao của Ngài hơn là nhân thân Ngài.[28]

Việc giải thích *kyrion Iēsoun* theo cách này được củng cố bởi nhiều đặc điểm phụ khác.

(1) Lê-vi Ký 18:5 mà Rô-ma 10:5 trích dẫn, được tạo thành bởi công thức tự giới thiệu về Chúa: 'Ta là Giê-hô-va Đức Chúa Trời của các ngươi; và các ngươi hãy giữ luật pháp và mạng lệnh ta, bằng cách làm theo thì các ngươi sẽ sống; Ta là Đức Gia-vê' (diễn ý cá nhân).[29]

(2) Các dấu kỳ và phép lạ ở Ai Cập hoàn thành mục tiêu tự bày tỏ của Đức Gia-vê thể nào, thì việc Đức Chúa Trời kêu Chúa Giê-xu sống lại từ kẻ chết cũng minh chứng Ngài có cùng nhân thân với Đức Gia-vê thể ấy (Rô 10:7).

(3) Phao-lô dùng ngôn ngữ giáo lý về sự cứu rỗi (10:1, 9, 13) để nhấn mạnh Rô-ma 10:1–13, cho thấy ông đang quay lại nhìn xa hơn bài giảng của Môi-se ở Phục Truyền 29–30 đến tận cuộc xuất hành.

(4) Cuối cùng, với việc áp dụng Giô-ên 2:32[3:5] cho Đấng Christ (30:13), Phao-lô xem Chúa Giê-xu là Đức Gia-vê. Do đó, lời tuyên xưng

---

27. Sự mơ hồ bắt nguồn từ bản Bảy Mươi, thường dịch bốn mẫu tự Hê-bơ-rơ chỉ về Đức Chúa Trời (*yhwh*) và *'ădôn* là *kyrios*.

28. So sánh C. E. B. Cranfield, *Romans: A Shorter Commentary* (Grand Rapids: Eerdmans, 1985), 258–60.

29. 'Sống' ở đây có nghĩa là 'vẫn còn sống' hay thậm chí 'tận hưởng cuộc sống' hơn là 'kiểm soát đời sống'. Cách hiểu này được xác nhận bởi lời kết của chương này (Lê 18:29–30), là lời cảnh báo người Y-sơ-ra-ên không được làm việc ác, nếu không họ sẽ chết.

kyrion Iēsoun ('Giê-xu là Đức Gia-vê') tương tự lời tuyên xưng ở Phi-líp 2:9–11: *kyrios Iēsous Christos* ('Giê-xu Christ là Đức Gia-vê').[30]

Việc Phao-lô đồng hóa Đấng Christ với Đức Gia-vê chủ yếu không phải nhằm đối chiếu luật pháp như là cách xưng công bình bởi việc làm với sự xưng công bình đến bởi đức tin, mà là để làm tăng thêm tiếng nói đối với thính giả Do Thái của mình. Trong khi Môi-se thách thức người Y-sơ-ra-ên bày tỏ đức tin bằng cách chọn sự sống và vâng phục Tô-ra, thì Phao-lô tuyên bố vì sự chết và sống lại của Đấng Christ, nên những ai được cứu phải đặt đức tin vào Chúa Giê-xu Christ, là Đức Gia-vê trong thân xác. Trong vai trò 'sự cuối cùng của luật pháp', Chúa Giê-xu vừa là hiện thân trọn vẹn của sự công bình theo luật pháp, vừa là hiện thân của chính Đức Gia-vê, nguồn của luật pháp. Do đó, sự nhập thể vượt ra ngoài sự mặc khải trong luật pháp. Trong khi Môi-se chỉ có thể truyền ân sủng thiên thượng bằng cách dạy luật pháp, thì trong Chúa Giê-xu, ân sủng và lẽ thật được hợp nhất (Giăng 1:17).[31]

Khi nhận ra mối liên kết giữa 'điều răn'/'lời' trong Phục Truyền 30:11, 14, chúng ta có thể giải quyết điều khó hiểu khi Phao-lô trích dẫn Rô-ma 10:6–8, nhưng chúng ta lại đối mặt với điều khó hiểu khác được thể hiện trong lời mở đầu của Phúc Âm Giăng. Điều nói về Đấng Christ, Lời thiên thượng, trong Giăng 1:1–18 cũng có thể nói về lời được bày tỏ trong Phục Truyền. Ngoài ra, điều nói về Giăng Báp-tít cũng đúng với Môi-se: 'Chính ông không phải là ánh sáng, nhưng ông đến để làm chứng về ánh sáng' (Giăng 1:8). Việc đặt sự khước từ cạnh đức tin trong Giăng 1:11–12 tương tự với lời thách thức của Môi-se là phải chọn sự sống trong Phục Truyền 30:15–20. Cuối cùng, Giăng 1:14 giải thích mối liên kết giữa sự hiện diện của Đức Gia-vê trong Phục Truyền 4:7–8 với sự hiện diện của 'lời' trong 30:11, 14. Ân sủng mà Tô-ra bày tỏ ra thông qua trung gian là Môi-se giờ đây được hợp nhất trong Đấng Christ. Qua Đấng Christ, Đức Chúa Trời đã bày tỏ 'những điều huyền nhiệm' của Phục Truyền 29:29[28]. Nếu đây là cách hiểu đúng, thì 29:29[28] và 30:11–14 cung cấp manh mối đầu tiên trong sách này về những sự kiện huy hoàng mà Tân Ước mở ra.

---

30. Muốn biết thêm, xem Block, 'Who Do Commentators Say 'the Lord' Is'?, sắp xuất bản.

31. Sự tương phản ở đây không phải giữa luật pháp và ân sủng, mà giữa ân sủng được truyền qua trung gian và ân sủng hiện thân (so sánh Giăng 1:16).

Dựa vào sự nhập thể và sự sống lại, chúng ta thấy ân sủng của Đức Chúa Trời được hiện thân qua Đấng Christ. Cho nên, hễ ai kêu cầu danh Đức Gia-vê – tức Đấng Christ – thì sẽ được cứu.

Ý Nghĩa Đương Đại

SỰ TỰ MẶC KHẢI CỦA ĐỨC CHÚA TRỜI. Ý nghĩa của bản văn như thế này đối với hội thánh ngày nay không còn là điều khó hiểu. Là những người thừa kế sự mặc khải của Đức Chúa Trời cho Y-sơ-ra-ên và là những người giải nghĩa sự mặc khải đỉnh điểm trong Đấng Christ, chúng ta ca ngợi ân sủng được bày tỏ trong danh Em-ma-nu-ên. Đức Chúa Trời rất gần, và ý muốn Ngài được tỏ bày cách rõ ràng. Trong môi trường thuộc linh hậu Cơ Đốc, cuộc tìm kiếm ý muốn Đức Chúa Trời mang lấy nhiều hình thức: tín ngưỡng phương Đông, thiền, yêu thích những tập tục sùng bái của dân bản địa và khao khát 'những lời tri thức'. Bản văn này nhắc chúng ta rằng Đức Chúa Trời đã chủ động bày tỏ chính Ngài; con người không cần phải đi đến những phương trời xa xôi của địa cầu hay vào tận nơi sâu thẳm của tâm hồn để tìm Ngài.

Một phương diện xa hơn của tin tốt lành trong phân đoạn này là điều Chúa đã bày tỏ về chính Ngài - qua Lời và qua Đấng Christ - đã rõ ràng, và cách đáp ứng Ngài kêu gọi nơi chúng ta là khả thi. Đức Chúa Trời không đòi hỏi dân Ngài phải nhảy lên tòa nhà chín tầng. Ngài đòi hỏi điều hợp lý và yêu cầu điều khả thi. Việc Ngài tự bày tỏ về Ngài cho chúng ta là điều diệu kỳ, nhưng điều Ngài đòi hỏi ở chúng ta thì rất rõ ràng: thể hiện lòng kính yêu Chúa trong Đấng Christ thông qua sự vui vẻ vâng lời và phục vụ với lòng biết ơn.

Hãy chọn sự sống!

Mặc dù Y-sơ-ra-ên nói chung đã thất bại, nhưng đáp ứng của Chúa đối với những cá nhân chọn sự sống đã truyền cảm hứng cho tất cả. Dù chúng ta phải đề phòng chủ nghĩa cá nhân không lành mạnh, nhưng sự thật bất biến đó là Đức Chúa Trời không vui về sự chết của bất kỳ ai (Êxê 18:32), và con đường sống mở ra cho tất cả mọi người. Ê-xê-chi-ên 18 nhấn mạnh rằng không có ai là nạn nhân; dân Y-sơ-ra-ên đang đứng trước mặt Đức Chúa Trời và số phận cuối cùng của họ - sống hoặc chết – đều nằm trong chính tay họ. Đó là Phúc Âm theo Môi-se, và đó cũng là phúc âm theo Chúa Giê-xu, Đấng mời chúng ta 'vào cửa hẹp, vì cửa rộng và đường khoảng khoát dẫn đến sự hủy diệt, người vào đó thì nhiều' (Mat 7:13). Đây không chỉ là lời khuyên đừng chọn con đường sai lầm dẫn đến sự chết và sự hủy diệt, mà còn là lời mời gọi hãy chọn con đường sự sống. Cảm tạ Chúa!

Phục Truyền Luật Lệ Ký 31:1–30

Giới Thiệu Phục Truyền Luật Lệ Ký 31–34

Dòng mở đầu chương 31 báo hiệu sự chuyển tiếp từ tuyên bố mang tính khích lệ trong chương 29–30 sang phần truyện kể. Phần tường thuật này kéo dài đến cuối sách, hoàn tất câu chuyện được tóm tắt trước đó ở Sáng Thế Ký 15:13–21. Trong khi hoàn tất siêu chuyện kể của Ngũ Kinh, những chương này cũng liên kết với Phục Truyền 1–3, kết thúc câu chuyện của cá nhân Môi-se.[1] Giống nhiều truyện kể về các nhân vật quan trọng trong Cựu Ước, tiểu sử của Môi-se kết thúc bằng ký thuật về sự qua đời của ông.[2] Ký thuật về sự qua đời của Môi-se phức tạp hơn ký thuật của bất kỳ nhân vật nào trong Cựu Ước, nhưng nó kết hợp chặt chẽ hầu hết các yếu tố có trong hình thức lý tưởng của các chuyện kể về sự qua đời trong Kinh Thánh.[3]

Chuyện qua đời này được chia thành hai phần. Phần đầu mô tả những việc làm của Môi-se nhằm bảo đảm sự mạnh lành của Y-sơ-ra-ên trong tương lai (31:1–32:47). Phần thứ hai liên quan đến ký thuật về việc ông qua đời và được chôn cất (32:48–34:12). Các bài thơ dài dòng là trọng tâm của cả hai phần (32:1–43; 33:2–29).

Ý Nghĩa Nguyên Thủy

Chương 31 chủ yếu gồm các bài giảng ngắn dài xen kẽ nhau. Ba bài giảng ngắn liên hệ đến việc nhậm chức của Giô-suê, còn các bài

---

1. Một số người xem chương 1–3 và chương 31–34 là phần khung bên ngoài của sách (D. L. Christensen, 'Form and Structure in Deuteronomy 1–11', trong *Das Deuteronomium* (bt. N. Lohfink; BETL 68; Leuven: Leuven Univ. Press, 1985), 138; Merrill, *Deuteronomy*, 396), trong khi một số khác xem chương 31 là phần tiếp tục của chương 3 (J. d. Levenson, 'who Inserted the Book of the Torah?' *HTR* 68 [1976]: 209). Nhưng các cách hiểu này che mất những khác biệt giữa chương 1–3, là những chương bao hàm bài giảng liên tục của Môi-se, với chương 31 là phần chuyện kể với các bài giảng được lồng vào.

2. Bản văn được đóng khung bằng lời thông báo về cái chết đang đến gần của ông (31:2) và lời khen của tác giả ở 34:10–12.

3. Muốn đọc bài nghiên cứu các ký thuật về sự qua đời, xem B. H. Cribb, *Speaking on the Brink of Sheol: Form and Message of Old Testament Death Stories* (Gorgias Dissertations: Biblical Studies 43; Piscataway, NJ: Gorgias, 2009), 180–220.

giảng dài nói đến việc sao chép Tô-ra.[4] Khuôn mẫu các chủ đề được đan quyện vào nhau:

A.Bổ nhiệm Giô-suê làm người kế nhiệm Môi-se (31:1–8)

   B. Tô-ra (31:9–13)

A. Bổ nhiệm Giô-suê làm người kế nhiệm Môi-se (31:14–15)

   C. Bài quốc ca (31:16–22)

A. Bổ nhiệm Giô-suê (31:23)

   B. Tô-ra (31:24–27)

   C. Bài quốc ca (31:28–32:44)

   B. Tô-ra (32:45–47)

Ban đầu, tài liệu này có thể gồm ba bài giảng riêng biệt. Nếu vậy, khi tách chúng ra và đan kết chúng lại với nhau, người biên tập nghĩ rằng cả ba bài đều cần thiết đối với mối quan tâm của Môi-se, đó là bảo đảm lòng trung thành của Y-sơ-ra-ên và việc thực hiện lời hứa của Đức Gia-vê trong tương lai. Về bản chất, các chương 31–32 là 'nhân chứng hay vật kỷ niệm bằng văn bản', một lời nhắc nhở vĩnh viễn về giao ước được làm mới lại trên đồng bằng Mô-áp, về cam kết đời đời của Đức Gia-vê với họ và về đáp ứng họ cần có. Vai trò làm vật kỷ niệm của hai chương này được củng cố bởi gốc 'd ('lời chứng') xuất hiện nhiều lần (31:2, 19, 21, 26, 27, 28; 32:46).[5] Điều đáng chú ý là Môi-se không hề quan tâm đến việc dựng đài kỷ niệm cho chính mình. Di sản duy nhất ông quan tâm là một dân tộc không bao giờ quên đi giao ước của Đức Gia-vê với Y-sơ-ra-ên.

---

4. Về cấu trúc và bố cục của chương này, xem Tigay, *Deuteronomy*, 502–7; E. Talstra, 'Deuteronomy 31: Confusion or Conclusion? The Story of Moses' Threefold Succession', trong *Deuteronomy and Deuteronomic Literature: Festschrift C. H. W. Brekelmans* (bt. By M. Vervenne và J. Lust; Leuven: Leuven Univ. Press, 1997), 87–110; A. Rofé, 'The Composition of Deuteronomy 31 in the Light of a Conjecture about Inversion in the Order of Columns in the Biblical Text,' *Shnaton* 3 (1979): 59–76.

5. So sánh B. Britt, *Rewriting Moses: the Narrative Eclipse of the Text* (JSOTSup 402; Gender, Culture Theory 14; London: T&T Clark 2004), 140. Danh từ 'ēd có thể dùng để chỉ nhân chứng là người (17:6–7; 19:15–16) hoặc đồ vật cụ thể (Giôs 24:17–18; Ê-sai 30:8).

Lễ Nhậm Chức của Giô-suê Trong Tư Cách Người Kế Nhiệm Môi-se: Phần I (31:1–8)

Tám câu này gồm hai bài giảng được hiệp nhất lại với nhau thông qua chủ đề và thể loại. Cả hai đều được xếp vào loại 'bài giảng khích lệ' - cách gọi xuất phát từ mệnh lệnh được lặp lại (31:6, 7) và được củng cố bởi động từ phủ định ở mệnh lệnh cách (31:6, 8), cũng như bởi lời nhắc về lòng trung thành giao ước của Đức Gia-vê. Bài giảng đầu tiên (31:2–6) nhắm đến dân chúng, nhắc đến Giô-suê ở ngôi thứ ba. Bài giảng thứ hai là dành cho Giô-suê (31:7b).

Thách thức của Môi-se dành cho dân chúng (31:1–6)

Truyện kể được bắt đầu cách vụng về, nhưng câu 1 chuyển hướng chú ý từ tính chất của mối quan hệ giao ước sang các bước cần thực hiện để 'sắp xếp chuyện nhà cửa'[6]. Dù một số người xem đây là bài 'diễn văn chiến tranh'[7] giống như các bài nói chuyện trước, nhưng bài này lại chứa đựng những âm hưởng mục vụ sâu sắc, được chia thành ba phần: (1) thông báo của Môi-se về việc ông sắp qua đời (31:2); (2) Lời hứa của Môi-se rằng Đức Gia-vê sẽ hằng ở với Y-sơ-ra-ên (31:3–5); (3) Lời kêu gọi của Môi-se hãy can đảm và mạnh dạn (31:6). Phần giữa chính là trọng tâm.

Trong khi những truyện kể về sự qua đời thường bắt đầu bằng lời thông báo của người kể chuyện về tuổi già và cái chết đang kề cận của nhân vật, thì ở đây Môi-se thông báo về sự qua đời của chính mình (31:2). Nhưng ông nói cách gián tiếp, chỉ cho biết tuổi cao tác

---

6. Động từ mở đầu 'Môi-se đến' báo trước một chuỗi những hành động của Môi-se trong chương này. Mặc dù bản NIV phản chiếu cách giải thích của bản MT, vì đây là cấu trúc chưa từng có, gồm động từ *hâlak* ('đi') theo sau là động từ chỉ lời nói mà không có chú giải nào thêm về nơi Môi-se đi đến, nhưng nhiều người hiểu là 'khi Môi-se nói xong những lời này' theo bản Bảy Mươi và mảnh vụn ở Qumran (1Qdeutb [1Q5], trong DJD 1 [1955], pl. X, fig. 13 và tr. 59), và phù hợp với tục lệ được phản chiếu ở Sáng 17:22 và Phục 32:45. Tương tự với Mayes, *Deuteronomy*, 372–73; Tigay, *Deuteronomy*, 289, 400; Nelson, *Deuteronomy*, 353. Tuy nhiên, càng khó hiểu và ít quy ước thì bản MT càng được yêu thích hơn cách hiểu của bản Bảy Mươi và Qumran. Tương tự với ý của F. Nwachukwu, 'The Textual Differences between the MT and the LXX of Deuteronomy 31: A Response to Leo Laberge,' trong *Bundesdokument und Gesetz: Studien zum Deuterononmium* (bt. G. Braulik; HBS 4; Freiburg: Herder, 1995), 88– 90.

7. Nelson, *Deuteronomy*, 358.

lớn và không thể tiếp tục 'dẫn'[8] dân chúng được nữa. Một trăm hai mươi năm của Môi-se được phân chia hết sức cân đối: bốn mươi năm đầu tiên ở Ai Cập (Công 7:23, 30); bốn mươi năm lưu trú ở Ma-đi-an (Xuất 7:7); bốn mươi năm lãnh đạo Y-sơ-ra-ên (Phục 1:3). Việc Môi-se trích dẫn lời Đức Gia-vê phán bảo bộc lộ nỗi thất vọng sâu sắc, nếu không phải là bộc lộ sự cay đắng.[9] Ông không đưa ra lý do của sự chối từ lẫn tình huống dẫn đến sự chối từ này.

Sau khi nhắc nhở dân chúng về việc mình sắp qua đời, Môi-se hướng sự chú ý của họ vào sự hiện diện liên tục của Đức Gia-vê (31:3–5). Lời hứa ban ân huệ thiên thượng trong tương lai của Ngài gồm bảy mệnh đề, qua đó ông nêu lên ba ý:

(1) Dân chúng sẽ không bắt đầu chiến dịch chinh phục mà không có người lãnh đạo; Đức Gia-vê và người được Ngài chỉ định sẽ hướng dẫn họ (31:3a,d). Mặc dù câu đầu tiên nhắc lại 9:3, nhưng tiếng vang của nó trong câu 3d nhấn mạnh vai trò là người đại diện cho Đức Gia-vê của Giô-suê (so sánh Giôs 5:13–15). 'Như Đức Giê-hô-va đã phán dặn' ở cuối câu 3 ám chỉ 3:28, khi Đức Gia-vê bảo Giô-suê đi trước dân chúng và bảo đảm việc dân chúng nhận lấy xứ.

(2) Chính Đức Gia-vê sẽ xử lý các dân Ca-na-an. Môi-se hứa rằng Đức Gia-vê sẽ tiêu diệt họ (31:3b), rồi ông nhắc Y-sơ-ra-ên về những chiến thắng gần đây trước các vua A-mô-rít như những minh họa cụ thể cho những việc Đức Gia-vê báo trước rằng Ngài sẽ làm cho người Ca-na-an (31:4–5a). Ông làm cho lời hứa này mạnh mẽ hơn bằng cách nói thêm rằng Đức Gia-vê sẽ phó chúng vào tay người Y-sơ-ra-ên.

(3) Môi-se truyền lệnh cho người Y-sơ-ra-ên đánh kẻ thù và khẳng định chiến thắng thuộc về Đức Gia-vê. Trong khi ở câu 3c, ông nói điều này bằng một từ, thì trong câu 5, ông ra lệnh cho người Y-sơ-ra-ên xử lý người Ca-na-an theo những huấn thị trước đó của ông (so sánh ch. 7, 20).

Môi-se kết thúc bài giảng ngắn này bằng lời kêu gọi mạnh mẽ rằng dân Y-sơ-ra-ên phải can đảm và hết lòng tin cậy Đức Gia-vê (31:6). Ông trình bày ý đầu tiên bằng hai cặp từ động viên. Cặp đầu tiên ở

---

8. Bản tiếng Anh NIV dịch 'dẫn dắt các ngươi' là cách dịch cụm từ đối nghịch 'đi ra đi vào' theo kiểu nói vòng vo. Ở Dân 27:17 cụm từ này rõ ràng chỉ về vai trò lãnh đạo quân sự (so sánh Phục 28:6).

9. Cay đắng đối với dân chúng: 1:37–38; 4:21; cay đắng đối với Đức Gia-vê 3:24–27.

dạng khẳng định 'hãy mạnh dạn và can đảm lên' (so sánh 31:7, 23),[10] và cặp thứ hai ở dạng phủ định 'đừng sợ và đừng kinh khiếp' (so sánh 20:3). Đối tượng của nỗi sợ được nhận diện cách mơ hồ là 'họ', tức là các dân được nói đến trong câu 3. Sau đó, Môi-se tuyên bố lý do phải can đảm: Đức Gia-vê cùng hành quân với họ trong vai trò Chiến Binh thiên thượng.

Nhắc lại những lời cam đoan đã được nghe ở 20:1 và 20:4, ông tuyên bố Đức Gia-vê sẽ không làm cho họ thất vọng hay từ bỏ họ (so sánh 31:8; 1 Sử 28:20). Ý đầu tiên liên quan đến ẩn dụ về sự nới lỏng hoặc thả lỏng (bàn tay) (so sánh 4:31). Ý thứ hai ('từ bỏ, bỏ rơi') xuất hiện lần đầu tiên ở đây với chủ ngữ là Đức Gia-vê.[11] Gián tiếp nói rằng người Y-sơ-ra-ên đã đi đến chỗ phụ thuộc vào sự hiện diện của cá nhân Môi-se để được an toàn, bài giảng này nhắc họ rằng thành công của họ trong tương lai không phụ thuộc vào lãnh đạo con người nhưng vào sự hiện diện của Đức Chúa Trời, Đấng sẽ không buông lơi trong tư cách người bảo trợ thiên thượng, cũng không từ bỏ họ.

Thách thức của Môi-se đối với Giô-suê (31:7–8)

Trong câu 7a, Môi-se chuyển sự chú ý từ dân chúng sang Giô-suê (so sánh 31:14, 23).[12] Không giống lời Đức Gia-vê đã nói với Giô-suê trong 31:23 (so sánh câu 14), ở đây Môi-se có hai thính giả: Giô-suê và toàn thể Y-sơ-ra-ên. Mặc dù Đức Gia-vê đã phán với Môi-se tại Si-na-i trong lúc dân chúng có mặt để họ 'tin cậy [Môi-se] luôn luôn' (Xuất 19:9, diễn ý cá nhân), nhưng bây giờ Môi-se công khai chuyển giao nhiệm vụ cho thuộc cấp đáng tin cậy của mình (so sánh Dân 27:18–19), để họ xem Giô-suê là người kế nhiệm được Chúa tuyển chọn.

Công thức khích lệ 'Hãy mạnh dạn và can đảm lên' (31:7, nhắc lại 31:6) và 'Đừng sợ và đừng kinh khiếp' (31:8) tạo nên âm điệu cho bài giảng này. Giữa những lời kêu gọi này, Môi-se mô tả nhiệm vụ của

---

10. Cặp từ này xuất hiện ở hình thức số nhiều trong Giôs 10:25 và 2 Sử 32:7, và ở số ít trong Giôs 1:6, 7, 9, 18; 1 Sử 22:13; 28:20.

11. Cũng so sánh 31:17. Động từ tiếng Hê-bơ-rơ *'āzab* ('bỏ rơi, từ bỏ') được dùng để nói đến việc Y-sơ-ra-ên từ bỏ Đức Gia-vê trong 31:16 và 28:20 hoặc từ bỏ giao ước Ngài ở 29:25[24].

12. Bài giảng ngắn này dựa trên những lời bình luận trong bài giảng đầu tiên ở 1:38; 3:21–22, 28. Về kỹ thuật kể lại sự kiện này, xem Dân 27:15–23.

Giô-suê và bảo đảm với ông về sự giúp đỡ của Đức Gia-vê.[13] Phần ủy nhiệm sơ lược của ông tập trung vào hai giai đoạn của sự kiện đang chờ đợi ông và người Y-sơ-ra-ên: Giô-suê sẽ đem dân này vào xứ mà Đức Gia-vê đã thề ban cho tổ phụ,[14] và Giô-suê sẽ phân chia cho người Y-sơ-ra-ên xứ mà Đức Gia-vê đã dành cho họ làm cơ nghiệp đặc biệt.

Trừ khi động từ khích lệ 'hãy mạnh dạn' hàm ý về ngữ cảnh quân sự,[15] còn ở đây lẫn trong các mệnh lệnh trước đó (1:38; 3:28) Môi-se đều không nói rõ vai trò lãnh đạo quân sự của Giô-suê. Câu 8 cho Giô-suê lý do phải can đảm: Đức Gia-vê đi trước ông và bảo đảm rằng Ngài sẽ luôn hiện diện với ông. Ngài 'không lìa anh, không bỏ anh đâu' nhắc lại từng chữ lời kết của bài giảng Môi-se giảng cho dân sự trong câu 6.

Ký thác Tô-ra (31:9–13)

Phân đoạn này làm gián đoạn dòng tư tưởng, tách diễn văn bổ nhiệm Giô-suê của Môi-se ra khỏi lời phán trực tiếp của Đức Gia-vê dành cho Môi-se (31:14–15, 23). Phân đoạn này được sắp đặt cẩn thận, gồm phần giới thiệu theo thể văn kể chuyện (31:9–10a) và bài nói chuyện với các thầy tế lễ dòng Lê-vi và hết thảy trưởng lão của Y-sơ-ra-ên (31:10b–13). Mặc dù ý định của người biên tập được thể hiện rất rõ trong việc vang vọng theo từng câu chữ của 10:1–9,[16] nhưng trọng tâm ở đây là Tô-ra mà Môi-se đã công bố từ đầu sách (31:9, 11, 12).

Lời mở đầu theo thể văn tường thuật (31:9) nhấn mạnh ba hành động cụ thể Môi-se thực hiện liên quan đến Tô-ra.

---

13. Về bài nghiên cứu phê bình hình thức các truyện kể liên quan đến việc ủy thác một chức vụ hay nhiệm vụ cho một người, xem D. J. McCarthy, 'An Installation Genre?' *JBL* 90 (1971): 31–41.

14. Phương pháp này xuất hiện ở 1:8; 6:18; 8:1; 9:5; 11:9, 21; 26:3; 28:11; 30:20.

15. Động từ này thường được dùng trong các bản văn liên quan đến việc nhậm chức của lãnh đạo quân sự, nhưng thường được thay thế bằng những động từ như 'làm, thực hiện' trong ngữ cảnh liên quan đến trách nhiệm dân sự hoặc tôn giáo. Xem McCarthy, 'Installation Genre?' 34–35.

16. Xem C. T. Begg, 'The Tables (Deut. X) and the Lawbook (Deut. 31)', *VT* 33 (1983): 97–98.

(1) Môi-se viết Tô-ra này xuống. Mặc dù Phục Truyền giới thiệu Môi-se chủ yếu như một người tự giác truyền đạt Tô-ra bằng lời,[17] nhưng đây là lần đầu tiên ông xuất hiện trong vai trò người sao chép. Nội dung của tài liệu 'được ghi lại' này được nói rõ là 'tất cả những lời của luật pháp này được ghi trong sách này' (so sánh 28:58), 'các điều răn và luật lệ của Ngài được ghi trong tài liệu luật pháp này' (30:10), 'những lời nguyền rủa [của giao ước] được viết trong tài liệu này' (29:20, 21, 27[19, 20, 26]; tất cả đều diễn ý cá nhân).[18]

(2) Môi-se giao phó luật pháp cho các thầy tế lễ người Lê-vi và cho tất cả các trưởng lão của Y-sơ-ra-ên. Mặc dù trước đó Đức Gia-vê đã giao Mười Điều Răn cho Môi-se (5:22; 10:4), nhưng bây giờ Môi-se giao bản sao chép lời giải thích giao ước cho các lãnh đạo trong cộng đồng cất giữ. Việc làm của Môi-se tạo mối liên kết chặt chẽ giữa tài liệu luật pháp ông sao chép với tài liệu giao ước ban đầu của Đức Gia-vê,[19] và ông cố gắng bảo đảm rằng sẽ không ai chỉnh sửa bản văn thiêng liêng này (so sánh 4:2; 12:32).

Nhưng người kể cũng lưu ý sự tham gia của tất cả các trưởng lão của Y-sơ-ra-ên. Trong khi các thầy tế lễ đại diện cho Đức Gia-vê trước mặt dân chúng và dân chúng trước mặt Đức Gia-vê, thì những nhà chức trách lại đại diện cho dân chúng trong mối quan hệ giao ước với nhau. Sự tham gia của chính quyền dân sự và chính quyền thuộc dòng dõi thầy tế lễ báo trước sự phân chia vai trò sau khi Môi-se qua

---

17. Cách nói 'Tô-ra này' (*hattôrâ hazzōʾt*) xuất hiện nhiều lần ở chỗ khác: 1:5 (được viết bởi ngòi bút của người kể); 4:8; 17:18, 19; 27:3, 8, 26; 28:58, 61; 29:29[28]. (từ miệng của Môi-se). Về những ám chỉ khác về tài liệu viết, xem 4:13; 5:22; 10:4; 17:18; 27:3, 8. Về khả năng tài liệu tự ám chỉ là tài liệu thành văn, xem J. Chinitz, 'The Word *Torah* in the Torah', *JBQ* 33 (2005): 243–45.

18. Việc mô tả Môi-se là tác giả của 'luật pháp này' trái ngược với Mười Điều Răn mà tác giả là Đức Gia-vê (10:4). Xem thêm R. Venema, 'YHWH or Moses? A Question of Authorship: Exodus 34:28–Deuteronomy 10:4; 31:9, 24,' trong *YHWH— Kyrios— Antitheism or the Power of the Word: Festschrift für Rochus Zuurmond anlässlich seiner Emeriterung am 26. Januar 1996* (bt. K. A. Deurloo và J. Diebner; DBAT Beiheft 14; Amsterdam/ Heidelberg: DBAT, 1996), 69–76. NIV dịch từ *sēper* là 'sách' là sai. Người ta mới dùng sách như chúng ta biết ngày nay (sách chép tay gồm các tờ có thể được viết trên cả hai mặt và đóng lại ở một cạnh) không lâu trước thời Đấng Christ. Có lẽ Môi-se sử dụng một cuộn da cừu hoặc giấy da. So sánh M. Haran, 'Scribal Workmanship in Biblical Times,' *Tarbiz* 50 (1980– 1981): 71– 72; Alan R. Millard, 'Writing,' *DOTP*, 904– 11.

19. Xem phần giải thích thêm bên dưới ở 31:24–26.

đời.[20] Việc Môi-se làm phù hợp với tập tục chuẩn bị các bản sao giao ước để dùng trong nghi lễ phê chuẩn và nhắc lại giao ước ở Cận Đông cổ đại.[21] Nhưng tiền lệ bắt đầu từ Si-na-i. Đức Gia-vê đã chuẩn bị tài liệu thành văn cho chư hầu của Ngài sau khi tuyên bố bằng miệng những điều kiện cơ bản của giao ước thể nào, thì bây giờ Môi-se tiếp tục phần giải thích bằng lời giao ước và các nghi lễ nhắc lại giao ước bằng một bản sao phần thỏa thuận thể ấy.

(3) Môi-se truyền cho thầy tế lễ người Lê-vi và các trưởng lão thường xuyên đọc Tô-ra trước mặt dân chúng. Mạng lệnh này chiếm phần lớn phân đoạn và bao gồm ba lời tuyên bố chính: đọc Tô-ra này (31:11); tập hợp dân chúng (31:12); để cho con cái họ nghe và học biết kính sợ Đức Gia-vê (31:13). Những liên kết giữa bài giảng này và ký thuật của Môi-se về những việc xảy ra tại Si-na-i ở 4:10 thật đáng chú ý. Dường như việc đọc luật pháp trong tương lai sẽ cho các thế hệ nối tiếp cơ hội thường xuyên được nhắc nhở và thực hiện mối quan hệ giao ước với Ngài.[22]

Câu 10b–11 thiết lập bối cảnh cho việc đọc luật pháp với bốn chi tiết quan trọng: (a) cuối năm thứ bảy,[23] (b) vào thời điểm được định để xóa nợ và phóng thích các nô lệ người Y-sơ-ra-ên phải làm thuê để trả nợ (so sánh 15:1–18), (c) vào kỳ lễ hội Sukkoth,[24] (d) khi toàn thể Y-sơ-ra-ên tập hợp tại đền thánh trung tâm để tìm kiếm mặt Giê-hô-va Đức Chúa Trời họ. Nối kết việc đọc luật pháp với việc xóa nợ sẽ nhắc tất cả người Y-sơ-ra-ên về địa vị chung của họ là người nhận sự cứu chuộc đầy ân sủng của Đức Gia-vê.

Lễ hội Sukkoth tưởng nhớ thời kỳ người Y-sơ-ra-ên ở trong lều di động khi họ ra khỏi Ai Cập (Lê 23:43) và sự chu cấp nhân từ của Đức

---

20. Điều này cũng được báo trước trong chương 27:1–8. Những lãnh đạo dân chúng này sẽ cùng nhau tiếp tục vai trò của Môi-se. Tương tự với ý của Sonnet, *Book within the Book*, 139–40, after Braulik, *Deuteronomium II*, 223; N. Lohfink, 'Die ältesten Israels und der Bund zum Zusammenhang von Dtn 5, 23; 26:17-19; 27, 1, 9f und 31, 9,' *BN* 67 (1993): 26–42.

21. So sánh Weinfeld, *DDS*, 63–64. Xem chú giải ở 10:1–9.

22. So sánh McConville, *Deuteronomy*, 439.

23. Theo Lê-vi Ký 23:34–44, Sukkoth phải được kỷ niệm vào giữa tháng thứ bảy Tishri 15–21. Việc kết hợp cuối năm thứ bảy với lễ hội Sukkoth cho thấy Môi-se đã nghĩ đến lịch nông nghiệp không chính thức hơn là lịch lễ nghi chính thức.

24. Trong truyền thống Do Thái, ngày thứ tám của lễ hội này kết thúc với lễ kỷ niệm *Simḥat Torah*, 'Niềm Vui Của Luật pháp'. Buổi lễ này tập trung vào Luật Pháp trong vai trò món quà ân sủng của Đức Chúa Trời ban cho dân Ngài.

Gia-vê trong đồng vắng.[25] Một tên gọi khác, Lễ Mùa Gặt (Xuất 23:16; 34:22), nhấn mạnh thời điểm sau khi mùa màng đã được xử lý và cất giữ. Tính chất kỷ niệm của lễ hội này làm cho nó trở thành sự kiện thu hút nhất và bảo đảm rằng luật pháp sẽ được đọc cách công khai khi số lượng người hành hương ở đền thánh trung tâm đông nhất. Việc nói đến sự tập hợp tại đền thánh trung tâm để tìm kiếm mặt Chúa nhấn mạnh tính trực tiếp và riêng tư của cuộc gặp với Ngài tại nơi thờ phượng.[26] Lệnh Môi-se truyền phải đọc 'luật pháp này' thừa nhận rằng, bởi việc nghe bản văn luật pháp, dân chúng sẽ trực tiếp gặp gỡ Đức Gia-vê như người Y-sơ-ra-ên đã gặp Ngài trên núi Hô-rếp (4:10).

Nhắc lại mệnh lệnh của Đức Gia-vê tại sự kiện ban đầu ở Hô-rếp (4:10), trong câu 12, Môi-se ra lệnh cho các thầy tế lễ người Lê-vi và các trưởng lão tập trung dân chúng để họ tham dự vào nghi lễ nhắc lại giao ước này. Ông làm nổi bật tính toàn diện của việc tập trung bằng cách liệt kê bốn nhóm người cụ thể: người nam, người nữ, con trẻ, khách lạ.[27] Trong khi những yêu cầu về mặt luật pháp thì chỉ buộc người nam trình diện trước mặt Đức Gia-vê vào ba kỳ lễ hội lớn (16:16), thì tinh thần của luật pháp đòi hỏi người đứng đầu hộ gia đình phải đem toàn thể cộng đồng đến nghe luật pháp. Môi-se trình bày mục đích của việc đọc luật pháp bằng một chuỗi các động từ (so sánh 17:19–20): đọc dẫn đến nghe, nghe dẫn đến tập tành, tập tành sinh ra kính sợ, rồi dẫn đến sự vâng phục và dẫn đến sự sống.

Trong câu 13, Môi-se bày tỏ nỗi lo lắng cho các thế hệ tương lai. Đối phó với khuynh hướng của con người là hay lãng quên cam kết của mình (so sánh 29:14–15), đọc luật pháp mỗi bảy năm bảo đảm rằng không đứa trẻ nào bị bỏ lại hoặc không được nghe luật pháp ít nhất hai lần khi đến tuổi trưởng thành.[28]

---

25. Tigay, *Deuteronomy*, 291.

26. Xuất 24:10 còn thẳng thắn hơn khi người tường thuật lưu ý rằng Y-sơ-ra-ên 'trông thấy Đức Chúa Trời của Y-sơ-ra-ên' tại Si-na-i.

27. Đây là danh sách rút gọn từ danh sách đầy đủ hơn ở 16:14.

28. Muốn biết về nghi lễ bảy năm một lần như một cách tưởng nhớ mang tính giáo dục giao ước được lập tại Si-na-i và được nhắc lại trên đồng bằng Mô-áp hơn là một nghi lễ nhắc lại giao ước được lặp đi lặp lại, xem Craigie, *Deuteronomy*, 371; W. L. Holladay, 'A Proposal for Reflections in the Book of Jeremiah of the Seven-Year Recitation of the Law in Deuteronomy (Deut. 31:10–13),' trong *Das Deuteronomium* (bt. N. Lohfink; BETL 68; Louvain: Louvain Univ. Press, 1985), 326– 28.

Giô-suê Được Bổ Nhiệm Làm Người Kế Nhiệm Môi-se: Phần II (31:14–15, 23)

Bản văn chuyển hướng đột ngột ở 31:14, quay lại chủ đề Giô-suê nhậm chức. Nhưng bây giờ chúng ta nghe tiếng của Đức Gia-vê phán trực tiếp với Môi-se, mời ông và Giô-suê đến gặp riêng Ngài trong hội mạc. Nghi thức của buổi gặp gỡ được phản chiếu trong (1) từ ngữ mở đầu 'Kìa' (bản NIV 'Này'); (2) Đức Gia-vê ra lệnh cho Môi-se triệu tập Giô-suê đến nghe Ngài; (3) việc dùng động từ trang trọng 'trình diện'; (4) thông báo của Đức Gia-vê về mục đích của việc yết kiến: bổ nhiệm Giô-suê; (5) địa điểm yết kiến: hội mạc.

Trong Xuất Ê-díp-tô Ký và các chuyện kể về Si-na-i, tên 'Lều Hội Kiến' áp dụng cho hai cấu trúc di động khác nhau:[29] nơi thờ phượng là đền tạm tọa lạc ngay chính giữa trại quân Y-sơ-ra-ên, và lều được cắm bên ngoài trại là nơi Đức Chúa Trời đến khi có những cuộc hẹn đặc biệt (Xuất 33:7–11; Dân 12:4–5). Ở đây nói đến cấu trúc thứ hai. Khi Môi-se và Giô-suê ra mắt bên trong hội mạc, Đức Gia-vê xuất hiện trong trụ mây đứng ngay tại cửa Trại. Giống như hòm giao ước ở trong đền tạm, hội mạc tượng trưng cho ao ước của vị thần siêu việt và thánh khiết đó là ngự giữa và nói chuyện với con người.

Câu 14–15 khiến độc giả mong chờ Đức Gia-vê nói với Môi-se và Giô-suê. Mặc dù câu 16–21 nói đến sự kế nhiệm Môi-se, nhưng điều đáng chú ý là sau khi ông qua đời, ông phải được thay thế bằng một Bài ca. Giô-suê không xuất hiện trong bức tranh này cho đến câu 23, là câu Đức Gia-vê phát biểu lời ủy thác cho Giô-suê làm người kế nhiệm Môi-se. Câu 23 trong tiếng Hê-bơ-rơ bắt đầu cách vụng về mà không nêu đích danh chủ ngữ: 'Và [ngôi thứ ba số ít] truyền lệnh'. Bản NIV [và bản tiếng Việt] đã làm rõ khi thêm vào 'Đức Giê-hô-va truyền lệnh'.[30] Dường như phần này ban đầu đi liền với câu 15 và

---

29. So sánh M. Haran, 'The *ōhel mō'ēd* in Pentateuchal Sources', *JSS* 5 (1960): 50–65. Về bài phê bình quan điểm cho rằng hội mạc và đền tạm tượng trưng cho các khái niệm khác nhau về sự hiện diện thiên thượng, xem I. Wilson, 'Merely a Container? The Ark in Deuteronomy', trong *Temple and Worship in Biblical Israel* (bt. J. Day; London: T&T Clark, 2007), 212–49. Bài viết về mối quan hệ giữa hai hội mạc này, xem M. Haran, *Temples and Temple Service in Ancient Israel: An Inquiry into Biblical Cult Phenomena and the Historical Setting of the Priestly School* (Winona Lake, IN: Eisenbrauns, 1985), 264–69.

30. Mặc dù từ đứng trước đại từ 'ông' là Môi-se trong 31:22, nhưng rõ ràng động từ ở ngôi thứ nhất cho thấy Đức Gia-vê là người nói.

được tách ra khỏi ngữ cảnh của nó bằng cách chèn thêm lời Đức Gia-vê nói với Môi-se trong 31:17–21 vào. Ngoại trừ sự thay đổi từ ngôi thứ ba sang ngôi thứ nhất, trong câu 23, Đức Gia-vê tóm tắt diễn văn bổ nhiệm của Môi-se trong câu 7–8, khích lệ Giô-suê mạnh mẽ và can đảm, tuyên bố vai trò của ông là dẫn dắt dân Y-sơ-ra-ên vào Đất Hứa; nói rõ ý nghĩa việc làm của Giô-suê là tượng trưng cho sự ứng nghiệm lời hứa của Đức Gia-vê; và tượng trưng cho lời hứa về sự hiện diện của Ngài. Người tường thuật không giải thích tại sao ông đưa vào hai bài diễn văn nhậm chức, dẫu việc ủy nhiệm riêng của Đức Gia-vê có lẽ vì lợi ích của cá nhân Giô-suê, để cam đoan với ông rằng ông là người được Chúa chỉ định để kế nhiệm Môi-se.

Lời Mở Đầu Bài Quốc Ca Của Y-sơ-ra-ên (31:16–22)

Thoạt nhìn, câu 16–22 dường như không liên quan đến lễ nhậm chức của Giô-suê. Ở đây, Đức Gia-vê giới thiệu Bài Ca (được dành riêng trong chương 32) với lời báo trước về sự bội đạo của Y-sơ-ra-ên trong tương lai (31:16–18) và mô tả giải pháp của Ngài trước khủng hoảng sẽ đến (31:19–21).

Vấn đề: Sự bội đạo dường như không thể tránh khỏi của Y-sơ-ra-ên (31:16–18)

Bắt đầu cách đột ngột bằng việc thông báo về cái chết đang gần kề của Môi-se, Đức Gia-vê mô tả hậu quả của sự kiện này bằng một chuỗi gồm hành động và phản ứng. Ngài làm giảm tính thẳng thắn của lời thông báo mở đầu bằng cách nói đến sự qua đời theo lối uyển ngữ là 'an giấc với các tổ phụ'.[31] Rõ ràng sự qua đời của Môi-se có ý nghĩa lớn không chỉ đối với chính ông, mà đặc biệt cho cả dân chúng nữa. Đức Gia-vê mô tả phản ứng của người Y-sơ-ra-ên trước sự ra đi của Môi-se mà Ngài nhìn thấy trước bằng bốn động từ: (1) Họ sẽ 'nổi loạn' chống lại Đức Gia-vê; (2) họ sẽ 'thông dâm' với các thần ngoại quốc của xứ mà họ vào (so sánh Xuất 34:15–16);[32] (3) họ sẽ 'bỏ' Đức Gia-vê (so sánh 29:25[24]); và (4) họ sẽ 'phá vỡ giao ước'.

---

31. Bản NIV ghi là 'yên nghỉ với tổ phụ'. Thành ngữ bắt nguồn từ tập tục phổ biến là chôn người chết trong phần mộ gia đình, nhưng cũng phản ánh quan điểm phổ biến của người Y-sơ-ra-ên là khi chết người ta được tập hợp tới Sheol, nơi họ đoàn tụ với người thân (so sánh 32:50).

32. So sánh Quan 2:17; 8:27, 33; 1 Sử 5:25; cũng so sánh Lê 17:7; 20:5; Êxê 20:30.

Thật thích hợp khi Đức Gia-vê nói đến sự bất trung của Y-sơ-ra-ên bằng từ 'mại dâm', vì mối quan hệ của Ngài với Y-sơ-ra-ên được mô tả bằng thuật ngữ hôn nhân, và sự ghen tương/cảm xúc mãnh liệt của Ngài bị kích động khi dân chúng ve vãn các thần khác.[33] Ngoài ra, các thần cạnh tranh với nhau để có được lòng trung thành của dân chúng là những thần cho khả năng sinh sản mạnh mẽ, sẽ quyến dụ người Y-sơ-ra-ên bằng những lời hứa về sự thịnh vượng và an toàn. Việc nói đến giao ước dân chúng sẽ phá vỡ (so sánh 31:20) là 'giao ước của Ta' và cam kết '[rằng] Ta đã lập [nghĩa đen là 'làm'] với họ', nhấn mạnh giao ước mang tính chất của thuyết duy thần tái sinh. Đức Gia-vê chọn đối tác của giao ước, Ngài đưa ra các điều khoản và bày tỏ chúng cho dân chúng cách nhân từ, Ngài cũng nhân từ cho biết kết quả của lòng trung thành/bất trung.

Ba cụm từ Đức Gia-vê dùng để mô tả phản ứng của Ngài đối với sự bội đạo của Y-sơ-ra-ên phản ánh cường độ cơn thịnh nộ của Ngài (31:17a). Mặc dù Môi-se trước đó đã nói đến cơn giận của Đức Gia-vê và việc Ngài từ bỏ dân Ngài,[34] nhưng thành ngữ 'giấu mặt'[35] lần đầu tiên xuất hiện ở đây. Thành ngữ ngụ ý việc rút lại ân huệ.[36] Trong bối cảnh tòa án cổ, vua quay mặt khỏi thần dân báo hiệu thảm họa,[37] dù thành ngữ thường cũng được áp dụng cho các thần.[38]

Như trong các bản văn ngoại kinh, khi thần linh giấu mặt thì hậu quả của nó vô cùng tai hại (31:17b). Đức Gia-vê nói đến hậu quả là

---

33. Đặc biệt xem Ô-sê 4:12–14. Về bài nghiên cứu hình ảnh ẩn dụ, xem P. Bird, ''To Play the Harlot': An Inquiry into an Old Testament Metaphor,' *Gender and Difference in Ancient Israel* (bt. P. L. Day; Minneapolis: Fortress, 1989), 75– 94.

34. Lời đe dọa này đảo ngược lời hứa ở 31:6, 8; cũng so sánh 29:27[26].

35. Về bài tóm tắt các phương diện của việc Chúa giấu mặt và các tham chiếu, xem *HALLOT*, 771–72.

36. Xem phần tương ứng với nghĩa tích cực của thành ngữ này trong lời chúc phước của A-rôn (Dân 6:25–26). Về các thành ngữ liên quan trong tiếng Akkad, xem A. L. Oppenheim, 'Idiomatic Akkadian,' *JAOS* 61 (1941): 256– 57; S. E. Balentine, *The Hiding of the Face of God in the Old Testament* (New York: Oxford, 1983), 22– 28.

37. So sánh "I shall turn (and) die if the crown prince my lord turns away his face from me", trong L. Waterman, *Royal Correspondence of the Assyrian Empire, Part II: Translation and Transliteration* (Ann Arbor: Univ. of Michigan Press, 1930– 36), 114–15.

38. Xem 'A Prayer of Lamentation to Ishtar', trong *ANET*, 385, và lời than phiền của người đau buồn trong *Ludlul bēl nēmeqi* ('The Babylonian Job'), trong Lambert, *Babylonian Wisdom Literature*, 38, dòng 4. Ngoại trừ Gióp 13:14; 34:29, thành ngữ này mô tả phản ứng của Đức Gia-vê khi bị phản bội giao ước.

'những thảm họa' và 'tai ương' xảy đến như con thú ăn thịt tìm và nuốt con mồi. Trước các tai họa, dân chúng sẽ đáp ứng bằng câu hỏi tu từ đầy tò mò: 'Có phải vì Đức Chúa Trời không còn ở với tôi nên những thảm họa nầy đổ xuống cho tôi không?' Tự thân câu hỏi đã là câu trả lời. Điều đáng chú ý là ở 29:24–25[23–24], câu trả lời của dân ngoại giáo cho câu hỏi có liên quan còn chính xác hơn cả lời giải thích của chính người Y-sơ-ra-ên: kết cuộc của dân tộc thật sự là hậu quả của cơn thịnh nộ của Chúa, nhưng nguyên nhân cơ bản là vì họ từ bỏ giao ước mà Đức Gia-vê đã lập với họ. Lời giải thích của người Y-sơ-ra-ên ở đây có thể đúng về mặt thần học, nhưng về mặt tinh thần thì sai. Họ buộc tội Đức Gia-vê vì đã không giữ lời hứa giao ước, trong khi trách nhiệm cuối cùng là ở sự bội bạc của chính họ (31:18; so sánh Êxê 8:12; 9:9). Lời nói cuối cùng này liên quan đến cách chơi chữ hiệu quả với gốc *pnh* ('đối diện'). Khi Đức Gia-vê giấu 'mặt' Ngài, Ngài không chú ý nữa; khi người Y-sơ-ra-ên 'đối mặt' các thần khác (so sánh 31:20), họ trông cậy các thần cho họ sự an toàn.[39]

Giải Pháp: Bài Ca (31:19–21)

Như ở 4:1 và 10:12, *weʿattâ* (bản tiếng Việt dịch là 'Vậy, bây giờ') trong câu 19 báo hiệu sự chuyển tiếp từ nửa đầu sang nửa sau bài nói chuyện của Đức Gia-vê, giới thiệu kết quả hợp lý cho phần trước đó. Dựa vào bài nói chuyện trước, có lẽ chúng ta mong đợi Đức Gia-vê chính thức chuyển giao nhiệm vụ của Môi-se cho Giô-suê. Điều đáng chú ý là, thay vì chỉ định người kế nhiệm về khía cạnh mục vụ để gắn kết dân tộc lại với nhau và giữ họ đi đúng đường lối giao ước, thì Ngài ủy thác một bài ca. Thật vậy, câu 19–21 cho thấy lý do chính Đức Gia-vê kêu Môi-se và Giô-suê đến hội mạc là truyền đạt cho họ bài ca này, sẽ là một bài quốc ca cho dân tộc.

Từ Hê-bơ-rơ *šîr* có thể ám chỉ bài ca phải được hát hoặc bài thơ được đọc thuộc lòng,[40] và từ này xác định thể loại của tác phẩm. Đọc bài ca này đòi hỏi hai hành động: chép lại tác phẩm như một bản văn rồi trình bày bằng miệng trước dân chúng (31:19). Qua việc truyền

---

39. Cũng so sánh Gióp 36:21; Ô-sê 3:1; Thi 40:4[5].
40. Về sự khác nhau giữa 'bài thơ' và 'bài ca', xem D. Lipton, *Longing for Egypt and Other Unexpected Biblical Tales* [Hebrew Bible Monographs 15; Sheffield: Phoenix, 2008], 189–90. Về việc hát hoặc đọc thuộc thơ ca ở Mê-sô-bô-ta-mi, xem J. Tigay, *The Evolution of the Gilgamesh Epic* (Philadelphia: Univ. of Pennsylvania Press, 1982), 107, n. 2.

lệnh cho Môi-se phải dạy dân Y-sơ-ra-ên bài ca này, Đức Gia-vê yêu cầu ông làm tương tự điều ông đã làm với luật pháp trong bài giảng trước (4:14; 5:31; 6:1). Điều này ngụ ý việc dạy dỗ không chỉ bao gồm đọc thuộc lòng, mà còn phải giải nghĩa và có những lời kêu gọi khích lệ,[41]

Câu 19b ngụ ý Bài Ca chứa đựng chức năng pháp lý. Thật vậy, cảnh tượng được hình dung phù hợp với thể loại của một *rîb* ('cuộc tranh luận pháp lý'). Trong khi các ngữ cảnh pháp lý trước đó đều yêu cầu phải có nhân chứng làm chứng chống lại tội phạm, thì Đức Gia-vê muốn bài ca này trở thành nhân chứng. Bài ca sẽ làm chứng cho Đức Gia-vê bằng việc công bố lòng trung thành của Ngài bất chấp sự bất trung của dân tộc dường như là chắc chắn (so sánh 31:21). Bài ca sẽ nhắc Y-sơ-ra-ên rằng khi họ kinh nghiệm những nguyền rủa trong giao ước, thì đây sẽ là đáp ứng công bằng đã được báo trước của Đức Gia-vê vì họ đã chà đạp lên ân sủng của Ngài. Đây sẽ là hiểu biết quan trọng trong tương lai, đặc biệt khi người ngoài suy diễn từ những thảm họa của Y-sơ-ra-ên rằng Đấng bảo trợ thiên thượng của họ hoặc là không thể hoặc là không muốn bảo vệ dân Ngài khỏi những thế lực ngoại quốc và khỏi các thần của họ.[42] Như chúng ta sẽ thấy, Bài Ca này chống lại những phản ứng sai lầm đó.

Không như bản NIV (dùng liên từ 'khi'-ND), thay vì mô tả ngữ cảnh thời gian mà Bài Ca sẽ thực hiện chức năng của nó, câu 20 đưa ra lý do cho vai trò nhân chứng của Bài Ca.[43] Dường như cho rằng sự bội đạo và đoán phạt Y-sơ-ra-ên là không thể tránh khỏi, bất chấp những sự kiện này, Bài Ca sẽ nhắc họ nhớ đến ân sủng thiên thượng mà họ đã chối từ và sẽ tuyên bố rằng, bởi việc làm của họ, họ đã phải trải qua những tai họa y như đã được báo trước. Cuối cùng, Đức Gia-vê sẽ được minh oan và sự nổi loạn của Y-sơ-ra-ên chống lại Bá Chủ nhân từ của mình sẽ bị phơi bày.

---

41. Thành ngữ được dùng ở đây 'đặt nó vào miệng họ' nghĩa là dạy cách kỹ lưỡng để dân chúng ghi nhớ và có thể đọc thuộc lòng.

42. So sánh Giê 30:17; 33:24; Êxê 36:20–21;

43. Nếu *kî* giới thiệu mệnh đề chỉ thời gian ('khi'), thì mệnh đề điều kiện phải kéo dài qua 31:21 (tương tự NJPS). Chuỗi các động từ trong 31:20 bắt đầu bằng động từ quá khứ chưa hoàn thành, theo sau là bảy động từ hoàn thành *waw* liên tiếp (waw consecutive), thường diễn đạt một loạt các sự kiện có thật hơn là các sự kiện giả định trong tương lai được hiểu là các sự kiện quá khứ. Quyết định kết thúc mệnh đề điều kiện ở 'khi họ ăn no nê và mập mạnh' và bắt đầu về chính của câu điều kiện bằng cụm từ 'họ sẽ chạy theo' là tùy hứng.

Câu 20 tóm tắt *vaticinium ante eventum* (lời tiên báo trước khi sự kiện xảy ra), những tiến triển về mặt lịch sử trong tương lai đòi hỏi phải có Bài Ca. Quá khứ của Y-sơ-ra-ên bắt đầu và kết thúc bằng những việc làm đầy ân sủng của Đức Gia-vê như thế nào,[44] thì tương lai của họ cũng phụ thuộc vào hành động nhân từ của Ngài như thế ấy. Thực hiện lời hứa đã thề với tổ phụ,[45] Đức Gia-vê sẽ phó xứ vào tay họ, là xứ sẽ sản sinh sản vật để họ có thể ăn, được no nê và mập béo. Mặc dù chúng ta đã nghe nói đến mối nguy hại từ những điều này rồi (6:11; 8:10, 12; 11:15), nhưng đây là lần đầu tiên chúng ta đọc thấy họ mập mạnh (NIV 'phát đạt'). Cụm từ nói đến sự chán ngấy, khiến những người thụ hưởng sự hào phóng của Đức Gia-vê quên đi nguồn dư dật của mình và cho rằng sự thịnh vượng của họ là nhờ vào các thần sinh sản của Ca-na-an (so sánh 6:10–15; 8:11–14; 11:8–17; 32:13–14).

Phần còn lại của câu 20 mô tả đáp ứng của Y-sơ-ra-ên trước sự hào phóng của Đức Gia-vê: họ sẽ hướng về các thần khác, phục vụ họ trong tư cách đầy tớ, từ chối Đức Gia-vê và phá bỏ giao ước của Ngài. Được đặt cạnh câu 16, cụm từ 'chạy theo các thần khác' (bản NIV dịch là 'thờ phượng') trong câu 18 được dùng thay cho 'nổi loạn' và 'thông dâm cùng các thần khác'. Do đó, 'từ chối Ta' (bản NIV dịch là 'bỏ') và 'bội giao ước Ta' được dùng thay cho 'bỏ Ta' và 'phá vỡ giao ước Ta đã lập cùng họ' trong câu 16. Việc nói đến từ chối Đức Gia-vê là ý mới mẻ trong sách và chuẩn bị độc giả cho đáp ứng hỗ tương của Đức Gia-vê ở 32:19.

Cụm từ mở đầu trong câu 21 báo hiệu một hoạt động mới trong chuỗi những việc bội đạo của người Y-sơ-ra-ên. 'Nhiều tai ương và thảm hoạ' tượng trưng cho những người mới dự phần vào tương lai của Y-sơ-ra-ên và là cách nói rút gọn chỉ tất cả những nguyền rủa trong giao ước được ghi lại trong 28:15–68. Tuy nhiên, là chủ ngữ của động từ, những thực thể vô tri vô giác xuất hiện như những tác nhân tích cực tấn công ('xông hãm') Y-sơ-ra-ên như thú hoang tấn công con mồi.[46] Trong ngữ cảnh tuyệt vọng này, những lời của Bài Ca sẽ làm chứng cho lòng trung thành và ân sủng của Đức Gia-vê và sự vô ơn

---

44. Phục 4:32–40; 6:20–25; v.v...
45. Phục 1:8, 35; 6:10, 18, 23; 7:13; 8:1; 9:5; 10:11; 11:9, 21; 19:8; 26:3, 15; 28:11; 30:20; 31:7, 20.
46. Động từ này vang vọng 4:30.

và nổi loạn của dân Ngài. Mệnh đề được chèn vào 'vì dòng dõi họ sẽ không quên' làm rõ thêm tính chất quốc ca của Bài Ca theo sau, bài ca phải được hát mãi mãi. Là quốc ca của Y-sơ-ra-ên,[47] Bài Ca sẽ nhắc dân chúng nhớ về nguồn gốc của mình trong những hành động ân sủng của Đức Gia-vê và cảnh báo họ đừng chà đạp lên lòng rộng rãi của Ngài. Nhưng Bài Ca cũng đem đến hy vọng. Giống phần cuối của bài giảng thứ ba của Môi-se, Bài Ca tuyên bố rằng sau sự đoán phạt, Đức Gia-vê sẽ minh oan cho danh tiếng của Ngài và của dân Ngài.

Mệnh đề kết thúc ở câu 21 nhắc lại nhu cầu phải có Bài Ca. Sự bi quan của Đức Gia-vê về tình trạng thuộc linh của Y-sơ-ra-ên đã xuất hiện ở chỗ khác trong Phục Truyền Luật Lệ Ký (5:28–29; 9:24; 12:8; 31:27), nhưng đây là lời tuyên bố rõ ràng nhất về thất bại dường như không thể tránh khỏi của Y-sơ-ra-ên trong việc giữ giao ước. Dĩ nhiên, vấn đề không phải ở giao ước; sai lầm là ở dân chúng. Việc Đức Gia-vê biết mục đích của dân chúng là nổi loạn 'hôm nay', ngay cả trước khi Ngài cho họ xứ Ngài đã thề ban cho, khẳng định rằng sự bội đạo được mô tả trong câu 20 liên hệ đến một thực tế chắc chắn sẽ đến trong tương lai.

Sau khi kể lại điều Đức Gia-vê nói, người kể chuyện tường thuật rằng Môi-se làm như Đức Gia-vê truyền dạy ông (31:22). Ông viết lại những lời của Bài Ca 'hôm ấy' và dạy cho con cháu Y-sơ-ra-ên. Bởi việc lặp lại các động từ 'chép' và 'dạy' (so sánh 31:19), người kể làm nổi bật sự tỉ mỉ của Môi-se trong việc thực hiện mệnh lệnh thiên thượng.

Bài Giảng Kết Thúc Của Môi-se (31:24–29)

Dựa trên chủ đề, phân đoạn ngắn ngủi này được chia thành ba phần: (1) lời mở đầu bài thuyết giảng của Môi-se (31:24–25); (2) những chỉ dẫn cuối cùng về Tô-ra (31:26–27); (3) những chỉ dẫn về quốc ca của Y-sơ-ra-ên (31:28–30). Mặc dù hai phần sau có thể là những lời riêng lẻ gắn liền với những ý trước của chương này, nhưng bằng cách kết hợp chúng lại, người kể chuyện ngụ ý việc viết xuống Tô-ra và bài ca phản ánh mối bận tâm chung.

---

47. Về ý này, xem Daniel I. Block, 'The Power of Song: Reflection on Ancient Israel's National Anthem (Deuteronomy 32),' trong *How I Love Your Torah, O LORD!* 162– 88.

(1) Bởi việc lưu ý rằng lệnh truyền của Môi-se cho người Lê-vi được ban hành sau khi ông hoàn tất việc viết luật pháp, nên người kể liên kết phần tiếp theo với câu 9–13. Cho rằng câu này ám chỉ việc Môi-se chép lại các bài giảng của mình, luật pháp thành văn là thành tựu văn chương nổi bật, dù không phải là chưa từng có về độ dài.[48] Mặc dù câu 25 nhắc lại điều chúng ta đã biết từ câu 9–10, nhưng câu này tập trung hơn vào việc nhận diện người nghe, tức người Lê-vi, cụ thể là những người được giao trách nhiệm khiêng hòm giao ước của Đức Gia-vê, dù câu 27 cho thấy Môi-se cũng sẽ nói với dân chúng nói chung.

(2) Những huấn thị của Môi-se cho người Lê-vi được chia thành ba phần: (a) những mạng lệnh về việc phải làm đối với Tô-ra (31:26a,b); (b) lời phát biểu về nhiệm vụ của Tô-ra (31:26c); (c) lời tuyên bố về việc Đức Gia-vê biết xu hướng nổi loạn của Y-sơ-ra-ên (31:27). Bởi việc chuyển giao bản sao Tô-ra bằng văn tự cho người Lê-vi, Môi-se bổ nhiệm họ là người trông giữ tài liệu, và qua việc truyền bảo họ đặt Tô-ra bên cạnh hòm, ông thừa nhận Đức Gia-vê là nguồn và Đấng bảo đảm thiên thượng của Tô-ra (so sánh 10:1–2).

Một khi được viết ra, cuộn Tô-ra có lẽ phải được đặt trong bình bằng đất sét hoặc thùng bằng gỗ để giữ cho an toàn.[49] Các tập tục cổ đại góp phần giải thích lý do phải đặt bản sao Tô-ra bằng văn tự bên cạnh hòm giao ước. Khi hai người hay hai nhóm người lập hiệp ước, mỗi bên sẽ đem một bản sao về và đặt trong đền thánh như một sự thừa nhận vai trò bảo đảm giao ước của thần linh và để lấy ra sử dụng theo định kỳ trong các nghi thức nhắc lại giao ước. Hành động hiện tại mang ý nghĩa những huấn thị mục vụ của Môi-se cũng mang tính ràng buộc như chính Mười Điều Răn, dù qua việc đặt cuộn Tô-ra bên cạnh thay vì bên trong hòm, Môi-se muốn bảo đảm rằng cuộn Tô-ra dễ dàng được tiếp cận hơn. Mặc dù câu 9–13 đòi hỏi người Lê-

48. Xem xét chung với nhau, các bài thuyết giảng của Môi-se có thể so sánh về độ dài với sử thi Gilgamesh của người Mê-sô-bô-ta-mi. Về bài phân tích vấn đề này, xem A. R. Millard, 'Books in the Late Bronze Age in the Levant,' trong *Past Links: Studies in the Languages and Cultures of the Ancient Near East* (bt. S. Izre, và cs.; Israel Oriental Studies 18; Winona Lake, In: Eisenbrauns, 1998), 171– 81.

49. So sánh Giê 32:14. Về việc lưu giữ các tài liệu quý giá trong các thùng ở Ai Cập, xem *ANET*, 495a; M. Lichtheim, *Ancient Egyptian Literature*, t. 3, *The Late Period* (Berkeley: Univ. of California Press, 1980); 129–31, về việc nhắc đến các vật đựng là tấm bản ở Mê-sô-bô-ta-mi cổ, xem the Gilgamesh Epic, tablet 1, 22– 25. So sánh. Tigay, *Gilgamesh Epic*, 263, chú giải ở 1:22.

vi phải đọc Tô-ra mỗi bảy năm tại lễ hội Sukkoth, nhưng có lẽ Tô-ra cũng được dùng trong các buổi thờ phượng khác, chưa kể đến việc các vua yêu cầu sao chép Tô-ra cho chính họ (17:18–20).

Giống như Bài Ca được đề cập trong câu 19–21, bản sao Tô-ra sẽ là nhân chứng chống lại Y-sơ-ra-ên. Mặc dù ông đang chủ yếu nói với người Lê-vi, nhưng cụm từ 'cáo buộc anh em' (31:26) cho thấy họ là người đại diện cho Y-sơ-ra-ên. Giống Bài Ca đó, Tô-ra kể lại ân sủng diệu kỳ của Đức Gia-vê khi lập Y-sơ-ra-ên là đối tác giao ước của Ngài, cảnh báo người Y-sơ-ra-ên về những hậu quả của sự nổi loạn, và cho dân tộc này thấy một tương lai đầy lạc quan sau sự đoán phạt (4:19–31; 30:1–20).[50] Ngoài ra, tương tự Mười Điều Răn (Xuất 24), bản sao Tô-ra nằm cạnh hòm giao ước làm chứng cho nghi thức nhắc lại giao ước mà nhờ đó thế hệ hiện tại ràng buộc họ với Đức Gia-vê.

Như Đức Gia-vê đã làm với Bài Ca (31:21), trong 31:27, Môi-se đặt những việc làm liên quan đến Tô-ra dựa trên nhận thức của ông về tình trạng thuộc linh của dân chúng. Tuy nhiên, trong khi Đức Gia-vê mô tả sự hời hợt trong lòng tận hiến của Y-sơ-ra-ên bằng những từ ngữ mơ hồ nhất, thì ở đây Môi-se mô tả cụ thể hơn: dân chúng 'phản trắc' và 'ngoan cố'.[51] Thật vậy, Môi-se cáo buộc dân chúng về tội liên tục nổi loạn chống lại Đức Gia-vê và bày tỏ ý nghĩ rằng, một khi ông qua đời, dân chúng sẽ lộ rõ bộ mặt thật. Việc Môi-se nói đến sự qua đời của ông làm cho lời ông nói trong câu 2 và lời thông báo theo kiểu uyển ngữ của Đức Gia-vê trong câu 16 trở nên rõ ràng hơn.

Những huấn thị của Môi-se về Bài Ca trong câu 28–29 bao gồm một lệnh truyền cho người Lê-vi hành động (31:28a), mục đích của hành động đó (31:28b-c), và lý do của hành động đó (31:29). Môi-se bắt đầu bằng cách ra lệnh cho người Lê-vi nhóm hiệp 'các trưởng lão' và 'các quan cai' của Y-sơ-ra-ên lại để nghe ông nói (so sánh 31:12, 30).[52] Trong khi ở câu 12 chúng ta biết mục đích của buổi triệu tập từ góc nhìn của thính giả, thì ở đây Môi-se tuyên bố mục đích từ góc nhìn của ông, đó là để ông nói trước mặt họ và triệu tập trời và đất để làm

---

50. Về Bài Ca như cách truyền đạt trọng tâm của Phục Truyền Luật Lệ Ký, xem A. Lee, 'The Narrative Function of the Song of Moses in the Contents of Deuteronomy and Genesis-Kings' (Luận văn PhD, University of Gloucestershire, 2010).

51. Về ý nghĩa của những cụm từ này, xem chú giải ở 9:6–7.

52. Về *šôtěrîm*, xem chú giải ở 1:15.

chứng chống lại họ. Theo thủ tục pháp lý, hành động này khiến cho số lượng nhân chứng lên đến ba: trời và đất (31:28), Bài Ca (31:19) và Tô-ra (31:26).[53]

Câu 29 củng cố câu 27, cho thấy Môi-se cũng có cái nhìn bi quan về tình trạng thuộc linh của dân chúng (so sánh 31:21). Cũng như Đức Gia-vê (31:16), ông biết rằng ngay khi ông lìa đời, dân chúng sẽ 'bại hoại' và 'quay lưng lại với con đường' họ đã được dạy. Môi-se mô tả ảnh hưởng của sự bội nghịch dường như không thể tránh khỏi bằng một câu đơn giản: cuối cùng 'tai ương'[54] sẽ giáng trên họ.[55] Mặc dù một số người hiểu cụm từ 'trong tương lai' theo ý nghĩa lai thế học,[56] nhưng như ở 4:30, cụm từ này chỉ có nghĩa là 'ở tương lai xa'.[57] Môi-se kết thúc với lời ghi chú hết sức bi quan: Người Y-sơ-ra-ên sẽ làm điều ác trước mắt Đức Gia-vê, chọc giận Ngài. Giống những chỗ khác (4:25; 9:18; 17:2), 'điều ác' chủ yếu chỉ về việc vi phạm Điều Răn Quan Trọng Nhất, tức là nguyên tắc đầu tiên của mối quan hệ giao ước. 'Chọc giận Ngài' rút ngắn xuống còn một từ mô tả cảm xúc của Chúa như được đề cập ở phía trước trong câu 17–18 và ở 29:23–28[22–27].

Người kể chuyện nói lời cuối cùng trong chương này, tường thuật rằng Môi-se đã đọc thuộc tất cả những lời của bài ca này cho toàn thể hội chúng nghe. Như trong câu 24, việc thêm vào 'lời của bài ca này' nhấn mạnh sự thận trọng của một mục sư trong việc thực hiện trách nhiệm với dân chúng.

Ngữ Cảnh Bắc Cầu

CÁC SÁCH CỦA MÔI-SE. Mặc dù chương 31 là một đơn vị văn chương phức tạp, nhưng cho độc giả sự hiểu biết đáng kể về quan điểm của

---

53. Về tính chất và mục đích của việc kêu gọi trời đất làm nhân chứng, xem chú giải ở 4:26 và 30:19.

54. Mạo từ trước từ 'tai ương' (trong nguyên ngữ) ngụ ý một hậu quả cụ thể, chắc chắn như việc áp dụng lời nguyền rủa của chương 28.

55. So sánh với những câu đầy đủ hơn trong chương 28 và 29:20–28[19–27].

56. Về cách hiểu cụm từ theo phương diện lai thế học, đặc biệt xem J. H. Sailhamer, *The Pentateuch as Narrative: A Biblical– Theological Commentary* (Grand Rapids: Zondervan, 1992), 36– 37, 475; cùng tác giả, *The Meaning of the Pentateuch: Revelation, Composition and Interpretation* (Downers Grove, IL: InterVarsity Press, 2009), 36, 332–33, 343.

57. Tương tự Sáng 49:1, khi cụm từ không phải *terminus technicus* chỉ về ngày cuối cùng, mà là ám chỉ một sự kiện ở tương lai xa. So sánh V. P, Hamilton, *The Book of Genesis Chapters 18–50* (NICOT; Grand Rapids: Eerdmans, 1995), 646.

Y-sơ-ra-ên cổ về tính chất và tầm quan trọng của Kinh Thánh bằng văn tự của họ, đặc biệt là Tô-ra.[58] (1) Toàn bộ Tô-ra của Phục Truyền đều được linh cảm, có thẩm quyền, mang tính kinh điển và thiêng liêng. Được người kể chuyện thông báo trong phần giới thiệu (1:3) và được nhắc lại trong suốt sách, Môi-se đang chỉ dẫn dân chúng y như Đức Gia-vê đã truyền cho ông. Sau khi trình bày phần giải thích thần học sâu sắc về sự mặc khải của Đức Gia-vê trong những sự kiện lớn như cuộc xuất hành ra khỏi Ai Cập, lập giao ước tại Si-na-i, sự chu cấp và hướng dẫn trong đồng vắng, chiến thắng các vua A-mô-rít và cuộc chinh phục Đất Hứa sắp đến, cũng như về sự mặc khải cụ thể gắn liền với giao ước tại Si-na-i, Môi-se chép lại các bài giảng của mình, đưa cho các thầy tế lễ cất giữ cạnh hòm giao ước, sau đó ra lệnh cho họ đọc cho toàn thể dân chúng mỗi khi họ họp lại thờ phượng Chúa.

Hơn bất kỳ bản văn nào khác trong Cựu Ước, chương 31 ràng buộc Môi-se với một tài liệu văn tự chặt chẽ hơn bất kỳ tiên tri nào theo sau ông. Các học giả phê bình thường bỏ qua chương này, vì cho rằng nó có tính giả tưởng và xem Phục Truyền Luật Lệ Ký là văn tự giả tạo, được sáng tác sau đó nhiều thế kỷ để thêm thẩm quyền cho cuộc cải cách của Giô-si-a,[59] nhưng trong tài liệu này, chúng ta thấy nguồn gốc của truyền thống Cơ Đốc và Do Thái trong việc nói rằng Môi-se là người viết Ngũ Kinh. Chương này cung cấp cơ sở cho nhiều cách diễn đạt khác nhau trong Cựu Ước: 'sách Luật pháp của Môi-se',[60] 'sách của Môi-se' (2 Sử 25:4; 35:12; Nê 13:1), 'Luật pháp của Môi-se',[61] 'sách Luật pháp của Đức Giê-hô-va được ban cho qua Môi-se' (2 Sử 34:14), và 'lời của Đức Gia-vê bởi tay của Môi-se' (2 Sử 35:6, diễn ý cá nhân). Truyền thống này được đem sang Tân Ước khi nói đến 'luật pháp của Môi-se',[62] 'sách của Môi-se' (Mác 12:26), 'Môi-se' thay thế cho 'Luật pháp',[63] 'điều [Môi-se] đã viết' (Giăng 5:47), những ám chỉ mơ hồ đến

---

58. So sánh bài viết trong Tigay, *Deuteronomy*, 498.
59. Xem Fishbane, *Biblical Interpretation in Ancient Israel*, 436; Sonnet, *The Book within the Book*, 259–67.
60. Giôs 8:31, 32; 23:6; 2 Vua 14:6; Nê 8:1
61. 1 Vua 2:3; 2 Vua 23:25; 2 Sử 23:18; 30:16; Era 3:2; 7:6; Đa 9:11, 13; Mal 4:4[3:22].
62. Lu 2:22; 24:44; Giăng 7:23; Công 13:39; 15:5 (so sánh 'theo luật Môi-se' trong 15:1); 28:23; 1 Cô 9:9; Hê 10:28.
63. Lu 16:29, 31; 24:27; Giăng 5:45, 46; Công 6:11; 21:21; 26:22; 2 Cô 3:15.

luật pháp mà Môi-se đã truyền,[64] 'tục lệ mà Môi-se đã truyền lại cho chúng ta' (Công 6:14), những câu như 'Môi-se đã viết' (Lu 20:28; so sánh Phục 25:5), và 'Môi-se nói' (Rô 10:19). Trong các sách Phúc Âm, chính Chúa Giê-xu thường nhắc đến Môi-se như một người có thẩm quyền được công nhận trong truyền thống Do Thái và người có thẩm quyền phía sau những lời dạy của chính ông.

Mặc dù có lẽ cường điệu khi khẳng định chính tay Môi-se đã kết hợp toàn bộ Ngũ Kinh, hoặc cả sách Phục Truyền Luật Lệ Ký, lại với nhau như chúng ta có ngày nay, nhưng các bài giảng trong sách này đại diện cách xuất sắc cho Tô-ra của Môi-se. Mặc dù độc giả Cựu Ước thường cho rằng những cụm từ được dịch là 'luật pháp của Đức Giê-hô-va' chỉ về Ngũ Kinh nói chung, nhưng quan điểm mặc định phải là 'Tô-ra của Đức Gia-vê' và 'Tô-ra của Môi-se' chỉ cụ thể sách Phục Truyền. Quyển sách này là trọng tâm của Tô-ra mà các thầy tế lễ phải dạy và làm gương,[65] mà các tác giả Thi Thiên lấy làm vui mừng,[66] mà các tiên tri viện dẫn,[67] mà bởi đó các vua trung thành cai trị,[68] và theo đó các công dân công chính sống động (Thi 1).

Đây là quyển sách đã bị bỏ quên từ lâu nhưng được các viên chức của Giô-si-a tìm thấy trong đền thờ và là quyển sách đem đến sự thúc đẩy về mặt thần học cho cuộc cải cách trên diện rộng của ông (2 Vua 22–23). Đây là quyển sách mà E-xơ-ra đọc cho cộng đồng lưu đày hồi hương vào Lễ Lều Tạm (Nê 8). Và khi ánh sáng của lời tiên tri Cựu Ước phát ra, đây là quyển sách mà Ma-la-chi kêu gọi dân chúng quay về (Mal 4:4). Sách Phục Truyền cung cấp nền tảng thần học cho hầu như toàn bộ Cựu (và Tân) Ước và là kiểu mẫu cho phần lớn phong cách văn chương của Kinh Thánh. Lu-ca 16:19–31 và Giăng 5:19–47 minh họa tầm ảnh hưởng lớn của Môi-se trong truyền thống Do Thái giáo khi mới bắt đầu. Trong Tô-ra, người Do Thái nghe được tiếng nói tiên tri của Môi-se, và trong Tô-ra, họ đọc được điều ông đã viết.

Mặc dù Phục Truyền 31 nhấn mạnh truyền thống cho rằng Môi-se là người đứng sau Tô-ra, nhưng bức tranh vẽ về ông lại hết sức

---

64. Mat 8:4; 19:7, 8; 22:24; Mác 1:44; 7:10; 10:3, 4; Lu 5:14; Giăng 8:5; Công 6:14.
65. Phục 33:10; 2 Sử 15:3; 19:8; Mal 2:6, 9; so sánh Giê 18:18; Êxê 7:26; Era 7:10.
66. Thi 1:2, 19:7–14[8–15]; 119; v.v... Về Tô-ra trong Phục Truyền là điều mà các tác giả Thi Thiên chủ yếu ám chỉ khi nhắc đến Tô-ra, xem P. Miller, 'Deuteronomy and the Psalms: Evoking a Biblical Conversation', *JBL* 118 (1999):3–18.
67. Ê-sai 1:10; 5:24; 8:20; 30:9; 51:7.
68. 1 Vua 2:2–4; 2 Vua 14:6; 22:11; 23:25.

khiêm nhường, tương phản rõ rệt với những nhà cai trị cổ trong mối liên hệ với luật pháp. Trong bộ luật Hammurabi, vị vua Ba-by-lôn thế kỷ XVIII TC tự cho rằng ông được các thần chọn 'để bày tỏ sự công chính trong xứ, để dẹp bỏ kẻ gian ác và xấu xa, để ngăn chặn kẻ mạnh đàn áp người yếu',[69] và được Marduk ủy thác 'để mở con đường đúng đắn cho dân trong xứ (để đạt đến) hành vi thích hợp'.[70] Dẫu vậy, bức tự họa có vẻ đầy cao ngạo ở phần mở đầu lại trái ngược với chân dung Môi-se như được vẽ ở đây và phần còn lại của sách. Được người kể mô tả ở chỗ khác là người khiêm nhường hơn hết trên đất (Dân 12:3), Môi-se không dựng lên một tượng đài nào vì danh tiếng của bản thân, và ông không hề nói đến Tô-ra là 'Tô-ra của tôi' hay 'Tô-ra của Môi-se'. Chỉ đơn giản là 'đây là tài liệu của Tô-ra' mà thẩm quyền của nó hoàn toàn dựa trên Đức Gia-vê, Đấng đã truyền cho ông nói những lời này.

Tính bao hàm. Phục Truyền 31 cũng nhấn mạnh rằng các nguyên tắc giao ước được giải thích rõ ràng trong Tô-ra áp dụng cho tất cả mọi người. Trong bức tranh về sự thờ phượng được vẽ lên ở 31:9–13, chúng ta nhận thấy tinh thần bình đẳng và dân chủ rõ rệt. Hình ảnh người nữ và khách ngoại quốc hiện diện trong các buổi thờ phượng và xuyên suốt Cựu Ước cho thấy sự tương phản rõ rệt với thái độ kỳ thị phụ nữ phát triển trong thời kỳ chuyển tiếp giữa Cựu Ước và Tân Ước. Giống 12:12, bản văn này mời gọi toàn thể hộ gia đình - cha mẹ, con trai, con gái, tôi trai, tớ gái, người Lê-vi cư trú - ra mắt Đức Gia-vê để nghe Tô-ra. Không như đền thờ Hê-rốt xây dựng để làm vui lòng người Do Thái, là đền thờ có sân riêng cho phụ nữ và người ngoại bang,[71] không có một kiểu cấu trúc thờ phượng nào trong Cựu Ước (đền tạm, đền thờ thời Đa-vít, đền thờ thời Ê-xê-chi-ên) loại trừ phụ nữ hay ngay cả tách họ khỏi đàn ông. Và không chỗ nào trong Cựu Ước chúng ta thấy lời lẽ căm ghét phụ nữ như những lời được phun

---

69. LH i.1–6, được dịch bởi Roth, *COS*, 2:131, tr. 336.
70. LH v.14–25, như trên, tr.337.
71. Về bài giải thích và sơ đồ đền thờ của Hê-rốt, xem L. Ritmeyer, *The Quest: Revealing the Temple Mount in Jerusalem* (Jerusalem: Carta, 2006), 348–55; cũng xem *EncJud* (pb. 2, 2007), 19:612.

ra bởi Ben Sirach,[72] hay được lặp lại trong lời cầu nguyện mỗi ngày bởi nhiều người Do Thái chính thống trên khắp thế giới:

Phước cho Hashem, Đức Chúa Trời của tôi, Vua của thế giới, vì đã không dựng nên tôi là người ngoại bang,

Phước cho Hashem, Đức Chúa Trời của tôi, Vua của thế giới vì đã không dựng nên tôi là phụ nữ.

Phước cho Hashem, Đức Chúa Trời của tôi, Vua của thế giới, vì đã không dựng nên tôi là người quê mùa.[73]

Đặc ân của mối quan hệ giao ước dành cho tất cả những ai đồng hóa mình với Đức Gia-vê bởi đức tin; những ai vui thích khi biết mình là con cái Đức Gia-vê, là tài sản đặc biệt của Ngài, là dân được thánh hóa của Ngài. Mặc dù Tô-ra là bằng chứng cụ thể cho địa vị đặc ân của Y-sơ-ra-ên trước mặt Đức Gia-vê, nhưng nó cũng khiến toàn thể cộng đồng phải chịu trách nhiệm trước những đòi hỏi của địa vị đó. Đúng vậy, Phục Truyền 17:14–20 chọn ra vị vua ở dưới thẩm quyền của Tô-ra, nhưng nhờ đọc Tô-ra mỗi bảy năm trước toàn thể dân chúng, người Lê-vi phải kêu gọi từng thành viên sống theo nguyên tắc şedeq şedeq ('công chính, và chỉ công chính mà thôi', 16:20), tức là trung thành với Đức Gia-vê được thể hiện trong việc tìm kiếm vinh hiển của Ngài và phúc lợi của người khác.

Đọc Tô-ra

Việc thiếu bằng chứng Cựu Ước chứng tỏ những lời huấn thị được đưa ra ở đây đã được thực hiện khiến một số người hiểu chương 31 'chỉ là điều khoản không tưởng'.[74] Tuy nhiên, người ta đã tìm thấy chức năng làm nhân chứng tương tự của các bản văn trước trong các tài liệu hiệp ước Hê-tít cổ đại.[75] Trước sự bùng phát dịch bệnh, vua

---

72. Xem Sir 25:13–26:12. Về bài giải thích ngắn về vấn đề này trong Ben Sirach, xem J. J. Collins, 'Marriage, Divorce, and Family in Second Temple Judaism', trong *Families in Ancient Israel* (bt. L. G. Perdue và cs.; Louisville: Westminster John Knox, 997), 143–45; về bài phân tích đầy đủ hơn, xem W. C. Trenchard, *Ben Sira's View of Women: a Literary Analysis* (BJS 38; Chico, CA: Scholars, 1982).

73. Tosefta Berakhot 6:16. Về bài viết về nguồn gốc và ý nghĩa, xem J. Tabory, 'The Benedictions of Self-Identity and the Changing Status of Women and of Orthodoxy', trong *Kenishta: Studies of the Synagogue World* (bt. J. Tabory; Bar-Ilan: Bar-Ilan Univ. Press, 2001), 107–38.

74. Nelson, *Deuteronomy*, 359, dù một số người lập luận rằng trong suốt thời kỳ cuối của nền quân chủ, Tô-ra thật sự được đọc mỗi bảy năm. Xem Holladay, 'A Proposal for Reflections in the Book of Jeremiah', 326–28.

75. Xem Tigay, *Deuteronomy*, 297.

Hê-tít vào thế kỷ mười bốn là Mursilis đã được lời tiên tri dẫn dắt tìm đến hai tấm bảng trên đó ghi lại lời thề mà người Hê-tít đã lập với các thần. Từ những tấm bảng này, Mursilis biết rằng dịch bệnh xảy ra là do người Hê-tít vi phạm những lời thề này. Điều đó khiến ông nài xin các thần tỏ lòng thương xót.[76] Giô-si-a cũng phản ứng tương tự khi các nhân viên của ông phát hiện tài liệu Tô-ra lúc đang tu bổ đền thờ (2 Vua 22–23). Ông đã thừa nhận vai trò làm nhân chứng của Tô-ra và sốt sắng tìm kiếm ân sủng thiên thượng. Vì lý do đó mà người kể chuyện mô tả ông là người kết lòng, hết ý, hết sức tìm kiếm Đức Gia-vê và các luật lệ Ngài.[77] Nhưng người kể chuyện không có ý định liên kết việc đọc Tô-ra với Sukkoth.

Tuy nhiên, vấn đề này lại khác trong Nê-hê-mi 8, là phân đoạn thuật lại việc E-xơ-ra đọc Tô-ra cho những người lưu đày hồi hương. Người kể chuyện nhấn mạnh rằng buổi hội họp này bao gồm tất cả: đàn ông, đàn bà, trẻ con, và liên tưởng rõ ràng với Sukkoth (8:14–18).[78] Mặc dù không rõ việc đọc Tô-ra nằm trong khuôn khổ lễ hội hay thúc đẩy lễ hội diễn ra sớm, nhưng rõ ràng có sự liên kết giữa hai yếu tố này. Mặc dù Cựu Ước không hề quy định đọc Mười Điều Răn, Sách Giao Ước, hay Những Chỉ Dẫn Về Sự Thánh Khiết trong các lễ thờ phượng, nhưng từ ban đầu, Môi-se đã hình dung Tô-ra bằng văn tự sẽ đóng vai trò quan trọng trong sự thờ phượng của Y-sơ-ra-ên.

Trong Giô-suê 1 chúng ta nghe rõ nhất tiếng ngân của chương này. Điều này không có gì ngạc nhiên, vì những sự kiện được mô tả ở đó dường như đã diễn ra trong vòng mấy tuần, nếu không phải vào những ngày Môi-se giảng những bài giảng này. Chương này nổi bật vì nhắc lại cả lệnh truyền cho Giô-suê (Giôs 1:6–7, 9; so sánh Phục

---

76. Xem 'Mursili's 'Second' Plague Prayer to the Storm-God of Hatti (CTH 378.II),' trong I. Singer, *Hittite Prayers* (SBLWAW 11; Atlanta: Society of Biblical Literature, 2002), 57–61; so sánh *ANET*, 394–96.

77. Cụm từ trong tiếng Hê-bơ-rơ là lời trích nguyên văn từ Phục 6:5.

78. Mặc dù niên đại của sự kiện này không được ghi lại, nhưng hội chúng của cộng đồng hậu lưu đày dưới sự lãnh đạo của E-xơ-ra với mục đích rõ ràng là đọc Tô-ra đã thể hiện nỗ lực hoàn thành mạng lệnh hiện tại của Môi-se. Cách hiểu này được củng cố qua việc dân chúng chặt cành chà là và sống trong lều trong bảy ngày. Một số lập luận rằng dịp này thật ra trùng với năm và ngày phóng thích. Xem J. Blenkinsopp, *Ezra-Nehemiah: A Commentary* (OTL, Philadelphia: Westminster, 1988), 293; F. C. Fensham, *The Books of Ezra and Nehemiah* (NICOT; Grand Rapids: Eerdmans, 1982).

31:7–8, 23) và tầm quan trọng của Tô-ra bằng văn tự (Giôs 1:7–8; so sánh Phục 31:9–13, 26–27). Phải thừa nhận là tầm quan trọng của Tô-ra thành văn chỉ liên quan đến Giô-suê thay vì toàn thể dân chúng, như thể vị lãnh đạo mới được bổ nhiệm vào vai trò của một vị vua (so sánh Phục 17:14–20). Lời kêu gọi trung thành với Tô-ra của Đức Gia-vê trong vai trò điều kiện tiên quyết để thành công trong các chiến dịch quân sự trước mắt. Lời kêu gọi này xem Giô-suê như là hiện thân của dân tộc.

Đại mạng lệnh mà Chúa Giê-xu truyền cho các sứ đồ trong Ma-thi-ơ 28:18–20 là mạng lệnh nổi bật trong Tân Ước tương ứng với chương này:

> Tất cả thẩm quyền trên trời dưới đất đã giao cho Ta. Vậy, hãy đi khiến muôn dân trở nên môn đồ Ta, hãy nhân danh Đức Chúa Cha, Đức Chúa Con và Đức Thánh Linh làm báp-têm cho họ và dạy họ giữ mọi điều Ta đã truyền cho các con. Và nầy, Ta luôn ở với các con cho đến tận thế.

Chúng ta nghe tiếng vọng của Phục Truyền 31 khi nói đến 'lấy trời đất làm chứng', lời kêu gọi dạy cho dân Đức Chúa Trời mọi điều Chúa Giê-xu đã truyền cho họ và lời hứa về sự hiện diện của Ngài.

Ý Nghĩa Đương Đại

CÔNG THỨC ĐỂ THÀNH CÔNG. Chương này có ý nghĩa sâu sắc đối với hội thánh ngày nay. Công thức để thành công trong vương quốc của Đức Chúa Trời vẫn không thay đổi. Một mặt, như trường hợp Đức Gia-vê và Môi-se ủy nhiệm cho Giô-suê, và mặt khác là sự ủy thác quan trọng của Chúa Giê-xu cho các sứ đồ, Đức Gia-vê luôn ban khả năng lãnh đạo cần thiết để thực hiện điều Ngài kêu gọi. Mặc dù mỗi thế hệ lãnh đạo đều phải truyền lại cây gậy cho người kế nhiệm, nhưng cảm tạ Chúa, không có người lãnh đạo mới nào hay người dân nào phải tự lực để thực hiện trách nhiệm của mình. Chìa khóa để hoàn thành sứ mạng của Đức Chúa Trời vẫn là nhận lấy nhiệm vụ từ Ngài và trông cậy nơi sự hiện diện mà Ngài đã hứa.

Thời kỳ chuyển tiếp là cách thử nghiệm đức tin: chúng ta và lãnh đạo của chúng ta có đặt lòng tin nơi Đức Chúa Trời không, hay một mặt chúng ta cậy trông nơi các thần giả dối, mặt khác, chúng ta thất vọng? Lịch sử Y-sơ-ra-ên cho thấy, dù thụ hưởng mọi đặc ân và đón nhận sự chu cấp cần thiết, nhưng những người xưng mình là con dân Đức Chúa Trời lại có xu hướng yêu mến các đối tượng khác, xu hướng vấp ngã trong đức tin và quên đi sứ mạng trở thành tác nhân đem phước hạnh thiên thượng đến cho người khác của mình. Nhưng người Y-sơ-ra-ên không phải là dân duy nhất bất trung với Chúa. Diễn biến lịch sử hội thánh cho thấy đầy những người lãnh đạo và các nhóm người từ bỏ Đức Giê-hô-va, không chú ý đến ý muốn Ngài được bày tỏ trong Tô-ra và phần còn lại của Kinh Thánh, và đầu phục các thần của thế gian này. Đây vẫn là những mối nguy luôn hiện hữu.

Đọc và nghe Lời Đức Chúa Trời

Chương này nhấn mạnh tầm quan trọng của việc đọc và nghe Lời Chúa đối với sự thờ phượng. Nếu lời kêu gọi thờ phượng chung cách trang nghiêm về cơ bản là lời mời ra mắt vị Vua thiên thượng để lắng nghe tiếng Ngài (so sánh 31:11), thì chắc chắn điều Ngài nói với dân chúng quan trọng hơn điều họ nói với Ngài. Tác giả Thi Thiên viết: 'Ngày nay, nếu các ngươi nghe tiếng Ngài, chớ cứng lòng như tại Mê-ri-ba, như ngày Ma-sa trong hoang mạc' (Thi 95:7–8). Vì khi nghe đọc Kinh Thánh, chúng ta đang nghe tiếng của Đức Chúa Trời, cụ thể, nên người theo tin lành thuần túy như chúng ta phải tái khám phá chân lý đó là, qua việc đọc Lời Đức Chúa Trời bằng văn tự, người thờ phượng nghe được tiếng Ngài.

Bất chấp những lời trong bản tuyên bố tín điều, việc ít dùng Kinh Thánh đã trở thành một trong những đặc điểm trong giờ thờ phượng của tín hữu Tin Lành hiện đại. May mắn lắm thì Kinh Thánh được đọc một chút và đọc một cách vội vàng để còn chuyển qua bài giảng, như thể người giảng đứng ở vị trí của Môi-se và lời giải thích của người đó có thẩm quyền như chính những lời ra từ miệng Đức Chúa Trời. Tệ hơn là chúng ta không hề mở Kinh Thánh ra. Trong nỗ lực trở nên hiện đại và hợp thời, đôi khi vô tình hay hữu ý, chúng ta bỏ qua việc đọc Kinh Thánh, xem đó như cổ hủ, coi sức sống và sự hữu ích của nó từ lâu đã không còn. Trong khi đó, chúng ta thay tiếng nói của Đức Chúa Trời, là tiếng truyền sức sống và công bố sự sống, bằng những lời nhảm nhí ngu dại đầy cám dỗ của con người, và việc thờ phượng thật bị ngăn chặn. Với Môi-se, Ma-la-chi 4:4[3:22] mặc định rằng khi dân chúng nghe Lời Đức Chúa Trời, họ sẽ học kính sợ Ngài. Và khi họ kính sợ Đức Chúa Trời, họ sẽ cam kết vâng phục ý muốn Ngài một cách hoàn toàn và vô điều kiện. Dấu hiệu của một người thật sự gặp Chúa và của sự thờ phượng thật là đời sống được biến đổi.

Sự cứng cỏi của lòng người

Chương này xác nhận sự cứng cỏi của lòng người. Mặc cho ký ức về những hành động cứu chuộc của Đức Gia-vê vẫn còn mới mẻ, mặc cho nghi lễ nhắc lại giao ước trên đồng bằng Mô-áp, và việc sắp ban xứ vào tay dân tộc, nhưng cả Đức Gia-vê và Môi-se đều nhận thấy một điều không thể tránh khỏi, đó là dân chúng sẽ từ bỏ Ngài và giao ước Ngài để đi theo các thần dâm đãng của xứ. Trước đó, Ngài ban cho dân chúng hai nhân chứng về sự thành tín của chính Ngài đối với điều Ngài hứa, đó là Tô-ra và Bài Ca. Khi dân chúng bội đạo và phải gánh chịu những thảm họa được chép trong Tô-ra, bản sao Tô-ra bằng văn tự và Bài Ca của Đức Gia-vê (ch. 32) sẽ minh chứng cho lòng trung thành của Ngài và sự bất trung của chính họ. Nghiên cứu đầy đủ hơn về những hàm ý trong vai trò của bài ca này đòi hỏi phải xem xét kỹ chính Bài Ca, nhưng chương này chứng nhận sức mạnh của nó. Độc giả hiện đại có thể kinh ngạc khi ảnh hưởng đem lại sự kìm chế của Môi-se không còn, Đức Chúa Trời lại không thay thế bằng một Môi-se thứ hai mà bằng một bài hát. Lời bài hát nói lên bản chất của người hát.

Phục Truyền Luật Lệ Ký 32:1–47

Ý Nghĩa Nguyên Thủy

Mặc dù bản NIV đặt tên cho chương này là 'Bài ca của Môi-se' nhưng thật sự đây phải là 'Bài ca của Đức Gia-vê',[1] vì Đức Gia-vê đã truyền cảm hứng và đọc cho Giô-suê và Môi-se trong hội mạc (31:14–21). Mặc dù trong lời giảng của Môi-se chúng ta nghe tiếng Đức Chúa Trời vọng lại qua các bài diễn văn của con người, nhưng bài ca này được Đức Chúa Trời sáng tác, sau đó được Môi-se trình bày y như ông đã nghe (31:30, 32:44).[2] Thậm chí còn trực tiếp hơn các bài giảng của Môi-se, đây là 'lời của Đức Chúa Trời'.

Cần xem xét ý nhấn mạnh của bài giảng trong việc cố gắng thiết lập cấu trúc của Bài Ca. Mặc dù Đức Gia-vê đã đọc từng lời từng chữ cho họ chép (31:19) và Môi-se đã đọc lại tất cả cho dân chúng nghe (31:30), nhưng mười bốn động từ và danh từ chỉ về những cách nói bao trùm lên Bài Ca (so sánh 32:20–26, 34–38). Kết quả là một bài hát phức tạp, bao gồm không dưới bốn mức độ đàm thoại trực tiếp.[3] Dựa trên những ranh giới của bài giảng và các dấu hiệu cú pháp,[4] chúng ta có thể chia Bài Ca thành các đoạn và khổ như sau:

A. Đoạn đầu: Lời kêu gọi nhận biết sự toàn hảo của Đức Gia-vê (32:1–4)

---

1. 'Bài ca của Môi-se, đầy tớ của Đức Chúa Trời, và bài ca của Chiên Con' trong Khải Huyền 15:3 thường được gắn liền với bản văn này, nhưng tên gọi này rất có thể cũng ám chỉ Xuất Ê-díp-tô Ký 15, là đoạn Kinh Thánh rõ ràng ca ngợi việc Đức Gia-vê giải cứu người Y-sơ-ra-ên khỏi các chúa tể Ai Cập tàn bạo, là kiểu mẫu về sự cứu rỗi mà Chiên Con đem đến.

2. Về bài ca được Đức Chúa Trời sáng tác và ủy thác, xem thêm T. Giles and W. J. Doan, *Twice-Used Songs: Performance Criticism of the Songs of Ancient Israel* (Peabody, MA: Hendrickson, 2009), 108–9.

3. So sánh J. P. Fokkelman, *Major Poems of the Hebrew Bible, at the Interface of Prosody and Structural Analysis*, t.1, *Ex. 15, Deut. 32, and Job 3* (Studia Semitica Neerlandica; Assen: Van Gorcum, 1998), 58–62.

4. Ngược với những suy nghĩ phổ biến, mạo từ *kî* về cơ bản là dấu hiệu đàm thoại, có thể chỉ quan hệ nhân quả ('vì', 32:20), hoặc chỉ thời gian ('khi', 32:36c), dù cả hai ý trên đều không chắc chắn. Muốn biết đầy đủ, xem Follingstad, *Deictic Viewpoint in Biblical Hebrew Text*.

B. Hồi tưởng: Lời kêu gọi nhận biết những bất toàn của dân Đức Gia-vê (32:5–18)

Khổ I: Câu chính đề (32:5–6)

Khổ II: Lời kêu gọi ghi nhớ ân sủng của Đức Gia-vê (32:7–14)

Khổ III: Chà đạp lên ân sủng của Đức Gia-vê (32:15–18)

C. Xưng nhận: Lời kêu gọi nhận biết sự công bằng của Đức Gia-vê (32:19–35)

Khổ I: Sự công bằng của Đức Gia-vê trong cách cư xử với dân chúng (32:19–25)

Khổ II: Sự công bằng của Đức Gia-vê trong cách cư xử với kẻ thù của Y-sơ-ra-ên (32:26–35)

D. Phúc Âm: Lời kêu gọi trân quý lòng thương xót của Đức Gia-vê (32:36–42)

E. Đoạn cuối: Lời kêu gọi kỷ niệm sự giải cứu của Đức Gia-vê (32:43)

Dựa vào lời kêu gọi làm nhân chứng và đưa ra các lập luận cho Bài Ca ở phần mở đầu, bản văn thường được hiểu là một rîb, một vụ kiện cáo mang tính chất tiên tri.[5] Tuy nhiên, cách hiểu này bỏ qua ý nghĩa của những phần mở rộng không liên can gì đến vụ kiện (32:2, 30–43) và bỏ qua các yếu tố có liên quan mật thiết tới văn chương khôn ngoan hơn là tới vấn đề pháp lý.[6] Những đặc tính pháp lý thật sự khá mờ nhạt, chỉ đóng vai trò thứ yếu so với các đặc điểm về mặt nghi thức,[7] là những đặc điểm được củng cố bởi ngữ cảnh theo thể văn tường thuật của bài thơ (32:19–22).[8] Cho dù chúng ta gán cho bài

---

5. Xem H. B. Huffmon, 'The Covenant Lawsuit in the Prophets', *JBL* 78 (1959): 285; so sánh G. E. Wright, 'The Lawsuit of God: A Form-Critical Study of Deuteronomy 32', trong *Israel's Prophetic Heritage* (bt. B. w. Anderson và cs.; New York: Harper: 1962), 26–67; J. M. Wiebe, 'The Form, Setting and Meaning of the Song of Moses', *Studia Biblica et Theologica* 17 (1989): 119–63.

6. Đặc biệt xem J. R. Boston, 'The Wisdom Influence upon the Song of Moses', *JBL* 87 (1968): 198–202.

7. Những đặc điểm này bao gồm (1) xác định đây là bài ca hơn là vụ kiện pháp lý; (2) thường xuyên thay đổi xen kẽ giữa các ngôi thứ nhất, thứ hai và thứ ba; (3) xen kẽ giữa những người nói; (4) chuỗi các mệnh lệnh (32:3, 7, 39, 43) và câu nghi vấn (32:6, 30, 34, 37–38); (5) lời kêu gọi ngợi khen ở cuối bài (32:43).

8. So sánh M. Thiessen, 'The Form and Function of the Song of Moses (Deuteronomy 32:1–43)', *JBL* 123 (2004): 407–24; M. Leuchter, 'Why Is the Song of Moses in the Book of Deuteronomy?' *VT* 57 (2007): 314.

thơ thuật ngữ chuyên môn gì đi chăng nữa thì chức năng giáo huấn của nó cũng rõ ràng. Ngoài việc rao ra sự vĩ đại của Đức Gia-vê, Bài Ca còn là lời nhắc nhở thường xuyên cho người Y-sơ-ra-ên về nguồn gốc của họ (bắt nguồn từ ân sủng của Đức Gia-vê) và kết cuộc của họ (phát sinh từ sự phản bội của họ trước ân sủng đó). Điều này bày tỏ sự công bằng của Đức Gia-vê qua việc trừng phạt họ và hướng đến cách giải quyết mối quan hệ bị phá vỡ qua những việc làm ân sủng của Đức Gia-vê trong tương lai.[9]

Mặc dù một số người cho rằng Bài Ca thuộc thời kỳ những tiên tri sau này,[10] nhưng những nghiên cứu gần đây đã đưa ra lập luận ủng hộ niên đại sớm hơn. Có thể đây là một trong những phần văn chương có trước nhất trong Cựu Ước.[11] Như với nhiều thi thiên, Bài Ca này đưa ra vài gợi ý về bối cảnh lịch sử có thể đã thúc đẩy sự ra đời sớm của nó.[12] Vì Bài Ca bao gồm những đặc điểm cú pháp và từ vựng cổ xưa lẫn gần đây,[13] nên tự thân Bài Ca và phần truyện kể bao quanh đã là manh mối tốt nhất để nhận biết nguồn gốc của nó.

Như đã nói, bài ca này là một dạng quốc ca, nhằm mục đích làm 'lời chứng' vĩnh viễn (31:21) bằng cách nhắc dân chúng rằng họ mắc nợ Đức Gia-vê về sự tồn tại của mình và cảnh báo họ đừng từ bỏ Ngài để chạy theo các thần khác. Đích thân Môi-se đã thực hiện những trách nhiệm này bốn mươi năm qua, nhưng một khi ông qua đời, Bài Ca phải đảm nhận trách nhiệm đó và giữ cho dân tộc đi đúng đường. Trách nhiệm này giải thích tại sao Bài Ca thiếu đi những ám chỉ lịch sử cụ thể, đó là để luôn luôn mang tính hợp thời thì nó đòi hỏi phải loại bỏ những chi tiết gắn liền với thời gian. Là một bài ca, nó sẽ được đọc lên, được hát lên hay biểu diễn khi dân chúng tập trung lại để thờ phượng. Chúng ta chỉ có thể suy đoán chứ không biết chắc việc này xảy ra trong những sự kiện thuộc nghi thức tế lễ nào.

9. Tương tự ý của J. R. Boston, 'The Song of Moses: Deuteronomy 32:1–43' (luận văn tiến sĩ; Ann Arbor, MI: University Microfilms, 1966), 191, 149–52, 187–91.
10. Mayes, *Deuteronomy*, 381. Muốn biết thêm về bài viết, xem R. Bergey, 'The Song of Moses (Deuteronomy 32.1–43) and Isaianic Prophecies: A Case of Early Intertextuality?' *JSOT* 28/1 (2003): 34–36; tương tự S. A. Nigosian, 'The Song of Moses (DT 32): A Structural Analysis', *ETL* 72 (1996):5–7.
11. Muốn có bài viết đầy đủ về lịch sử học thuật trong Phục Truyền 32, xem P. Sanders, *The Provenance of Deuteronomy 32* (OtSt 37; Leiden: Brill, 1996), 1–98.
12. Tương tự Fokkelman, *Major Poems*, 142–43.
13. Xem S, Nigosian, 'Linguistic Patterns of Deuteronomy 32', *Bib* 78 (1997): 206–24.

Tuy nhiên, liên kết bài ca này với việc đọc Tô-ra tại Sukkoth (Lễ Lều Tạm) trong chương 31 có thể đưa ra một manh mối. Bài ca này được dùng trong sự thờ phượng như thế nào là điều chúng ta không biết rõ. Tuy nhiên, quan sát những chuyển biến rõ ràng cũng như những chuyển biến âm thầm ở người nói, chúng ta có thể mường tượng ra một nghi thức tế lễ theo kiểu hát đối như sau:[14]

Câu	Nội dung	Người nói
1–3	Giới thiệu	Người hướng dẫn
4	Xác nhận tín điều	Hội chúng
Tạm nghỉ		
5–6	Lời tuyên bố tóm tắt bản cáo trạng	Người hướng dẫn
7	Lời kêu gọi nhớ lại ân sủng của Đức Gia-vê	Người hướng dẫn
8–14f	Kể lại ân sủng của Đức Gia-vê	Người nam trong hội chúng
14g–18	Lời tuyên bố cáo trạng của dân chúng	Người hướng dẫn
Tạm nghỉ		
19–20a	Lời tuyên án của Đức Gia-vê	Người hướng dẫn
20b–27c	Đọc lại diễn văn đoán phạt của Đức Gia-vê	Thầy tế lễ hoặc tiên tri phụ trách thờ phượng
27d-e	Lời tuyên bố của các nước	Người nam được chỉ định trong hội chúng
28–29	Mô tả các nước	Thầy tế lễ hoặc tiên tri phụ trách thờ phượng
30	Câu hỏi về các nước	Người hướng dẫn
31	Lời tuyên bố của người Y-sơ-ra-ên	Hội chúng
32–35	Đọc lại phần mô tả của Đức Gia-vê về kẻ thù của Y-sơ-ra-ên	Thầy tế lễ hoặc tiên tri phụ trách thờ phượng
Tạm nghỉ		
36–37a	Lời tuyên bố về cam kết của Đức Gia-vê với dân Ngài	Thầy tế lễ hoặc tiên tri phụ trách thờ phượng
37b–38	Đọc lời thách thức của Y-sơ-ra-ên với các dân	Hội chúng

---

14. Đây là sự điều chỉnh từ phần tái hiện lại của Thiessen. Về bài viết đầy đủ hơn, xem D. I. Block, 'The Power of Song', 173–79.

39–42	Đọc lời đoán phạt của Đức Gia-vê chống lại các dân	Thầy tế lễ hoặc tiên tri phụ trách thờ phượng
43	Lời kêu gọi ngợi khen kết thúc	Hội chúng

Về bản chất, những bài ca như thế này được viết 'để tái hiện quá khứ sao cho hỗ trợ việc hình thành nhân thân cụ thể về mặt xã hội giữa thính giả với mục tiêu tạo nên một cam kết hoặc một nghĩa vụ đối với một lý tưởng, giá trị hay niềm tin cụ thể'.[15] Điều này chắc chắn đúng với Phục Truyền 32. Bài ca này nhắc lại theo phong cách thơ ca nội dung cốt lõi trong bài giảng của Môi-se, kêu gọi mọi thế hệ công nhận công tác ân sủng của Đức Gia-vê vì cớ họ, từ bỏ tất cả những sự trung thành khác, nhận biết hậu quả của lòng bất trung, và vui mừng trong niềm hy vọng rằng cuối cùng cam kết của Đức Gia-vê với họ là không thể thay đổi.

Đoạn đầu: Lời kêu gọi công nhận tính toàn hảo của Đức Gia-vê (32:1–4)

Phần mở đầu Bài Ca trình bày bốn yếu tố then chốt liên quan đến tình huống hùng biện được hình dung ở đây: (1) thính giả (32:1); (2) phương tiện (32:2); (3) mục tiêu của nhà hùng biện (32:3); (4) đối tượng (32:4). Như những chỗ khác trong sách Phục Truyền, 'trời' và 'đất' tượng trưng cho toàn cõi vũ trụ. Dựa vào những lời kêu gọi trước đó (4:26; 30:19; 31:28), câu 1 khá giống một lời kêu gọi nhân chứng trong vụ kiện pháp lý. Tuy nhiên, phần mở đầu cho thấy bài ca này không nói đến tình huống pháp lý. Đây là bài hát ngợi khen Đức Gia-vê từ môi miệng của một con người mà thế giới cần nghe đến.

Câu 2 mô tả phương tiện mà nhờ đó người hát sẽ ngợi khen Đức Gia-vê. Đó là 'giáo huấn của tôi' và 'lời tôi', nhưng người hát tập trung vào hiệu quả đem lại sự tươi mới từ lời nói của mình. Với hình ảnh tương đương khéo léo, người hát so sánh những lời của mình với 'mưa', 'sương móc', 'mưa phùn', và 'mưa rào'. Được liên kết với câu 1, những từ ngữ chỉ hơi ẩm được sắp xếp theo thứ tự ABBA, với từ đầu tiên và cuối cùng ngụ ý mưa từ trời xuống, và hai từ ở giữa nói đến độ ẩm xuất hiện cách tự nhiên từ mặt đất (Sáng 1:11–12; 2:5). Câu này nói lên rằng những lời ngợi khen dành cho Đức Gia-vê (so

---

15. Giles and Doan, *Twice-Used Songs*, 22 (chữ in nghiêng là từ của họ).

sánh 32:3) sẽ thúc đẩy năng suất và khả năng sinh sản trong cõi vũ trụ.

Mạo từ trung tâm *kî* ở đầu câu 3 báo hiệu sự chuyển hướng từ lời của Bài Ca sang mục đích của người hát, đó là làm cho Đức Gia-vê được vinh hiển. Xuất 34:5–6 minh họa ý nghĩa của 'Tôi sẽ tung hô danh'. Ở dòng thứ hai, người hát kêu gọi thính giả cùng với mình quy sự vĩ đại cho Đức Chúa Trời của Y-sơ-ra-ên. Bài Ca đã làm vậy bằng cách nhắc lại những thuộc tính của Ngài (32:4), những việc làm ân sủng của Ngài vì lợi ích của dân tộc (32:5–14), cơn giận công chính của Ngài để đáp lại sự chống nghịch của họ (32:15–25), cách đối xử công bằng với kẻ thù của Y-sơ-ra-ên (32:26–35), và cuối cùng là sự chuộc tội đầy thương xót cho dân Ngài (32:36–43). Việc nhắc đến Đức Gia-vê bằng danh xưng và biệt hiệu 'Đức Chúa Trời chúng ta' thể hiện quan điểm của những người Y-sơ-ra-ên trung thành trong mọi thế hệ.

Mặc dù câu 4 không có động từ mới nào chỉ lời nói, nhưng điều này dường như tượng trưng cho lời nói được lồng vào, làm thành lời hứa của người hát đó là rao truyền danh của Đức Gia-vê (32:3). Giống như Shema (6:4–5), đây là lời tuyên xưng, thông báo chủ đề bài quốc ca của Y-sơ-ra-ên. Ý tưởng được xây dựng cách cẩn trọng, tuyên bố chủ đề bằng một từ và sau đó đưa ra lời chú thích dưới hình thức một chuỗi những mệnh đề đóng vai trò như danh từ. Dòng đầu tiên giới thiệu chủ đề chính của Bài Ca. Từ 'vầng đá' xuất hiện hai lần với nghĩa thông thường (32:13a,b), năm lần trong vai trò biệt hiệu của Đức Gia-vê (32:4, 15, 18, 30, 31b), và hai lần chỉ về các thần ngoại quốc (32:31, 37). Qua việc đối chiếu Đức Gia-vê với 'vầng đá' mà các dân đặt lòng tin cậy (32:31, 37), từ này chỉ về sức mạnh, tính bền vững và vĩnh cửu;[16] Y-sơ-ra-ên chỉ thấy an ninh khi ở trong Đức Gia-vê mà thôi.[17]

Năm câu có vai trò như danh từ trích dẫn sáu đặc điểm của Vầng Đá theo sau tiếng kêu mở đầu.

---

16. So sánh C. J. Labuschagne, *The Incomparability of Yahweh in the Old Testament* (Pretoria Oriental Series 5; Leiden: Brill, 1966), 70–71, 115–16.

17. So sánh 1 Sa 2:2; 2 Sa 22:32. Trong 2 Sa 23:3 Đa-vít gọi Đức Gia-vê là 'Vầng Đá của Y-sơ-ra-ên' (so sánh Ê-sai 30:29).

(1) công việc của Vầng Đá là 'toàn hảo', ngụ ý mọi hành động của Đức Gia-vê đều hoàn hảo, ngược với các thần khác ('vầng đá') được tuyên bố là chẳng ra gì (32:31, 37).[18]

(2) Mọi đường lối của Vầng Đá đều là 'công lý', tức là mọi điều Ngài làm đều phục vụ cho sự nghiệp công lý.

(3) Vầng Đá là 'Đức Chúa Trời [El] thành tín'. Cụm từ khó hiểu này tóm lược 7:9–10, đưa ra lời giải thích đầy chất thơ cho câu trước đó. Câu này ca ngợi hai phương diện trong sự thành tín của Đức Gia-vê, trước tiên là Ngài kêu gọi và chu cấp cho Y-sơ-ra-ên (32:8–14), và tiếp theo là trong sự đoán phạt những kẻ 'ghét' Ngài (32:15–43).

(4) Vầng Đá 'vô tội'.[19]

(5) Vầng Đá công bình (bản NIV 'ngay thẳng'; ṣaddîq) và ngay thẳng (bản NIV 'công bằng'; yāšār). Công bình nói đến cách sống và cách hành xử theo các nguyên tắc giao ước (so sánh 16:20),[20] trong khi ngay thẳng bắt nguồn từ từ gốc có nghĩa là 'chân thật" (so sánh 6:18; 12:25; 13:19[20]; 21:9).

Phần hồi tưởng: Lời kêu gọi thừa nhận những bất toàn của con dân Đức Gia-vê (32:5–18)

Đoạn thơ này gồm ba khổ: câu 5–6, 7–14, 15–18. Với phần mô tả đáng chú ý về ân sủng của Đức Chúa Trời đối với Y-sơ-ra-ên, khổ thơ giữa rõ ràng là trọng tâm, nằm giữa hai phần mô tả nổi bật về phản ứng vô tín của Y-sơ-ra-ên.

Khổ I: Câu chính đề (32:5–6)

Khổ thứ nhất bắt đầu một cách mơ hồ. Mặc dù mệnh đề ban đầu thiếu một yếu tố đứng trước để định rõ chủ ngữ lẫn lời giải thích vì sao có sự bại hoại, nhưng ngữ cảnh cho thấy chủ ngữ phải là Y-sơ-ra-ên, và cách dùng động từ này ở những chỗ khác để nói về sự bội đạo trong tương lai (4:16, 25; 31:29) cho thấy sự bại hoại ấy là vi phạm Điều Răn Quan Trọng nhất thông qua việc sùng bái thần tượng.

---

18. Ê-sai 41:24 mô tả đặc điểm của các thần khác là 'chẳng ra gì' và các việc làm của chúng hoàn toàn vô ích.

19. So sánh 25:16; Êxê 18:8, 24, 26; 33:13–18; Giê 2:5.

20. Ở 4:8, cụm từ này áp dụng cho điều khoản của chính giao ước. Ở 16:19 và 25:1 cụm từ ám chỉ phía con người trung thành với giao ước.

Một chuỗi những mệnh đề khó hiểu mô tả dân đồi bại này.

(1) Họ 'không đáng làm con' của Đức Gia-vê. Cách nói này ngụ ý việc tạm ngưng, nếu không phải là đảo ngược, việc Đức Gia-vê chính thức nhận Y-sơ-ra-ên làm con tại Si-na-i (14:1).[21]

(2) Họ là nhóm người nhuốc nhơ (bản NIV 'đáng hổ thẹn'). Dùng từ ngữ thường ám chỉ con sinh khiếm khuyết, người hát đối chiếu sự đồi bại của Y-sơ-ra-ên với sự toàn hảo của công việc Đức Gia-vê (32:4) và phủ nhận địa vị của họ là 'dân thánh cho Đức Giê-hô-va'.[22]

(3) Họ là 'dòng dõi bóp méo và cong vẹo' [dịch từ bản NIV]. Ở chỗ khác, 'bị bóp méo' trái ngược với sự chính trực, liêm chính (Châm 19:1; 28:6), lòng trung thành và sự toàn hảo (2 Sa 22:26–27); từ 'cong vẹo' chỉ xuất hiện ở đây. Châm Ngôn 8:8 dùng những từ phái sinh từ hai từ này để diễn đạt ý đối lập với 'sự công bình'.

Các câu hỏi tu từ trong câu 6 xác nhận rằng câu 5 đối chiếu những sự toàn hảo của Đức Gia-vê (32:4) với sự bất toàn đã ăn sâu của Y-sơ-ra-ên, cụ thể là cách dùng động từ gâmal (bản tiếng Việt 'đền ơn'). Câu hỏi tu từ trong dòng thứ nhất đòi hỏi câu trả lời phủ định, nhưng đặc điểm 'ngu si' và 'khờ dại' của người Y-sơ-ra-ên ở dòng thứ hai cho thấy họ đã trả lời bằng ý khẳng định. Trong Thi Thiên 74:18, 'dân ngu dại' ám chỉ những người đã dại dột sỉ vả danh Đức Gia-vê.[23] Những từ ngữ này phủ nhận địa vị đã được các dân thừa nhận ở 4:6 của Y-sơ-ra-ên.

Nửa phần sau của câu 6 dùng câu hỏi tu từ khác để ngụ ý về bản chất sự đồi bại của họ: Đức Gia-vê là Cha của họ (1:31; 8:5), nhưng họ đã đối xử với Ngài cách đáng hổ thẹn. Ở đây, quyền làm cha của Ngài chủ yếu liên quan đến việc Ngài là nguồn của sự hiện hữu của Y-sơ-ra-ên, được diễn đạt bằng bộ ba động từ 'sáng tạo-tạo dựng-lập'). 'Đấng sáng tạo' được dùng chỉ về sự tiếp thu hay quán triệt,[24] nhưng thuật ngữ này có thể liên hệ đến việc sinh con (Sáng 4:1) hoặc đến sự sáng tạo (Thi 139:13; so sánh Châm 8:22). Động từ thứ hai 'Đấng đã tạo dựng' liên hệ đến từ ngữ Hê-bơ-rơ thông dụng nhất có nghĩa là 'dựng', nhưng trong nhiều ngữ cảnh, từ này liên hệ đến việc Đức

---

21. So sánh tên con của Ô-sê 'không phải là dân Ta' (Ô-sê 1:9). Cụm từ 'con cái đồi bại' trong Ê-sai 1:4 vọng lại bản văn hiện tại.
22. So sánh 7:6; 14:1; 26:19; 28:9
23. So sánh Gióp 2:10; Thi 14:1; 39:9[10]; 53:1[2]; 74:22.
24. *HALOT*, 1111–13.

Chúa Trời tạo dựng con người nói chung (Châm 14:31; Ê-sai 17:7; Giê 27:5) và liên hệ đến Y-sơ-ra-ên nói riêng (Thi 95:6; 100:3; Ô-sê 8:14). Động từ thứ ba ('lập') về bản chất có nghĩa là lắp hoặc thiết lập, nhưng sắc thái liên hệ đến công cuộc sáng tạo ở đây cũng được phản chiếu trong Thi Thiên 119:73. Kết hợp lại, những câu hỏi tu từ này làm nổi bật sự điên rồ trong đáp ứng của Y-sơ-ra-ên với những việc Đức Gia-vê đã làm vì cớ họ.

Khổ II: Lời kêu gọi nhớ lại ân sủng của Đức Gia-vê (32:7–14)

Những câu này nhắc lại những hành động thiên thượng trong việc thiết lập Y-sơ-ra-ên và cất nhắc họ lên cao hơn các nước. Phần giải thích này bắt đầu với lời kêu gọi nhớ lại quá khứ của Y-sơ-ra-ên. Nếu bản thân người nghe không thể nhớ, thì họ có thể hỏi những người làm cha và các trưởng lão, những người bảo tồn và lưu giữ lịch sử trong các xã hội ở thời chưa có chữ viết. Lời mời này làm sống lại 4:32, dù ở đây *terminus a quo* ẩn dưới cụm từ 'những ngày xa xưa' và 'những thế hệ đã qua'. Phần còn lại của khổ thơ này tóm tắt câu trả lời của những người cha/các trưởng lão đối với câu hỏi ấy, nhấn mạnh bốn giai đoạn quan trọng của lịch sử dân tộc.

(1) *Đức Gia-vê lựa chọn Y-sơ-ra-ên và mối quan hệ đặc biệt của họ với Ngài (32:8–9*. Với thể song hành đẹp mắt, các trưởng lão nhớ lại quá trình hình thành mối quan hệ đặc biệt của Y-sơ-ra-ên với Đức Gia-vê. Được gọi là 'Đấng Tối Cao'[25] trong dòng đầu tiên, câu 8 cho thấy hành động chủ yếu của Đức Gia-vê đó là thiết lập ranh giới toàn cầu (so sánh Sáng 10:5, 32). Như đã lưu ý ở 1:38, cụm từ 'phân chia sản nghiệp' là cách nói thời phong kiến ám chỉ việc các vua chúa phân chia tài sản cho thần dân.

Nhưng cái gì được phân chia, và ai là người được hưởng? Bản NIV cho rằng việc phân chia liên hệ đến lãnh thổ được ban cho các dân,[26] nhưng xét về ngữ cảnh và cú pháp, 'các dân' phải được hiểu là vị ngữ của động từ. (a) Câu 9 giới thiệu Gia-cốp/Y-sơ-ra-ên là 'sản nghiệp' riêng của Đức Gia-vê.[27] (b) Hai dòng đầu của câu 8 chỉ rõ ngữ cảnh

---

25. Elyon gợi ý đây là vị thần tối cao. Xem Elnes and Miller, 'Elyon', *DDD*, 295.

26. Về các dân và mối quan hệ của họ với đất đai, xem Ê-sai 10:13; A-mốt 9:7; Công 17:26.

27. 'Gia-cốp' là tên khai sinh tổ phụ của 'Y-sơ-ra-ên', người đã lấy tên Đức Chúa Trời đặt cho ông làm tên dân tộc (Sáng 32:28[29]); Gia-cốp không hề được dùng trong Cựu Ước để chỉ về lãnh thổ.

của sự kiện chính, đó là khi Elyon ấn định[28] ranh giới của các dân. Mặc dù những người nhận sự phân chia này không được nhận diện cách rõ ràng, nhưng dòng cuối của câu 8 đưa ra một manh mối, đặc biệt nếu chúng ta thích đọc các mảnh Qumran (4QDeutj) và Bản Bảy Mươi ('theo con cái của Đức Chúa Trời') hơn bản văn Masoretic tiếng Hê-bơ-rơ.[29] Những hữu thể trên trời gần giống thần linh là tác nhân của Đức Gia-vê trong công tác quan phòng trên đất. Do đó, Đức Gia-vê chia 'con cái loài người' vào 'mọi dân tộc', và sau đó phân chia họ cho 'con cái của Đức Chúa Trời', để thay Ngài làm người bảo trợ và bảo vệ cho họ.

Câu 9 nhấn mạnh địa vị đặc biệt của Y-sơ-ra-ên trong cấu trúc hành chánh của vũ trụ. Trong khi Đức Gia-vê phân chia các dân cho 'con cái Đức Chúa Trời', Ngài khẳng định Gia-cốp là 'phần' của chính Ngài và 'tài sản được phân chia' của Ngài (bản NIV 'cơ nghiệp'). 'Sản nghiệp' (naḥălâ) thường ám chỉ xứ mà Đức Gia-vê phân chia cho Y-sơ-ra-ên,[30] nhưng ở 4:20, Môi-se nói về việc Đức Gia-vê khẳng định chính dân Y-sơ-ra-ên là 'tài sản' của Ngài. Mặc dù tri thức của các dân cổ đại liên hệ đến nguồn gốc các mối quan hệ giữa các thần và lãnh thổ tương ứng[31] tập trung vào phần tài sản đất đai của các vị thần, nhưng cũng như phần còn lại của Cựu Ước, bản văn này nhấn mạnh mối quan hệ giữa Đức Gia-vê với dân Ngài.

(2) *Đức Gia-vê giải cứu Y-sơ-ra-ên khỏi tình huống đe dọa và chăm sóc họ trong đồng vắng (32:10–11).* Trong đoạn thơ này, lời ám chỉ chuyển từ cuộc xuất hành (32:9) sang kinh nghiệm trong đồng vắng Si-na-i của Y-sơ-ra-ên. Cụm từ tẻ nhạt trong dòng đầu tiên ('trong một nơi hoang vắng') được tô điểm thêm bằng cụm từ 'tại nơi hoang vắng, giữa tiếng la hét của hoang mạc' ở dòng thứ hai. Từ ngữ được

---

28. So sánh Thi 74:17 và Châm 15:25. Về động từ, xem Sanders, *Provenance of Deuteronomy 32*, 155 và 297–315.

29. Bản NIV dịch theo bản MT, nhưng xem chú giải bản văn. Về lời ủng hộ dịch 'con cái của Đức Chúa Trời' thay vì 'con cái Y-sơ-ra-ên', xem Block, *The Gods of the Nations*, 25–32; M. Heiser, 'Monotheism, Polytheism, Monolatry, or Henotheism? Toward an Assessment of Divine Plurality in the Hebrew Bible,' *BBR* 18/1 (2008): 17–18.

30. Phục 4:21, 38; 10:9; 15:4; 18:2; 19:10; 20:16; 21:23; 24:4; 25:19; 26:1.

31. Muốn biết bài viết về các truyền thống này, xem Block, *Gods of the Nations*, 21–25. Về các truyền thống Châu Phi đương đại nói đến mối quan hệ giữa thần cao trọng và các thần thấp kém hơn của bộ tộc, xem L. Ugwuanya Nwosu, 'The Nations and the Sons of God in Deuteronomy 32: Perspectives on Evangelical Strategies in Non-monotheistic Cultures,' *Bible Bhashyam* 22 (1996):29–32.

dịch là 'tiếng la hét' hàm chứa mối liên hệ với động từ mang nghĩa tiếng hú của chó rừng và các loài vật khác trong đồng vắng (so sánh Mi 1:8). Câu này không nói rõ tại sao đồng vắng lại là mối đe dọa cho Y-sơ-ra-ên (so sánh 8:15), nhưng từ này mang nghĩa một cái chết từ từ vì khát nước hoặc sự tấn công bất thình lình của các con vật háu đói trong đồng vắng.

Tuy nhiên, dường như đó chính là lúc Đức Gia-vê đi ngang qua và 'tìm thấy' Y-sơ-ra-ên (32:10a; so sánh Ô-sê 9:9–10; 13:4–6; Êxê 16:1–8). Nửa phần sau của câu 10 nhấn mạnh đáp ứng của Đức Gia-vê trước dân dễ bị hại này. Giống như đội quân bao quanh ngôi làng chỉ có phụ nữ và trẻ em không có khả năng tự vệ để ngăn không cho kẻ thù đến gần, Ngài bao bọc và bảo vệ họ. Sự so sánh trong dòng cuối của câu này làm cho hình ảnh mô tả sự bảo vệ của Đức Gia-vê thêm phần nổi bật; Ngài canh giữ họ như tài sản quý báu. Cách dịch cụm từ "on ngươi của mắt Ngài' theo nghĩa đen hàm chứa một lịch sử lâu dài.[32] Cho dù nguồn gốc thế nào, thì cụm từ này cũng trở thành cách nói cố định mang nghĩa 'đối xử bằng yêu thương và săn sóc' (so sánh 8:15–16).[33]

Câu 11 giới thiệu một hình ảnh khác về sự chăm sóc thiên thượng, nói đến bốn hành động con chim đại bàng có thể làm để bảo đảm sự an toàn cho chim con. Nó 'bay lượn' phía trên chúng, dang đôi cánh, giữ chặt chim con và vỗ cánh đem chim con đi.[34] Hình ảnh này mô tả con chim trưởng thành dùng mỏ nhắc chim con lên và bay vút đi. Câu này có thể lấy cảm hứng từ Xuất 19:4. Khổ thơ này kết thúc với lời tuyên bố sơ lược rằng nếu người Y-sơ-ra-ên từng băng qua đồng vắng, thì đó hoàn toàn là bởi Đức Gia-vê (32:12). Đoạn thơ đầu tiên diễn tả khái niệm này một cách tích cực: 'chỉ một mình' Đức Gia-vê

---

32. Xem bài viết về thành ngữ Anh ngữ này, đọc M. B. Ogle, 'The Apple of the Eye,' *Transactions of the American Philosophical Society* 73 (1942): 181–91.

33. Sanders, *Provenance of Deuteronomy 32*, 163.

34. Từ ngữ *ʾebrâ* ('cánh') xuất hiện trong Gióp 39:13; Thi 68:13[14]; 91:4. Cách hiểu thông thường về hình ảnh đại bàng trưởng thành nhắc đại bàng con đặt lên cánh và chở đi chỉ là tưởng tượng và gượng ép. Trong khi một số người khẳng định đã chứng kiến cảnh tượng như thế (G. R. Driver, 'Once Again: Birds in the Bible,' *PEQ* 90 [1958]: 56–57), thì những khác tranh cãi về điều này (H. G. L. Peels, 'On the Wings of the Eagle (Dtn 32, 11) An Old Misunderstanding', *ZAW* 106 [1994]: 300–303). Cách giải thích này làm gợi nhớ hình ảnh Etana bay lên trời trên lưng chim đại bàng trong truyền thuyết của Mê-sô-bô-ta-mi (*COS*, 1:131 [tr. 457]).

dẫn Y-sơ-ra-ên;[35] mệnh đề cuối cùng diễn tả ý phủ định: 'không có thần lạ nào khác' đi cùng Y-sơ-ra-ên (so sánh 31:16).

(3) Đức Gia-vê ban cho Y-sơ-ra-ên mọi điều tốt lành (32:13–14). Đoạn thơ cuối hình dung Đức Gia-vê dẫn Y-sơ-ra-ên đi qua Đất Hứa trong cuộc diễu hành chiến thắng. Dòng đầu tiên mô tả Y-sơ-ra-ên đến như một đội quân xe ngựa cưỡi trên 'các nơi cao của xứ'. Các nơi cao có thể ám chỉ vùng cao nguyên của Ca-na-an (1:7, 19–20, 41, 43, 44; 3:25) hoặc những nơi cao mà ở đó người Ca-na-an thờ phượng Ba-anh. Việc nói đến tiệc chiêu đãi bằng nguồn tài nguyên của xứ trong các dòng tiếp theo hướng đến cách hiểu thứ nhất.

Vậy thì phần còn lại của câu 13–14 nhấn mạnh những ích lợi nông nghiệp mà xứ đem lại cho Y-sơ-ra-ên.[36] (1) Đức Gia-vê cung cấp lương thực ra từ đá. 'Cho họ nếm mật ong từ vầng đá và dầu phun ra từ đá hoá cương' là cách nói ẩn dụ chỉ sự thịnh vượng mà cả những sản phẩm đáng thèm muốn (mật ong) lẫn các mặt hàng chủ lực về kinh tế (dầu ô-liu) tuôn chảy từ xứ.[37]

(2) Đức Gia-vê ban lương thực qua vật nuôi. Điều này bao gồm sản phẩm từ sữa[38] và thịt thú vật: cừu đực non được vỗ béo để giết thịt,[39] cừu đực trưởng thành, dê đực, và gia súc chất lượng cao (nghĩa đen: 'các con của Ba-san', một thành ngữ chỉ giống bò béo).[40] Mập mạnh đặc biệt được cho là bổ dưỡng và thường tượng trưng cho năng suất của đất đai (Thi 81:17; 147:14).

(3) Đức Gia-vê ban lương thực thông qua đất đai. Phần mỡ xung quanh cật là phần hấp dẫn nhất trong con cừu đực như thế nào (Lê 3:3–4; Ê-sai 34:6), thì 'phần mỡ cật của lúa mạch' (diễn ý cá nhân) ám

---

35. Ý này ám chỉ trụ mây ban ngày và trụ lửa ban đêm. So sánh Xuất 13:17, 21; 15:13; Nê 9:12, 19; Thi 77:20[21]; 78:14, 53. Trong Thi 23:3; 77:20[21]; 78:52–53 động từ có nghĩa 'dẫn' (*nḥh*) nói đến sự chăm sóc dịu dàng của người chăn chiên.
36. Bản văn ám chỉ những câu trước đó trong 6:11; 7:13; 8:7–10; và 11:15.
37. Hình ảnh nút mật và dầu từ hòn đá mô tả hòn đá như người vú nuôi nhân danh Đức Gia-vê. Về việc Đức Gia-vê làm cho Y-sơ-ra-ên thỏa mãn với mật từ đá, xem thêm Thi 81:16[17]. Từ ngữ chỉ 'mật' có thể chỉ về nước trái nho hoặc trái vả. So sánh McConville, *Deuteronomy*, 455.
38. Về sản phẩm được chế biến từ sữa như bơ, sữa đông/và sữa chua, xem Borowski, *Every Living Thing*, 54–56.
39. HALLOT, 496; Borowski, *Every Living Thing*, 20, 83.
40. Ngược với cách dịch 'cừu đực chất lượng cao' của bản NIV. Ba-san nổi tiếng về gia súc mập mạnh: Êxê 39:18; Mi 7:14; Thi 22:12[13].

chỉ lúa mạch hay bột lúa mạch chất lượng cao nhất thể ấy.[41] Cụm từ 'rượu nho nguyên chất đỏ như máu' ám chỉ hoặc là màu đỏ thông thường hoặc rượu đặc sản. Khổ thơ kết thúc bằng mệnh đề động từ đem lại sự ngạc nhiên: 'Anh em sẽ uống [rượu] nho nguyên chất'. Ở đây rượu trong giai đoạn lên men nhấn mạnh niềm vui của người Y-sơ-ra-ên về sản vật ra từ xứ mà Đức Gia-vê ban cho họ.

Khổ III: Chà đạp lên ân sủng của Đức Gia-vê (32:15–18)

Mối quan tâm trong khổ thơ này là Y-sơ-ra-ên vi phạm Điều Răn Quan Trọng Nhất. Chủ đề được trình bày từ hai phương diện: Y-sơ-ra-ên từ bỏ Đức Gia-vê (32:15, 18) và việc họ theo đuổi các thần khác (32:16–17). Dòng mở đầu nhấn mạnh những lợi ích vật chất từ ân sủng của Đức Gia-vê. Việc nhắc đến Y-sơ-ra-ên là 'Giê-su-run' (so sánh 33:5, 26; Ê-sai 44:2), một cách xưng hô đầy trìu mến của Đức Gia-vê dành cho dân Ngài, làm tăng thêm bi kịch.[42] Phần tiếp theo mô tả Giê-su-run cho thấy danh xưng này đang được dùng theo ý mỉa mai. 'Người ngay thẳng' mà Đức Gia-vê đã hết sức yêu mến (32:7–14) đã hành động lầm lạc qua việc tận hiến cho các thần khác một cách đáng ghê tởm (32:16–17).

Hình ảnh về sự lầm lạc bao trùm toàn khổ thơ. Giọng điệu của khổ thơ được quyết định bởi động từ hiếm gặp: 'mập ra', xuất hiện với hai hình thức khác nhau ở phần đầu hai đoạn đầu tiên của câu 15. Nếu đem ra xét cách riêng rẽ, hình ảnh ẩn dụ hiện tại có thể được hiểu theo nghĩa tích cực (32:13–14) nhưng vì là tiêu đề cho khổ thơ này, nên nó tượng trưng ý ngược lại, 'tâm trí mập béo' tức là đần độn (so sánh Ê-sai 6:10; Giê 5:28). Vì cả năm động từ trong hai đoạn đầu tiên đều áp dụng cho hầu hết các súc vật trong nông trại, nên Bài Ca đã vẽ nên bức tranh của một con bê ưu tú mà các giác quan của nó bị mất đi sự bén nhạy bởi thừa mứa thức ăn và tình trạng béo tốt của nó được nhấn mạnh trong dòng thứ hai: con bê to béo và trở nên mập mạp.

---

41. Cho nên, TTHĐ dịch 'lúa mì thượng hạng'. So sánh lúa mì thượng hạng trong Thi 81:16[17]; dầu và rượu mới thượng hạng (Dân 18:12).

42. Về bài nghiên cứu danh xưng và ý nghĩa của danh xưng, xem M. J. Mulder, *TDOT*, 6:472–77. Danh xưng này có liên quan đến từ ngữ Hê-bơ-rơ *yâšar*, có nghĩa là 'ngay thẳng'.

Thức ăn dồi dào và sự thịnh vượng (32:13–14) rõ ràng đã ảnh hưởng trên thái độ của người tiêu dùng. Trong câu 15a, Y-sơ-ra-ên đá như một con thú, một hình ảnh sinh động chỉ về sự nổi loạn chống lại người chu cấp. Với thể song hành đẹp mắt, trong câu 15b, nhà thơ than van về việc Y-sơ-ra-ên từ bỏ Đấng Sáng Tạo và Vị Cứu Tinh thiên thượng. Việc chọn từ *nāṭaš* thay vì *'āzab* để diễn đạt ý 'từ bỏ' là điều đáng chú ý. Dù thường được dùng để nói đến việc Đức Gia-vê từ bỏ dân Ngài,[43] nhưng ở đây, *nāṭaš* nói đến việc dân chúng từ bỏ Ngài (so sánh Giê 15:6). Động từ thứ nhì (*nābal*) (Piel) có nghĩa là đối xử cách khinh miệt, như thể đối tượng là người ngu dại (so sánh 32:6). Thay vì tôn cao Đức Gia-vê là cha và là Đấng ban ơn rời rộng từ thiên thượng, họ lại xem thường Ngài.

Đối tượng họ khinh miệt là rõ ràng: 'Đức Chúa Trời' và 'Vầng Đá' của sự cứu rỗi (32:15). Việc nhắc đến Vầng Đá cứu rỗi là điều đáng chú ý. Mặc dù đá thường được liên tưởng tới việc phòng thủ,[44] nhưng với thái độ tấn công, Vầng Đá này đã tạo nên cho chính mình một dân bằng cách lựa chọn họ, chu cấp cho họ trong đồng vắng và ban cho họ sự thịnh vượng trong xứ của Ngài (32:8–14), cũng như bằng việc tiêu diệt kẻ thù đã đe dọa và bắt giữ họ.[45]

Câu 16–17 chuyển trọng tâm từ đáp ứng dại dột của Y-sơ-ra-ên đối với Đức Gia-vê sang đáp ứng lố bịch của họ với các thần khác. Chúng ta có thể xem xét những câu này chung với nhau bằng cách trước nhất lưu ý các đối tượng mà Y-sơ-ra-ên đã sai lầm mà yêu mến và sau đó xem xét những ảnh hưởng của lòng yêu mến này trên Đấng Ban Ơn chân thật của Y-sơ-ra-ên. Bài ca dùng bảy cụm từ để chỉ về các thần giả dối. (1) Chúng là 'thần xa lạ' (bản NIV 'ngoại quốc'), những đối tượng thờ phượng trái phép và bị ngăn cấm. (2) Chúng làm 'những việc ghê tởm' . (3) Chúng là *šēdîm*. Cách dịch từ này là 'yêu ma' bắt nguồn từ chữ *daemonibus* trong Bản Bảy Mươi và bản

43. Quan 6:13; 1 Sa 12:22; 1 Vua 8:57; 2 Vua 21:14; Ê-sai 2:6; Giê 7:29; 23:33, 39; Thi 27:9; 94:14.
44. 2 Sa 22:3; Thi 18:2[3]; 62:2, 6–7[3, 7–8]; Ê-sai 17:10.
45. Tương tự 2 Sa 22:47; Thi 18:46 [47]. Trong Thi 89:26 [27], Đa-vít dùng từ này để nói đến Đức Gia-vê, Đấng đã nhận ông làm con và ban cho ông vương quyền đời đời.

Vulgate.[46] Mặc dù ma quỷ được xem là tác nhân gây hỗn loạn và chết chóc trong thế giới bên ngoài Y-sơ-ra-ên, nhưng Kinh Thánh tiếng Hê-bơ-rơ không có nhiều thông tin về chúng.[47] Dù *šēdîm* thường được xem là từ mượn từ tiếng Akkad có nghĩa là các thần linh bảo vệ,[48] nhưng dựa vào những ám chỉ đến *šdyn* trong bản văn Deir ʿAlla có từ thế kỷ thứ IX đến X TC,[49] thì có lẽ cách hiểu từ này tốt nhất là tên gọi của những hữu thể được xem là những thần linh thật sự.[50]

(4) Đối tượng người Y-sơ-ra-ên yêu mến không phải là thần. Cụm từ 'không phải là Đức Chúa Trời' bác bỏ bất kỳ nỗ lực nào xem *šēdîm* ngang hàng với thần linh thật sự. (5) Chúng là 'các thần mà mình chưa từng biết'. Cụm từ này gợi nhớ lại những câu trước[51] và nhấn mạnh sự tương phản với Đức Gia-vê, Đấng tự bày tỏ cho người Y-sơ-ra-ên qua danh xưng của Ngài. (6) Chúng là những thứ mới lạ ('các thần mới vừa xuất hiện ít lâu'), tương phản với Đức Gia-vê/ Elyon, 'Đức Chúa Trời hằng sống' (33:27), Đấng hành động vì lợi ích của Y-sơ-ra-ên từ ngày các dân được phân chia giữa con cái Đức Chúa Trời (32:8).[52] (7) Chúng là các thần mà tổ phụ 'không kính sợ' [bản tiếng Việt: 'không bao giờ khiếp sợ'].

Câu 18 quay lại khái niệm đã mở đầu khổ thơ (32:15): Y-sơ-ra-ên đã quên Đức Gia-vê. Khái niệm này được thể hiện qua việc kết hợp cách lạ kỳ các yếu tố liên quan đến cha và mẹ. Dù mang hình thức giống đực, nhưng những động từ này mô tả hành động của Đức Gia-vê liên quan đến vai trò của giống cái. Trong khi dòng thứ nhất có

---

46. Mặc dù từ này được dùng phổ biến chỉ về ma quỷ trong tiếng Aram của người Do Thái thời kỳ hậu Kinh Thánh, nhưng nó cũng xuất hiện trong Cựu Ước ở Thi 106:37, như từ tương tự với 'hình nộm, hình tượng'.
47. K. van der Toom, 'The Theology of Demons in Mesopotamia and Israel: Popular Belief and Scholarly Speculation', trong *Die Dämonen: Die Dämonologie der israelitisch-jüdischen und frühchristlichen Literatur im Kontext ihrer Umwelt* (bt. A. Lange và cs.; Tübingen: Mohr Siebeck, 2003), 61– 83.
48. Từ ngữ cũng có thể ám chỉ các linh ác. Xem *CAD*, 17/2:256–59.
49. Xem J. A. Hackett, *The Balaam Text from Deir ʿalla* (HSM 31; Chico, CA: Scholar, 1980), 85–89.
50. Xem H. Niehr, *TDOT*, 14:418–24; M. Weippert, *TLOT*, 3:1304–10, đặc biệt 1307.
51. Xem 11:28; 13:2, 6, 13[3, 7, 14]; 28:64; 29:26[25].
52. So sánh Quan 5:8 'người ta chọn các thần mới' (tương tự NIV; so sánh Tigay, *Deuteronomy*, 306); nhưng xem Block, *Judges, Ruth*, 226–27 ('Đức Chúa Trời chọn [lãnh đạo] mới').

thể chỉ mẹ[53] hoặc cha,[54] thì dòng thứ nhì ('đã sinh ra mình', trong bản Việt ngữ, thứ tự hai dòng thơ bị đảo ngược- ND) rõ ràng nói đến kinh nghiệm của người mẹ.[55] Bởi việc mô tả Y-sơ-ra-ên là con của Đức Gia-vê, Đấng thể hiện những phẩm chất của người cha (32:6) lẫn người mẹ (32:18), nên Bài Ca nhấn mạnh sự phụ thuộc của Y-sơ-ra-ên vào Đức Gia-vê cho chính sự hiện hữu của mình.[56] Khi quên Đức Gia-vê, họ thật sự đang chà đạp lên chân ân sủng của Ngài.

Xưng nhận: Lời kêu gọi thừa nhận sự công chính của Đức Gia-vê (32:19–35)

Trong câu 19, Bài Ca chuyển sang phản ứng của Đức Gia-vê trước sự chống nghịch của Y-sơ-ra-ên. Trọng tâm chính đề của nhà thơ đó là hình phạt Đức Gia-vê dành cho dân Ngài là công bằng, nhưng đáp ứng của Ngài với những người lợi dụng dân Ngài vì lợi riêng cũng công bằng. Phần này mở đầu bằng đoạn giới thiệu theo thể tường thuật (32:19), còn phần còn lại được trình bày hoàn toàn ở hình thức lời nói thiên thượng ở ngôi thứ nhất.

Khổ I: Sự công bằng của Đức Gia-vê trong cách đối xử với chính dân Ngài (32:19–25).

Trong khổ đầu tiên, Đức Gia-vê tuyên bố quyết định rút sự hiện diện của Ngài khỏi dân Ngài (32:20–21) và sai sứ giả sự chết đến (32:22–25). Người hát bắt đầu bằng cách thông báo chủ đề. Sự thay đổi trong thái độ của Chúa được thể hiện bằng hai động từ: 'Đức Giê-hô-va thấy' và 'từ bỏ'. Động từ đầu tiên đối chiếu giữa Đức Gia-vê với các đối tượng không phải thần mà người Y-sơ-ra-ên đã nhờ cậy (4:28); động từ thứ hai không rõ nghĩa vì thiếu vị ngữ. Tuy nhiên, ý nghĩa của động từ được nói rõ trong câu 20–25: con trai và con gái của Đức Gia-vê đã chọc tức Ngài.

---

53. Sáng 3:16; Gióp 14:1; 15:14; 25:4 (phụ nữ); Giê 14:5 (nai cái); 17:11 (gà gô cái).

54. Sáng 4:18; 10:8; 1 Sử 1:10; Châm 17:21; 23:22; Đa 11:6.

55. Ê-sai 51:2; Gióp 39:1. Bản Bảy Mươi chống lại việc mô tả Đức Chúa Trời như người nữ sinh con cái, mà dịch với một phân từ có nghĩa là 'Đấng đã nuôi mình'. Tương tự với ý của Sanders, *Provenance of Deuteronomy 32*, 186.

56. Cùng ý với Tigay, *Deuteronomy*, 307. Tigay lưu ý rằng trên các câu khắc của người Hê-tít và Sy-ri cổ đại, các vua được mô tả vừa như cha vừa như mẹ của thần dân. Xem câu khắc của Azatiwada bằng tiếng Phê-ni-xi thế kỷ thứ 8 TC, *COS*, 2:31 (tr. 149) và câu khắc của Kilamuwa thế kỷ thứ 9 TC, *COS*, 2:30 (tr. 148).

<1>Thái độ của Đức Gia-vê đối với dân Ngài (32:20–21). Đoạn thơ này mở đầu bằng lời tuyên bố về quyết tâm của Đức Gia-vê: 'Ta sẽ giấu mặt Ta đi' và 'Để Ta xem' (diễn ý cá nhân). Câu đầu tiên nhắc lại lời báo trước của Đức Gia-vê trong phần mở đầu của Bài Ca theo dạng kể chuyện (31:16b–18). Dòng thứ hai không phải lời bày tỏ thẳng thắn, như thể Đức Gia-vê không biết hay không có quyền kiểm soát số phận của Y-sơ-ra-ên. Việc nhấn mạnh quyền điều khiển của Ngài trong các câu sau cho thấy câu này phải được hiểu theo nghĩa châm biếm, thậm chí có thể nặng hơn: 'Để Ta xem [tức quyết định] kết cuộc của họ'.[57]

Câu 20c–21b tóm tắt cơ sở cho việc Đức Gia-vê từ bỏ dân Ngài, trình bày những nguyên do bên ngoài (32:20c-d), rồi đến cách nguyên do bên trong (32:21a,b). Về phương diện bên ngoài, hình phạt của Y-sơ-ra-ên là chính đáng vì họ 'gian tà'[58] và hoàn toàn bất trung. Về phương diện bên trong, cơn thịnh nộ đã thúc đẩy Đức Gia-vê từ bỏ Y-sơ-ra-ên. Bởi đánh đổi Đức Chúa Trời chân thật duy nhất để chạy theo những thứ không phải là thần và 'sự hư không' (bản NIV dịch 'thần tượng vô ích'), họ đã khiến Ngài nổi giận và làm cho cơn thịnh nộ của Ngài nổi phừng lên (Phục 5:9). Cụm từ chỉ các thần khác được chủ ý dùng với ý miệt thị.[59] Tương tự với các mô tả của Môi-se về những thần này ở những chỗ khác trong sách (4:28; 29:17[16]), Đức Gia-vê bỏ họ vì họ là những người không đáp ứng bằng lòng trung thành. Ngài từ chối sự hiện hữu khách quan của họ (so sánh 32:17), mô tả họ là *hăbālîm* ('hơi nước, bong bóng xà phòng'), phù du và không vững vàng.[60]

Trong câu 21c-d, Đức Gia-vê tuyên bố mục đích của Ngài khi từ bỏ Y-sơ-ra-ên. Áp dụng nguyên tắc hình phạt xứng với tội, Ngài sẽ đối với họ như cách họ đã đối với Ngài. Họ đã chọc giận Ngài khi thay thế Ngài bằng một đối tượng 'chẳng phải là Đức Chúa Trời'; Ngài sẽ chọc

---

57. Về *'aḥărît* có nghĩa là 'hậu quả', xem chú thích ở 32:29 bên dưới.
58. Hình thức này chỉ xuất hiện trong Châm Ngôn, khi nói đến người làm đảo lộn sự thật hoàn toàn (Châm 2:12, 14; 6:14; 8:13; 10:31, 32; 16:28, 30; 23:33).
59. So sánh Block, 'Other Religions in Old Testament Theology', 61–62.
60. Về *hebel* ('sự vô lý, vô ích') để gọi thần tượng, xem 2 Vua 17:15; Thi 31:6[7]; Giê 2:5; 10:8, 15; 14:22; 16:19; 51:18; Giôs 2:8[9]. Từ này thường xuyên xuất hiện trong Truyền Đạo.

giận họ bằng cách thay thế họ bằng một dân 'không phải dân'.[61] Họ
đã khiêu khích cơn giận của Ngài bằng 'sự hư không', Ngài sẽ chọc
tức họ bằng 'một dân tộc ngu dốt'. Đức Gia-vê sẽ đổi dân 'thông minh'
của Ngài để lấy một dân 'ngu dại'. Thật vậy, người man rợ đã thay
thế dân văn minh trở thành đối tượng Đức Gia-vê yêu mến.

Những hành động Đức Gia-vê nghịch lại dân Ngài (32:22–25). Mạo
từ trọng tâm *kî* ở đầu câu 22 ('Vì') báo hiệu sự thay đổi sang hành
động mà Đức Gia-vê đã cảnh báo Y-sơ-ra-ên. Việc bày tỏ cơn thịnh nộ
thiên thượng bắt đầu từ trong vũ trụ (32:22), rồi sau đó tập trung vào
chính người Y-sơ-ra-ên (32:23–25). Câu 22 mở đầu với lời thông báo
đơn giản rằng ngọn lửa đã bốc cháy trong lỗ mũi của Đức Gia-vê.[62]
Nhưng ngọn lửa không dừng lại ở đó, nó lan ra đến nơi sâu kín nhất
của địa ngục ('tận đáy âm phủ') và sẽ thiêu nuốt toàn bộ trái đất cùng
những gì thuộc về nó, và lửa sẽ thiêu cháy chính 'nền các núi'. Phạm
vi cơn thịnh nộ của Đức Gia-vê đạt đến quy mô vũ trụ.[63]

Tuy nhiên, trong các câu 23–25, cơn thịnh nộ của Đức Gia-vê đối
với vũ trụ nhường chỗ cho một mục tiêu cụ thể, được nhận diện cách
mơ hồ bằng đại từ ngôi thứ ba số nhiều ('họ'), rồi sau đó được nói
cụ thể trong câu 25 là trai trẻ và gái đồng trinh, con đương bú và
người già bạc. Nhưng họ là ai? Mặc dù con dân Đức Gia-vê không
được nhắc đến kể từ câu 14, nhưng tất cả những ai nghe Bài Ca sẽ
biết mục tiêu là Y-sơ-ra-ên. Điều này làm cho phần mô tả tiếp theo
càng trở nên kinh khủng hơn.

Câu 23 là câu chính đề, nhấn mạnh vai trò của Đức Gia-vê và nhận
biết thể loại của những thảm họa theo sau. Câu 23a xếp bão tố dồn
lại vào 'tai ương', một cách nói chung chung chỉ 'thảm họa' (NIV).
Đoạn thơ thứ hai trình bày chủ đề ở hình thức ẩn dụ,[64] dùng từ 'mũi
tên' như là cách viết ngắn gọn chỉ tất cả những đạn dược Đức Gia-vê
tùy ý sử dụng. Trong số các vũ khí này, có nhiều loại gắn liền với các
khái niệm cổ đại về thế giới ma quỷ. Khác biệt giữa một số loại vũ khí

---

61. Việc Ô-se đặt tên cho con trai là 'chẳng phải dân Ta' (Ô-sê 1:9) dường như
ám chỉ bản văn này, nhưng ông sử dụng cụm từ theo một cách mới mẻ.
62. Cách hiểu này được củng cố bởi Giê 15:14 và 17:4. Đây là 2 câu Kinh Thánh
cũng sử dụng danh từ và động từ này để nói đến lửa được châm trong lỗ mũi của
Đức Gia-vê.
63. 'Nền các núi' chỉ xuất hiện ở 2 Sa 22:8 (=Thi 18:7[8]).
64. Phục 32:42; Dân 24:8; 2 Sa 22:15= Thi 18:14[15]; Thi 7:14; 38:2[3]; 64:78;
91:5–6; 120:4; 144:6; Gióp 6:4; Ca 3:12–13; Êxê 5:16–17; Ha 3:11; Xa 9:14.

không được rõ ràng, nhưng mỗi loại đều đáng được giải thích ngắn gọn.

Chết đói. Từ ngữ 'hao mòn vì đói' chỉ xuất hiện ở đây trong Cựu Ước. Việc 'hao mòn vì đói' đi trước cuộc diễu hành của những vũ khí thiên thượng chết người này phản chiếu vai trò của nạn đói trong chiến tranh thời cổ. Nếu *râʻab* là tên riêng,[65] thì từ trước đó có lẽ phải được đọc lại là *mĕzî*, tạo thành ý nghĩa 'Giác hút của tôi, *Raʻab*' phù hợp với 'các tên ta' và khớp với phần sau 'chiến binh của ta, *Resheph*'.[66]

Dịch bệnh. Mặc dù cách dịch 'dịch bệnh ăn nuốt' trong bản NIV [bản tiếng Việt: 'dịch bệnh thảm khốc'] hàm ý 'ăn nuốt' là hình thức bị động của động từ có nghĩa là 'ăn', nhưng người ta thường cho rằng từ này bắt nguồn từ từ *lāḥam* ('chiến đấu')[67] và người ta cũng thường xem từ thứ nhất là tên riêng: *Resheph*. Biểu tượng của *Resheph* là mũi tên.[68] *Resheph* thường xuất hiện trong các bản văn ngoại kinh như ác quỷ của bệnh dịch và sự chết.[69]

Bệnh dịch hạch. 'Bệnh dịch chết người' của bản NIV khá khó hiểu. *Qeteb* có lẽ là danh từ riêng. Dù một số liên kết từ này với cơn gió nóng và ấm từ Châu Phi hoặc cái nóng giữa trưa,[70] nhưng hầu hết đều hiểu đây là tên của ác quỷ gây bệnh dịch hạch.[71] Dựa vào bằng chứng mới đây, từ ngữ 'chết người' phải được hiểu là 'có nọc độc',[72] và phải đọc là 'Qeteb, nọc độc của Ta'.

---

65. Một số người xem đây là 'Cô Hồn', một biệt hiệu của Thần Chết/Mot không chỉ ở đây mà cả ở Giê 18:21; Thi 33:19; Gióp 18:12. Xem N. J. Tromp, *Primitive Conceptions of Death and the Netherworld in the Old Testament* (BibOr 21; Rome, 1969), 107–10; N. Wyatt, 'Qeteb', *DDD*, 673.

66. Tương tự J. C. De Moor, 'O Death, Where Is Thy Sting?' trong *Ascribe to the Lord: Biblical and Other Studies in Memory of P. C. Craigie* (bt. L. Eslinger and G. Taylor; JSOTSup 67; Sheffield: JSOT, 1988), 105.

67. Trong hình thức động từ Qal, Thi 35:1; 56:1, 2[2, 3]; trong hình thức động từ Niphal, Phục 1:30, 41, 42; 3:22; 20:4; v.v...

68. Về nhân vật này, xem J. Day, 'New Light on the Mythological Background of the Allusion to Resheph in Habakkuk III 5', *VT* 29 (1979):259–74. Nhân vật này mới xuất hiện trên bia mộ ở Tell el-Borg tại Ai Cập. Xem J. K. Hoffmeier and K. A. Kitchen, *Resheph and Astarte in North Sinai: A Recently Discovered Stela from Tell el-Borg, Egypt and the Levant* 17 (2007): 127–36.

69. Xem P. Xella, 'Resheph', *DDD*, 700–703.

70. Xem Sanders, *Provenance of Deuteronomy 32*, 196.

71. Về vị thần này, xem N. Wyatt, 'Qeteb', *DDD*, 673–74.

72. Xem D. Pardee, ''Venom' in Job 20:14', *ZAW* 91 (1979): 401–16. Xem C. Cohen, 'Poison' *EncJud* (pb. 2), 16:283–84.

Trong khi những tác nhân này xuất hiện trong lời nguyền rủa theo giao ước (28:20–22, 48) và các tên gọi bắt nguồn từ khoa nghiên cứu ma quỷ ngoại giáo,[73] thì trong cách thờ phượng Đức Gia-vê chính thống, các thực thể liên quan này đều được làm mất đi hoàn toàn tính huyền bí. Đức Gia-vê hoàn toàn kiểm soát mọi thế lực của sự chết, bao gồm những thế lực mà các dân khác cho là ác linh từ âm ti. Tuy nhiên, Đức Gia-vê cũng có nhiều vũ khí tự nhiên khác để Ngài tùy nghi sử dụng.

Dã thú. Động từ 'sai' thường được dùng chỉ việc Đức Gia-vê sai phái sứ giả và các tiên tri cũng như tác nhân của sự chết và sự hủy diệt (so sánh 7:20). Ở đây các tác nhân là thú vật đáng sợ, có 'răng dã thú'.[74]

Nọc độc của loài rắn. Câu 24d đi từ răng của loài thú sang nọc độc chết người (nghĩa đen là 'sức nóng'; so sánh 32:33) của loài rắn, được xem là những sinh vật 'trườn trong bụi đất'.[75]

Gươm dao. Cho dù chúng ta xem 'gươm dao' là danh từ chung, hay danh từ riêng, Ḥereb, thì từ ngữ này cũng là cách viết ngắn gọn chỉ việc tàn sát trong chiến tranh. Hậu quả của gươm được diễn tả qua động từ 'tàn sát con cái', mà các bản văn khác gán cho thú hoang.[76]

Nỗi kinh hoàng. Dù NIV và hầu hết các bản dịch hiểu đây là danh từ chung, nhưng 'Emab cũng có thể là danh từ riêng, một cách nhân hóa nỗi kinh hoàng khiến những người trú ẩn bên trong nhà họ té xỉu.[77] Nơi trú ẩn ám chỉ các phòng bên trong ngôi nhà, tương tự nơi trú ẩn tránh bom đạn thời cổ. Nỗi kinh khiếp mà Đức Gia-vê đã cảnh báo là vũ khí chống lại kẻ thù của Y-sơ-ra-ên (Xuất 23:26–28; so sánh 15:15–16) sẽ được dùng để chống lại chính dân Ngài.

---

73. So sánh van der Toom, 'Theology of Demons', 63–65.

74. So sánh thêm Giôs 1:6; Gióp 4:10; 41:14 [6].

75. Ý nghĩa của cụm từ này được Mi-chê minh họa trong Mi 7:17. Cũng so sánh Sáng 3:14.

76. Lê 26:22; Êxê 5:17; 14:15. Giê 15:7 và Ô-sê 9:12 nói đến Đức Gia-vê trực tiếp cướp đi con cái của dân Y-sơ-ra-ên.

77. Có lẽ là từ ngữ có liên quan đến 'sự kinh khiếp ban đêm' trong Thi 91:5 (gắn liền với Deber và Qeteb, 32:6) và 'nỗi kinh khiếp của Đức Chúa Trời' dàn trận chống lại Gióp trong Gióp 6:4. Về kinh khiếp là thực thể ma quỷ, xem M. Malul, 'Terror of the Night', *DDD*, 851–54.

Hai đoạn cuối cùng của câu 25 tóm tắt phạm vi tai họa bằng hai cặp cụm từ. Cặp cụm từ đầu tiên là cặp quy ước chỉ nam nữ thanh niên.[78] Cặp thứ hai 'trẻ con [đang bú]'[79] và 'người đầu bạc' là phép đối nghịch, nhấn mạnh không ai đứng nổi sau cuộc tấn công của các tác nhân thịnh nộ của Đức Gia-vê. Mặc dù ngôn ngữ được dùng để nhận diện các tác nhân thiên thượng hoàn toàn khác với những nguyền rủa trong giao ước ở Phục Truyền 28, nhưng rõ ràng Bài Ca hình dung tình huống tương tự.

Khổ II: Sự công bằng của Đức Gia-vê trong cách cư xử với kẻ thù của Y-sơ-ra-ên (32:26–35)

Động từ 'Ta định' báo hiệu bắt đầu lời nói được lồng vào, trong đó thính giả nghe lỏm Đức Gia-vê cân nhắc những hậu quả của những việc Ngài làm chống lại Y-sơ-ra-ên.[80] Cuối cùng, chúng ta học biết tại sao Ngài không hoàn toàn từ bỏ dân Ngài, dù họ hết sức vô ơn và chống nghịch. Khổ thơ bắt đầu với cuộc độc thoại trong quá khứ của Đức Gia-vê. Ngài thừa nhận đã dự định 'phân tán họ khắp nơi' và 'xóa sạch kỷ niệm họ'. Dòng thứ hai làm chúng ta sững sờ. Mặc dù sử dụng những thuật ngữ khác nhau, nhưng Đức Gia-vê sẽ làm cho họ điều lẽ ra họ phải làm cho người Ca-na-an (7:24).

Câu 27 giải thích tại sao Đức Gia-vê rút lại kế hoạch: Ngài sợ điều đó sẽ khiêu khích (bản NIV dịch là 'trêu chọc') kẻ thù của dân Ngài. Dường như Đức Gia-vê băn khoăn về khả năng kẻ thù sẽ rút ra những kết luận sai lầm về vai trò của họ đối với kết cuộc của Y-sơ-ra-ên. Bài ca công bố đáp ứng của kẻ thù qua lời nói trực tiếp của người đối thoại. Mệnh đề đầu tiên phản ảnh điệu bộ của người chiến thắng giơ tay lên trong mừng vui.[81] Mệnh đề thứ hai là mặt bên kia của đồng tiền. Mặc dù tất cả động từ trong câu 19–25 đều ở ngôi thứ nhất, nhưng họ sẽ nói rằng không phải Đức Gia-vê đã hủy diệt Y-sơ-ra-ên đâu. Đức Gia-vê sẽ không chấp nhận việc danh tiếng Ngài bị

---

78. Về cặp cụm từ này, xem 2 Sử 36:17; Thi 78:63; 148:12; Ê-sai 23:4; 62:5; Giê 51:22; Ca 1:15, 18; 2:21; Êxê 9:6. A-mốt 8:13; Xa 9:17.

79. So sánh Nhã 8:1; Giô-ên 2:16.

80. So sánh bài phân tích hữu ích về phương diện thần học của von Rad, *Deuteronomy*, 198–99.

81. So sánh Xuất 14:8 (người Y-sơ-ra-ên đi ra khỏi Ai Cập 'tay giơ lên cao'); Mi 5:9[8]. (Tay của Y-sơ-ra-ên giơ trên kẻ thù); Thi 89:13[14]. (Tay phải Chúa giơ cao lên) Tay Đức Gia-vê ở trên tất cả.

bôi nhọ (9:28; so sánh Xuất 32:12; Dân 14:13–16). Lời tuyên bố của kẻ thù khiến thái độ của Đấng Tối Cao phải thay đổi, vì đối tượng của cơn giận Ngài chuyển sang những người Ngài đã sai phái như là tác nhân trừng phạt dân Ngài. Rốt cuộc, Đức Gia-vê tha cho Y-sơ-ra-ên để lấy lại danh tiếng của Ngài.[82]

Mạo từ trung tâm *kî* là dấu chỉ về mặt cấu trúc trong các câu 28, 31, 32 và 35c. Trong câu 28 mạo từ này báo hiệu mở đầu phần tường thuật từ quan điểm của Đức Gia-vê,[83] khi Đức Gia-vê tuyên bố bản án của Ngài trên các kẻ thù kiêu căng. Có thể họ được chọn làm công cụ cho sự phán xét thiên thượng, nhưng quyết định này không dựa trên những phẩm chất cố hữu hoặc tình trạng đạo đức vượt tội của họ (so sánh 9:4–7). Ngược lại, câu 28–29 nhấn mạnh sự ngu dại của kẻ thù, mà bằng chứng chính là lời tuyên bố ngạo mạn của họ trong câu 27. Mặc dù một số người hiểu chủ ngữ của câu 28–30 là Y-sơ-ra-ên,[84] nhưng những từ đứng trước đương nhiên chỉ đại từ ngôi thứ ba trong các câu 28–35 là 'kẻ thù' và 'đối phương' trong câu 27. Bức chân dung kẻ thù của Y-sơ-ra-ên giống bức chân dung của kẻ ngu dại trong văn chương khôn ngoan, là kẻ không chịu thừa nhận Đức Gia-vê.[85] Câu 29 nêu bằng chứng về sự ngu dốt của kẻ thù bằng cách đặt ra một tình huống giả định không có thật. Nếu các dân khôn ngoan, họ sẽ hiểu, tức là nhận biết kết cuộc của họ (so sánh 32:20). Vì câu 36–42 hứa hẹn Y-sơ-ra-ên sẽ có một kết thúc lạc quan,[86] nên câu này liên quan đến số phận của kẻ thù (so sánh Thi 73:16–19).

Ai đó đặt một câu hỏi tu từ mà không báo trước trong câu 30. Nhưng ai là người đặt ra câu hỏi ấy? Vì đại từ ngôi thứ ba trong dòng thứ ba và thứ tư loại trừ người Y-sơ-ra-ên, nên đây phải là người ngoài nhìn thấy tình thế đảo ngược.[87] Những dòng này trả lời cho câu hỏi ở hai dòng đầu. Mặc dù các dân cho rằng họ đã chiến thắng nhờ

---

82. Xem thêm D. A. Glatt-Gilad, 'Yahweh's Honor at Stake: A Divine Conundrum', *JSOT* 98 (2002): 69–71.

83. Tương tự Peter Gentry, trong cuộc trò chuyện cá nhân.

84. Craigie, *Deuteronomy*, 386; Merrill, *Deuteronomy*, 421.

85. Xem Gióp 12:12; 32:11; Châm 2:11; 3:13; 10:23; 14:29; 15:21; 17:27; 19:8; 20:5; v.v...

86. Cũng so sánh Phục 8:16 và Gióp 42:12.

87. So sánh câu trả lời của người nói không được nêu tên trong Phục 29:25–27 [24–26]. Trong buổi thờ phượng, ai đó trong hội chúng có thể hét lên câu hỏi này. Sanders (Provenance of Deuteronomy 32, 212–13) cho thấy trong 32:30–31 chúng ta nghe tiếng của nhà thơ.

những nỗ lực quân sự riêng (32:27c,d), nhưng người nói khẳng định rằng người Y-sơ-ra-ên sống sót hoàn toàn nhờ vào việc Đức Chúa Trời làm.[88] Đức Chúa Trời, Đấng đã định tiêu diệt dân Ngài (32:26), đã thay đổi và đứng về phía họ.

Mạo từ trọng tâm *kî* ('Vì' [Bản TTHĐ không dịch từ này]) và sự thay đổi sang ngôi thứ nhất số nhiều trong câu 31 báo hiệu người nói mới, là người nhận biết sự độc nhất vô nhị của Đức Gia-vê giữa các thần của các dân (so sánh 32:15–18, 21). Câu này thừa nhận bảng liệt kê những đặc điểm riêng biệt của Đức Gia-vê được nói đến trong Bài Ca, cũng như bản chất các thần của các dân. Nhưng ý nghĩa của dòng cuối trong câu 31 không được rõ cho lắm [ND: Bản TTHĐ đảo ngược ví trí, nên đây là dòng đầu trong câu 31]. Từ 'thừa nhận' giải thích từ cuối cùng (*pělilîm*) dựa theo Xuất 1:22 và Gióp 31:11. Dường như từ đó ở hai câu này ám chỉ thẩm phán trong các vụ kiện ở tòa án. Cách giải thích này cho rằng cuối cùng kẻ thù cũng sẽ thừa nhận không ai có thể sánh với Đức Gia-vê. Tuy nhiên, dường như việc liên tưởng *pělilîm* với động từ 'bảo vệ'[89] trong tiếng Akkad và xem cụm từ được dùng ở đây là 'người bảo vệ kẻ thù của chúng ta', tương tứng với 'Vầng Đá chúng ta' trong câu 31a, được yêu thích hơn.[90]

Từ *kî* mở đầu trong câu 32 (ND: 'nên', bản tiếng Việt, đổi thứ tự so với bản Hê-bơ-rơ) báo hiệu một sự thay đổi trong cách nhìn, quay lại với giọng nói của Đức Gia-vê xuyên suốt đến cuối câu 35. Mặc dù việc xem Sô-đôm và Gô-mô-rơ như những địa danh nổi tiếng về năng suất nông nghiệp là hình ảnh cổ xưa (Sáng 13:10), nhưng qua việc liên kết kẻ thù của Y-sơ-ra-ên với những thành phố này, Đức Gia-vê thừa nhận tiềm năng lớn của họ: cây nho của họ ra từ cùng một thân như cây mọc ở Sô-đôm, còn tua của chúng ra từ thân ở Gô-mô-rơ.

---

88. Lời nhận xét 'nếu Vầng Đá không bán chúng đi, nếu Đức Giê-hô-va không giao nộp chúng' gồm hai hình thức của công thức cam kết thiên thượng, được dùng trong ngữ cảnh quân sự để tuyên bố rằng thần linh đã phó một trong hai phe của cuộc chiến vào tay của phe kia. Về công thức, xuất hiện năm lần trong Các Quan Xét (2:14; 3:8; 4:2, 9; 10:7), xem Block, *Judges, Ruth*, 147–48.

89. Tương tự Tigay, *Deuteronomy*, 310–11. Về bài viết xem E. A. Speiser, 'The Stem PLL in Hebrew,' JBL 82 (1963): 103– 6; cùng tác giả, 'PALIL and Congeners: A Sampling of Apotropaic Symbols,' *Assyriological Studies* 16 (1965): 389.

90. Dù cách giải thích này đòi hỏi việc đảo ngược thứ tự từ ngữ trong mối liên hệ sở hữu (về các ví dụ khác của việc dị thường này, xem Tigay, *Deuteronomy*, 404, n. 135), hoặc chỉnh sửa bản văn thành: 'Kìa, hòn đá của họ không như Hòn Đá của chúng ta, những kẻ bảo vệ của kẻ thù chúng ta cũng không [giống như Đấng Bảo Vệ chúng ta]'.

Nhưng lời hứa khác sự ứng nghiệm làm sao! Thay vì tìm *Vitis vinifera* sản sinh nho làm rượu,[91] những người hái trái phát hiện rằng đây là những cây hoang sinh ra trái đắng và gây chết người (so sánh 2 Vua 4:38–40).

Phần còn lại của câu 32 và 33 cho thấy loại nho này có chất độc và các chùm nho làm chết người như nọc độc của rắn và dữ tợn như chất độc của rắn hổ mang.[92] Với việc nhắc đến Sô-đôm và Gô-mô-rơ, Đức Gia-vê khéo léo nhắc đến về số phận của kẻ thù (32:29) và cung cấp manh mối cho câu đố tiếp theo trong câu 34–35. Đoạn thơ mở đầu bằng câu hỏi tu từ. 'Việc như thế làm sao ta quên được? Ta đã niêm phong nó trong kho tàng của ta'. Nhưng cất giữ cái gì? Có lẽ hay nhất là xem 'rượu nho của chúng' trong câu 33 là cụm từ được thay thế bởi từ 'nó'. Đức Gia-vê đã cất giữ rượu độc từ Sô-đôm và Gô-mô-rơ, để dành cho ngày Ngài sẽ dùng để phục vụ kẻ thù của Y-sơ-ra-ên.[93]

Theo câu 35, vì Đức Gia-vê có quyền trên số phận của các dân, nên sự đoán phạt họ là chắc chắn. Cụm từ mở đầu 'sự trả thù thuộc về Ta' khẳng định ý trong câu trước đó. Đức Gia-vê đã cất giữ rượu độc trong kho Ngài cho đến thời điểm thích hợp để trả thù những người không thừa nhận vai trò của Ngài trong việc họ đánh bại Y-sơ-ra-ên. Mặc dù bản Masoret chỉ rõ từ tiếp theo là mô hình động từ Piel ('bồi thường, khôi phục sự cân bằng') là từ tương đương với 'trả thù', nhưng rõ ràng đây là danh từ, vật thứ nhì trong tài sản của Đức Gia-vê, nếu không phải trong kho của Ngài. Đức Gia-vê hành động theo nguyên tắc, cho kẻ ác điều họ đáng nhận, và làm cho cân xứng giữa tội phạm và hình phạt. Thật vậy, chất độc được để dành khi chân họ vấp ngã. Dựa vào việc nhắc đến rượu trong câu 33, cụm từ 'chân của chúng trượt ngã' gợi lên hình ảnh về người say sưa cố gắng bước đi. Tuy nhiên, trong bản văn hiện tại, chân xiêu tó là cách nói ẩn dụ chỉ đang trải qua tai họa.[94]

---

91. So sánh Quan 9:13. Cũng lưu ý 'rượu nho nguyên chất đỏ như máu' mà người Y-sơ-ra-ên uống trong 32:14 ở trên.

92. Đây có lẽ là rắn hổ mang Ai Cập, loài rắn nguy hiểm nhất trong vùng. Về các loài rắn khác được nói đến trong Cựu Ước, xem J. Feliks, 'Snakes', *EncJud* (pb.2), 18:695–96.

93. Ê-sai 51:17, 22; Giê 25:15–29; 51:7; Êxê 33:31–34; Khải 14:10; 16:19.

94. Đặc biệt trong Thi Thiên, người có chân không 'xiêu tó' thì an toàn. So sánh Thi 38:16[17]; 66:9; 121:3.

Nửa phần sau của câu 35 nói rõ 'thời điểm' báo thù thiên thượng. Những cụm từ chỉ tai họa đang chờ đợi các nước thật đáng chú ý. Trước tiên là từ 'hoạn nạn' xuất hiện ở chỗ khác trong Cựu Ước,[95] nhưng ý nghĩa của từ này được nói rõ ở Ê-xê-chi-ên 35:5, là câu ghép 'ngày tận số' với 'kỳ đoán phạt cuối cùng'. Cụm từ thứ hai 'ngày tận số' là hình thức chỉ xuất hiện một lần trong Kinh Thánh.[96] Ở đây, hình thức số nhiều ám chỉ 'những tai họa sắp đến'; rượu độc hiện được cất trong kho của Đức Gia-vê sắp được uống rồi.

Phúc Âm: Lời kêu gọi trân quý lòng thương xót của Đức Gia-vê (32:36–42)

Một lần nữa, mạo từ trọng tâm *kî* trong câu 36 báo hiệu một chuyển biến mới trong bài ca này. Khổ thơ này mở đầu với tiếng nói của nhà thơ, nhưng trong câu 37 Đức Gia-vê nhanh chóng tiếp tục lời nói của mình. Câu 36 thông báo chủ đề qua hai dòng được viết dưới dạng cấu trúc song đối. Động từ đầu tiên (*dîn*) liên quan đến cụm từ pháp lý có nghĩa là 'xét xử', nhưng trong những trường hợp liên quan đến người bị áp bức hoặc thiếu thốn thì có nghĩa là 'bênh vực cho chính nghĩa của'.[97] Động từ thứ hai liên quan đến mô hình Hithpael của từ gốc *nḥm* ('xót thương'; so sánh Thi 135:14; Dân 23:19).[98] Mặc dù Đức Gia-vê và Môi-se thấy rằng sự bất trung và sự đoán phạt Y-sơ-ra-ên trong tương lai là không thể tránh khỏi (Phục 31:16–18, 20–21), nhưng ngay từ 4:31, Môi-se đã xác nhận rằng sự cảm thông thiên thượng bắt nguồn từ bản tính thương xót của Đức Gia-vê. Khổ thơ này ca ngợi việc phi thường đó là Đức Gia-vê sẽ can thiệp vì cớ Y-sơ-ra-ên để chống lại những người cố gắng tiêu diệt họ.

Nửa sau của câu 36 nêu lên ngữ cảnh khiến Ngài thay đổi thái độ. Cụm từ 'sức lực của dân Ngài hao mòn' (nghĩa đen 'tay họ tan biến') đặt sự bất lực của Y-sơ-ra-ên đối lập với sự khoe khoang của kẻ thù (32:27c). Nhưng Bài Ca thêm vào một chi tiết nhỏ đáng chú ý:

---

95. 2 Sa 22:19 = Thi 18:18[19]; Gióp 21:30; Châm 27:10; Giê 18:17; 46:21; Áp-đia 13.

96. Dù có những hình thức liên quan trong *šāpaṭ* (10:3; Gióp 3:8; 15:24).

97. Tương tự NJPS. Về Đức Chúa Trời: Sáng 30:6; Thi 43:1[3]; về các viên chức con người: Châm 31:9; Giê 5:28; 21:12; 22:16.

98. Mô hình Niphal thường được dùng để diễn tả nỗi buồn của Chúa hoặc sự thay đổi trong thái độ của Ngài đối với một đối tượng. Vd: Sáng 6:6–7; Xuất 32:12, 14; 1 Sa 15:11, 29, 35; Giăng 3:9–10; 4:2.

Đức Gia-vê nhìn thấy! Ngược với các thần ngoại quốc (4:28) và trái ngược với việc giấu mặt ở phần trước (32:20), Đức Gia-vê ghi chú rằng người Y-sơ-ra-ên đã cạn kiệt của cải sức lực. Dòng cuối khai triển việc kẻ thù đánh mất quyền lực: những lãnh đạo của họ biến mất. Củng cố nửa đầu của câu này, việc khan hiếm lãnh đạo thôi thúc Đức Gia-vê can thiệp.

Câu 37–38 trở lại với tiếng nói của Đức Gia-vê và tiếp tục đến câu 42. Ngài bắt đầu với việc chế nhạo người Y-sơ-ra-ên đặt lòng tin vào các thần khác. Câu hỏi tu từ (32:37a) ám chỉ câu 15–18, sử dụng tên gọi chung 'vầng đá' ở số ít một cách mỉa mai và châm biếm. Các thần mà dân chúng chọn chỉ là đá cuội, trái ngược với Đức Gia-vê, Vầng Đá toàn năng và công chính trọn vẹn (32:4). Trong câu 38, lời mỉa mai hướng về chính các thần tượng. Nhận biết tầm quan trọng của việc làm cho các thần được thỏa mãn, Đức Gia-vê thách thức các thần mà dân tộc đã chọn đến giúp họ bằng cách hỏi các thần đã chấp nhận của tế lễ và việc rưới rượu của họ ở đâu. Bộ ba động từ hành động củng cố lời châm biếm: 'Hãy để chúng đứng lên, giúp đỡ và trở thành nơi trú ẩn của các ngươi' (diễn ý cá nhân). Những cụm từ này đều dựa vào ý nói đến các thần là 'đá' trong câu 37.

Những người nghe bài ca này sẽ nhận ra đỉnh điểm là ở phần mở đầu của câu 39. Việc xếp những từ ngữ này liên tiếp nhau thu hút sự chú ý đặc biệt 'Bây giờ! Hãy xem! Chú ý! Ta đây! Ta là Đức Chúa Trời!' (diễn ý cá nhân), hướng thính giả tập trung vào Đức Gia-vê, Đấng tuyên bố cách tự tin rằng 'Ngoài Ta chẳng có thần nào khác'. Cho dù chúng ta hiểu *immâd* là 'với Ta' hay 'bên cạnh Ta', thì cũng chỉ một mình Đức Gia-vê điều khiển những sự kiện trong lịch sử. Ngài là độc nhất; không ai có cùng địa vị hay cấp bậc với Ngài.[99] Phần còn lại của câu 39 và các câu 40–42 giải thích chi tiết về quyền kiểm soát của một mình Đức Gia-vê trên số phận và vận mệnh của con người, bắt đầu bằng hai câu đối nghịch nêu bật thẩm quyền tối thượng của Ngài đối với sự sống và sự chết. Nếu Y-sơ-ra-ên khổ sở, thì đó thật sự là việc Đức Gia-vê làm, nhưng việc đổi sang động từ ở thì chưa hoàn thành biến câu này trở thành một lời hứa: Đức Gia-vê chắc chắn sẽ chữa lành cho dân Ngài. Dòng cuối của câu 39 nhấn mạnh rằng khi Ngài

---

99. Việc dùng 'chỉ mình] Ta là Đức Giê-hô-va' trong Ê-sai khẳng định điều này: Ê-sai 41:4, 43:9–13, 25; 46:3–4; 48:12; 51:12; 52:6.

hành động vì lợi ích của Y-sơ-ra-ên, thì không quyền lực nào bên ngoài – cho dù là thần linh hay con người – có thể ngăn cản Ngài.[100]

Đoạn thơ cuối cùng (32:40–42) định đoạt tương lai của Y-sơ-ra-ên. Với cử chỉ không lời đáng chú ý và tuyên bố rõ ràng bằng lời, Đức Gia-vê khẳng định với Y-sơ-ra-ên rằng Ngài sẽ xử lý kẻ thù của họ một lần đủ cả. Mặc dù một số người giải thích thành ngữ 'giơ tay' là phép ẩn dụ chỉ sự tham gia tích cực của Đức Gia-vê để bảo vệ Y-sơ-ra-ên,[101] nhưng cụm giới từ được thêm vào 'lên trời' và thể thức của lời thề theo sau cho thấy cử chỉ giơ tay về mặt pháp lý có liên hệ với việc tuyên thệ.[102] Khi thêm vào 'vĩnh hằng', Đức Gia-vê bảo đảm rằng thất bại của kẻ thù là điều chắc chắn như lời thề của Ngài với Áp-ra-ham ở Sáng Thế Ký 22:16.

Câu 41 và 42 xác nhận thêm tính chân thật trong lời tuyên thệ của Chúa, bắt đầu bằng lời nhắc đến ngữ cảnh: khi Đức Gia-vê, chiến binh thiên thượng, chuẩn bị vũ khí cho cuộc chiến. Dòng đầu tiên nói đến việc mài 'lưỡi gươm lấp lánh' theo nghĩa đen.[103] Nhưng vũ khí chiến trận của Đức Gia-vê cũng là vũ khí đoán phạt. Nếu nửa đầu câu 41 là sự chuẩn bị, thì nửa sau thông báo hành động. Ám chỉ ngược trở lại câu 35, Đức Gia-vê tuyên bố rằng Ngài sẽ báo thù. Gươm Ngài đã đặt vào tay kẻ thù của Y-sơ-ra-ên (32:25) thì bây giờ Ngài sẽ sử dụng để chống lại họ và khôi phục cán cân đạo đức.

---

100. So sánh 1 Sa 2:6–7; 2 Vua 5:7; Ô-sê 6:1–2; Êxê 17:24; Gióp 5:18.

101. Xem J. Lust, 'For I Lift My Hand to Heaven and Swear: Phục 32:40', trong *Studies in Deuteronomy in Honour of C. J. Labuschagne* (bt. F. G. Martínez; VTSup 53; Leiden: Brill, 1994), 155–64.

102. Cũng so sánh Å. Viberg, *Symbols of Law: A Contextual Analysis of Legal Symbolic Acts in the Old Testament* (CBOTS 34; Stockholm: Almqvist and Wiksell, 1992), 19–32; Nigosian, 'Song of Moses,' 20. Thành ngữ này xuất hiện ở chỗ khác với chủ ngữ là Đức Gia-vê trong Xuất 6:8; Dân 14:30; Thi 106:26; Nê 9:15; Êxê 20:5, 6, 15, 23, 28, 42; 36:7. Cử chỉ này cũng được chứng thực trên câu khắc bằng tiếng A-ram vào thế kỷ thứ 8 TC của Panamuwa ở Zenjirli thuộc Thổ Nhĩ Kỳ (*COS*, 2.36, tr. 157). Về ngữ pháp của công thức lời thề, xem M. R. Lehmann, 'Biblical Oaths', *ZAW* 81 (1969): 74–92.

103. Ám chỉ hình ảnh lưỡi kiếm được mài lóe sáng dưới ánh mặt trời (so sánh Na 3:2–3; Êxê 21:14–16 [19–21]). Tia sáng cũng có thể nói đến tiếng sấm sét Đức Gia-vê dùng như lưỡi gươm để tàn sát (so sánh 2 Sa 22:14–16; Ha 3:11), mà dù trường hợp nào thì câu này cũng liên quan đến cuộc bút chiến nhắm thẳng vào Ba-anh. Xem thêm J. Day, 'Echoes of Baal's Seven Thunders and Lightnings in Psalm XXIX and Habakkuk III 9 and the Identity of the Seraphim in Isaiah VI', *VT* 29 (1979):143–51. Ba-anh cũng được gắn với sấm sét trong các mô tả bằng hình ảnh thời cổ đại. Xem *ANEP*, 168, §290.

Trong câu 42, bức tranh bị biến dạng kỳ cục. Đức Gia-vê mô tả gươm và mũi tên của Ngài như những con thú ăn thịt luôn thèm khát huyết người và thịt người.[104] Hai đoạn cuối của câu này nói rõ thức ăn mà những vũ khí này ăn nuốt. Mặc dù dòng đầu tiên rõ ràng nói đến huyết của những người bị giết bởi gươm và những người bị bắt, nhưng ý nghĩa của dòng thứ hai thì không được rõ ràng. Theo truyền thống cổ, bản tiếng Việt dịch *par'ôt* là 'các tướng lãnh' mặc dù các bản dịch khác gợi ý đó là lời ám chỉ đầu nhiều tóc của kẻ thù, có lẽ nói đến diện mạo lôi thôi lếch thếch và bù xù của kẻ bị bắt.[105] Các vấn đề về từ vựng vẫn chưa được giải quyết, nhưng ý nghĩa chung của đoạn thơ này thì rõ ràng: Đức Gia-vê sẽ nhân danh dân chúng đứng lên và trừng phạt kẻ thù của họ vì sự ngạo mạn và hung ác đối với Y-sơ-ra-ên.

Đoạn cuối: Lời kêu gọi ca ngợi sự giải cứu của Đức Gia-vê (32:43)

Bài quốc ca của Y-sơ-ra-ên kết thúc bằng nốt nhạc hoan hỉ của lễ hội, mời gọi các nước cùng tham gia kỷ niệm những việc làm nhân từ của Đức Gia-vê vì cớ Y-sơ-ra-ên. Đáng tiếc thay, việc hiểu đoạn cuối cùng này lại bị phá bĩnh bởi những vấn đề nghiêm trọng nhất liên hệ đến nguyên bản trong chương này, nếu không phải là trong cả sách. Bắt chước bản MT, NIV trình bày phần kết ngắn hơn gồm bốn đoạn. Khổ thơ đó vẫn có ý nghĩa, nhưng nó dấy lên câu hỏi liệu câu thơ này có hoàn chỉnh hay không. Bản Bảy Mươi, Targum Neofiti, và các mảnh vụn ở Qumran củng cố những nghi ngờ về bản MT. Mặc dù các học giả bất đồng trong cách đánh giá các bằng chứng này,[106] nhưng chúng ta thấy các lập luận ủng hộ bài thơ gồm tám dòng của bản Bảy

---

104. Mặc dù khái niệm mũi tên say chỉ xuất hiện ở đây, nhưng hình ảnh gươm ăn nuốt nạn nhân thì phổ biến trong Cựu Ước (2 Sa 2:26; 11:25; Ê-sai 1:20, 34:5–6; Giê 46:10; v.v...), và trong các tác phẩm khác (*ANET*, 540, II. 635–36).

105. Muốn biết thêm về bài viết, xem T. Kronholm, *TDOT*, 12:98–101.

106. Một số lập luận ủng hộ việc giữ lại bản MT: Fokkelman, *Major Poems of the Hebrew Bible*, 130; một số ủng hộ bài đọc ngắn như bản MT nhưng ý hoàn toàn khác: A. Rofé, 'The End of the Song of Moses (Deuteronomy 32:43),' trong *Liebe und Gebot: Studien zum Deuteronomium, L. Perlitt Festschrift* (bt. R. G. Kratz và H. Spieckermann; Göttingen: Vandenhoeck & Ruprecht, 2000), 164– 72; hầu hết đều ủng hộ bài thơ gồm sáu đoạn được phản chiếu trong 4QDeutq: Nelson, *Deuteronomy*, 379–80; van der Kooij, 'The Ending of the Song of Moses', 93–100; một số ít ủng hộ bài đọc gồm tám đoạn của bản Bảy Mươi.

Mười có tính thuyết phục hơn và phần chú giải của chúng tôi sẽ dựa trên bài thơ tám dòng này:[107]

> Hỡi các tầng trời, hãy vui mừng với Ngài,
> Và hết thảy con cái Đức Chúa Trời hãy cúi lạy Ngài,
> Hỡi các nước, hãy vui mừng với dân Ngài.
> Và để mọi sứ giả của Đức Chúa Trời tự làm họ vững mạnh
> [Kìa], Ngài sẽ báo thù huyết của con cái Ngài,
> và Ngài sẽ trả thù và báo thù kẻ thù của Ngài.
> Ngài sẽ trả thù những kẻ ghét Ngài,
> và chuộc xứ của dân Ngài.

Việc thay đổi từ hình thức ngôi thứ nhất trong câu 42 sang ngôi thứ ba trong câu 43 báo hiệu sự thay đổi ở người nói, từ Đức Gia-vê (32:37–42) sang nhà thơ. Đối tượng được ca ngợi không được nêu rõ danh tính, nhưng Đức Gia-vê được nhắc đến ít nhất mười hai lần, tám lần rõ ràng qua các hậu tố thêm vào danh từ để biến thành đại từ, và bốn lần ngụ ý trong động từ ngôi thứ ba số ít, mà chúng ta phải thêm vào đó cụm từ 'dân Chúa' và 'đầy tớ Đức Chúa Trời'. Những đặc điểm này giữ cho sự chú ý hướng trực tiếp vào Đức Gia-vê. Việc phần kết nhắc đến Y-sơ-ra-ên đã củng cố cho cách hiểu này. Xem xét sự sụp đổ hoàn toàn của mối quan hệ giữa thần linh và dân tộc trong câu 15–25, thì mỗi việc dân được gọi là 'con cái Ngài'[108] và 'dân của Ngài' thôi đã là duyên cớ để kỷ niệm, vì điều đó tuyên bố rằng lời hứa của câu 36a-b được thực hiện.

Những dòng mở đầu cho biết người nhận là 'các tầng trời' và 'hết thảy các con cái Đức Chúa Trời'. Những cụm từ có liên quan này cho thấy *šāmayim* ('tầng trời') là cách viết tắt của 'toàn cả thiên binh' (4:19; 17:3) và ám chỉ 'các hữu thể thiên đàng'[109] được kêu gọi để reo

---

107. Xem thêm, Block, 'The Power of Song', 185–88. Cũng xem Jason S. DeRouchie, trong phần trao đổi riêng. Lưu ý trong Rô 15:10, Phao-lô trích dẫn nguyên văn dòng thứ ba của Phục 32:43 theo bản Bảy Mươi như là Kinh Thánh: 'Hỡi dân ngoại, hãy đồng vui cùng dân Chúa'. Tương tự với R. H. Bell, 'Deuteronomy 32 and the Origin of the Jealousy Motif in Romans 9–11', trong *Provoked to Jealousy: The Origin and Purpose of the Jealousy Motif in Romans 9–11* (WUNT 2/63; Tübingen: Mohr Siebeck, 1994), 259. Dường như Phao-lô cho rằng bản dịch Phục 32:43 theo bản Bảy Mươi là Kinh Thánh có thẩm quyền.

108. Bản MT ghi là 'đầy tớ Ngài'.

109. Về cách giải thích này cũng được áp dụng cho Thi 89:5[6] và Gióp 15:15, xem Sanders, *Provenance of Deuteronomy 32*, 250.

hò chúc tụng và để phủ phục trước Đức Gia-vê trong sự vâng phục và tôn kính. Ở đây, 'con cái Đức Chúa Trời' là cư dân của các tầng trời (so sánh 32:8; 4:19). Vai trò của họ trong tư cách tác nhân của sự quan phòng thiên thượng giữa các dân được củng cố ở dòng thứ 4, là câu xem họ là 'sứ giả của Đức Chúa Trời'. Tuy nhiên, có lẽ họ không tranh giành với Đức Gia-vê để có được lòng yêu mến của dân chúng. Bài ca này mời gọi những hữu thể thiên đàng cùng hòa giọng ca với Y-sơ-ra-ên, thừa nhận vai trò của Đức Gia-vê trong việc trừng phạt kẻ thù của Ngài (và của Y-sơ-ra-ên) và phục hồi mối quan hệ của Ngài với dân Ngài. Dòng thứ 3 mời gọi các nước cùng tham dự lễ kỷ niệm với dân của Đức Gia-vê.

Trong bốn dòng cuối, người nghe chuyển từ khung cảnh trên trời sang khung cảnh dưới đất. Các dòng được thơ được sắp xếp theo kiểu song đối, với đoạn bên ngoài hướng vào hành động của Đức Gia-vê vì lợi ích của dân chúng, còn những dòng bên trong nói đến kẻ thù của họ. Cách sắp xếp này làm nổi bật tiếng vang của câu 41c,d và là cách diễn đạt ngắn gọn lời tuyên bố đầy đủ hơn của Đức Gia-vê về việc đánh bại kẻ thù trong các câu 39–42. Hai nửa đoạn thơ sau trình bày mặt bên kia của vấn đề. Nếu Đức Gia-vê đánh bại kẻ thù, thì Ngài làm điều đó vì lợi ích của dân chúng thông qua việc trả thù huyết cho con cái Ngài và chuộc tội cho xứ và cho dân Ngài.[110] Nhu cầu chuộc tội cho xứ xuất phát từ việc huyết của con người bị đổ ra cách hung bạo (Dân 35:30–34) và việc thi thể không được chôn cất (Phục 21:23) làm cho xứ bị ô uế, hậu quả của việc tàn sát người Y-sơ-ra-ên (32:43c; so sánh 32:25).

Nhìn chung, câu 43 trình bày cho các thiên binh trên trời và các nước ba lý do để vui mừng và tôn kính Đức Gia-vê:

(1) Đức Gia-vê đã phục hồi mối quan hệ của Ngài với Y-sơ-ra-ên;

(2) Đức Gia-vê đã báo oán kẻ thù của Y-sơ-ra-ên (và của chính Ngài);

(3) Đức Gia-vê đã chuộc tội cho xứ. Khi làm những việc này, Ngài đã phục hồi mối quan hệ ba bên gồm thần-xứ-dân bị đổ vỡ vì tội thờ hình tượng của Y-sơ-ra-ên. Đây là lý do để vui mừng không chỉ cho những người Y-sơ-ra-ên thụ hưởng hành động thiên thượng đó - như

---

110. Động từ *kippēr* ('chuộc, rửa sạch') chỉ xuất hiện ở Phục 21:8.

trong bài hát này - mà còn cho các thiên binh và các nước. Thật ra là cho toàn vũ trụ.

Đoạn Kết Bài Quốc Ca Của Y-sơ-ra-ên (32:44–47)

Sau khi trích dẫn quốc ca của Y-sơ-ra-ên, người kể kéo độc giả quay về với ngữ cảnh mà Bài Ca được trình bày. Nửa sau của câu 44 tóm tắt 31:30, và câu 45 nhắc lại cụm từ cuối cùng của 31:30, 'tất cả các lời'. Nhưng Môi-se không hài lòng với việc chỉ đơn thuần đọc lại bài thơ. Là mục sư của Y-sơ-ra-ên, ông thêm vào câu 46 lời khuyên bảo cho tất cả hội chúng, truyền cho họ phải nghiêm túc nhận lấy mọi điều ông đã nói. Việc 'căn dặn' (NIV 'trọng thể tuyên bố' hay 'chứng nhận') nhắc lại 31:20–21 và cho biết Bài Ca là 'lời chứng' chống lại dân sự. Vang vọng đoạn Shema 6:6–9, Môi-se nhấn mạnh cách họ phải nghiêm túc nhận lấy lời huấn thị của ông. Họ phải trung thành với mọi lời ông đã nhắc nhở họ từ trong thâm tâm lẫn trong hành động, và họ phải truyền mọi lời dạy dỗ của ông cho con cái họ, truyền cho chúng giữ mọi lời của Tô-ra này bằng cách làm theo.

Trong câu 47, Môi-se nhắc lại tầm quan trọng của việc làm theo huấn thị của ông đối với tương lai của Y-sơ-ra-ên. Nói theo cách tiêu cực, họ không được xem lời dạy dỗ của ông là ngớ ngẩn và vô giá trị. Nói cách tích cực, những lời của Môi-se là bí quyết cho đời sống của Y-sơ-ra-ên. Sự tồn tại của họ trong xứ họ sắp vào phụ thuộc vào lòng trung thành của họ với những lời này (so sánh 6:24–25; 30:20; 31:12–13). Khi xem những lời của mình là sự mặc khải của Đức Chúa Trời, Môi-se cho dân chúng bí quyết để hướng đến tương lai.

Ngữ Cảnh Bắc Cầu

TIẾNG VỌNG CỦA BÀI CA TRONG CỰU ƯỚC. Sau khi đi hết Bài Ca, bây giờ trước tiên chúng ta có thể nhìn lại để xem Bài Ca khớp với chương trình và sứ điệp chung của Phục Truyền như thế nào. Mặc dù nhiều người lập luận rằng Bài Ca không nhất quán về mặt bản văn,[111] nhưng tư tưởng của nó thì rõ ràng quen thuộc đối với thần học của sách.[112] Trong số chín chủ đề tiêu biểu của Phục Truyền mà

---

111. Xem bài viết ở trang 147–151.

112. Về bài viết đầy đủ bảo vệ quan điểm này, xem A. Lee, 'The Narrative Function of the Song of Moses in the Contents of Deuteronomy and Genesis-Kings' (Luận văn D.Phil; University of Gloucestershire, 2010).

Weinfeld nhận diện,[113] sáu chủ đề được trình bày rõ ràng trong bài ca này:[114]

(1) cuộc chiến chống lại việc thờ hình tượng (32:8–9, 15–18, 21, 37);

(2) sự lựa chọn, xuất hành và giao ước của Y-sơ-ra-ên (32:9–11, 15, 18);

(3) bài tín điều theo thuyết duy thần (32:4, 12, 39);

(4) vâng giữ Tô-ra và trung thành với giao ước (32:13–15);

(5) thừa kế xứ (32:13–15);

(6) sự báo thù và động cơ vật chất (32:19–20, 22–27, 41–43).

Một số người cho rằng những khác biệt trong ngôn ngữ và việc thêm vào Tô-ra của Phục Truyền các giáo lý mới là do giữa Bài Ca và phần còn lại của sách cách biệt nhau hàng thế kỷ,[115] nhưng chúng cũng có thể do thể loại và chức năng của các bản văn. Mặc dù Tô-ra được trình bày như một chuỗi các bài giảng phải được vua đọc cách riêng tư (17:18–20) và công khai ít nhất mỗi bảy năm (31:9–13), nhưng bài ca này về bản chất là một bài thơ, được sáng tác để hát hoặc để đọc thuộc trong các buổi thờ phượng và/hoặc hát như bài quốc ca bất cứ nơi nào dân Y-sơ-ra-ên sinh sống. Việc lồng Bài Ca này vào các bài giảng của Môi-se là có chủ ý, nhằm nhắc độc giả bằng hình thức thơ ca dễ nhớ về Phúc Âm mà ông đang truyền bá. Không hề là phần phụ lục được liên kết lỏng lẻo với toàn sách, bài ca này ngân vang trong chúng ta bài tóm lược xuất sắc về những lời giảng của Môi-se.

Hiếm khi nghe thấy Mười Điều Răn, tài liệu giao ước cơ bản, vang vọng trong Cựu Ước, nhưng tiếng vọng của Bài Ca được lồng vào Phục Truyền 32 này lại xuất hiện ở khắp nơi. Các tác giả Thi Thiên nói đến sự vô ích của hình tượng bằng lời lẽ chua cay và châm biếm. Mặc dù từ ngữ có khác nhau, nhưng Thi Thiên 115:1–8 đưa ra lời chú

113. Weinfeld, *DDS*, 1.
114. Xem bài viết của S. Schweitzer, 'Deuteronomy 32 and 33 as Proto-Deuteronomic Texts', *Proceedings EGL & MWBS* 22 (2002): 82–89. Những yếu tố duy nhất còn thiếu là tập trung hóa sự thờ phượng, ứng nghiệm lời tiên tri, và lựa chọn triều đại Đa-vít. Ngược với J. Pakkala ('The Date of the Oldest Edition of Deuteronomy', *ZAW* 3 [2009]: 388–401), việc thiếu những đặc điểm này cho thấy niên đại sáng tác có trước thời quân chủ hơn là trong thời kỳ Ba Tư.
115. Schweitzer, 'Deuteronomy 32 and 33', 86.

thích về bản văn này, bắt đầu bằng việc quy sự vinh hiển cho danh của Đức Gia-vê (115:1a),[116] ca ngợi lòng trung thành của Ngài với giao ước (ḥesed) (115:1b),[117] đưa vào câu hỏi của các dân đó là 'Đức Chúa Trời của chúng ở đâu?' (115:2), tuyên bố sự tự do và quyền tể trị tuyệt đối của Ngài (115:3),[118] và mô tả sự vô lý của hình tượng:

Còn hình tượng của chúng làm bằng bạc bằng vàng,

Là công việc tay người ta làm ra.

Hình tượng có miệng mà không nói;

Có mắt mà chẳng thấy;

Có tai mà không nghe;

Có mũi mà chẳng ngửi;

Có tay nhưng không thể sờ;

Có chân mà không biết đi;

Có cổ họng mà chẳng phát ra tiếng nào.

Kẻ nào làm hình tượng và nhờ cậy chúng

Đều giống như chúng. (115:4–8)

Rõ ràng Thi Thiên 135 đã mượn ngôn ngữ của Phục Truyền 32:3–4, bắt đầu bằng việc kêu gọi ngợi khen danh Đức Gia-vê (135:1–3; so sánh Phục 32:3–4), tuyên bố việc Đức Gia-vê lựa chọn Gia-cốp cho chính Ngài và địa vị của Y-sơ-ra-ên là cơ nghiệp riêng của Ngài (135:4), khẳng định sự cao trọng và tự do cùng quyền tể trị tuyệt đối của Ngài (135:5), vay mượn những yếu tố nói về kho của Ngài (135:7; so sánh Phục 32:34), trích dẫn Phục 32:36, 'Vì Đức Giê-hô-va sẽ bênh vực dân sự Ngài và tỏ lòng thương xót đầy tớ Ngài' (135:14), và lặp lại lời mỉa mai hình tượng được tìm thấy trong Thi 115 (trích dẫn ở trên).

Sự vui mừng về địa vị đặc biệt của Y-sơ-ra-ên, việc nhái lại sự thờ hình tượng, và lời tuyên bố về sự phục hồi cuối cùng của Y-sơ-ra-ên trong Ê-sai 44 đan xen với âm vang của bài ca này: (1) Gia-cốp được lựa chọn và được tượng hình từ trong tử cung (44:1–2; so sánh Phục 32:8–9, 18); (2) biệt hiệu trìu mến, Giê-su-run (44:2; so sánh

---

116. So sánh Phục 32:3, nhà thơ công bố danh của Đức Gia-vê và quy cho Ngài sự cao cả.

117. So sánh Phục 32:4, nhà thơ gán cho Ngài sự thành tín và công chính.

118. 'Đức Chúa Trời của chúng ta ở trên trời; Ngài làm điều gì vừa lòng Ngài' tóm tắt Phục 32:38–42.

Phục 32:15); (3) lời tuyên bố không có thần nào khác ngoài Đức Gia-vê (44:8; so sánh Phục 32:39); (4) biệt hiệu 'Vầng Đá' (44:8; so sánh Phục 32:4, 15, 31); (5) lời chế giễu hình tượng trở thành những lời nói dối trong chính dân Y-sơ-ra-ên (44:9–20; so sánh Phục 32:15–17, 21, 37); (6) lời thông báo về sự khôi phục Y-sơ-ra-ên (44:21–27), đặc biệt xác nhận lời của đầy tớ Ngài (44:26), là lời ám chỉ kết cuộc đầy hứa hẹn của Bài Ca (Phục 32:36, 43); và (7) lời kêu gọi vũ trụ, bao gồm các tầng trời, tham gia ca ngợi sự phục hồi Y-sơ-ra-ên (44:23; so sánh Phục 32:43a).

Ảnh hưởng của Bài Ca rất rõ ràng trong các sách tiên tri, cụ thể là Ê-sai,[119] Giê-rê-mi,[120] và Ê-xê-chi-ên.[121] Đây là điều đáng chú ý nhất trong Ê-xê-chi-ên 16, sửa lại và làm biến đổi phần mô tả của Bài Ca về sự nổi lên, kết thúc và phục hồi cuối cùng của Y-sơ-ra-ên thành lời tiên tri đầy sức mạnh về ân sủng, sự đoán phạt và hy vọng. Mặc dù mối bận tâm chính của Ê-xê-chi-ên trong chương này là tình trạng đĩ điếm thuộc linh của Y-sơ-ra-ên, nhưng qua việc mượn chủ đề và từ ngữ từ Phục Truyền 32 và bắt chước cấu trúc câu chuyện của Bài Ca, ông đã xác nhận vai trò của chương là 'lời chứng' ủng hộ Đức Gia-vê và chống lại Y-sơ-ra-ên, cũng như biến chương này thành công cụ hùng biện mạnh mẽ.[122] Nếu Y-sơ-ra-ên bị lưu đày - và họ sẽ bị - thì đó là vì Đức Gia-vê làm ứng nghiệm lời cảnh báo trong giao ước Ngài (28:15–68) và thực hiện lời cảnh báo được lồng trong bài quốc ca của Y-sơ-ra-ên.

Lời chứng thời kỳ hậu Cựu Ước

Mặc dù các tiên tri xếp những lời phán xét của Bài Ca để cảnh báo dân chúng về hậu quả của sự chống nghịch và khuyến khích cải cách[123] trong giờ phút đen tối nhất của dân tộc, nhưng đối với những

---

119. Xem Bergey, 'The Song of Moses (Deuteronomy 32.1–43) and Isaianic Prophecies', 33–54; tương tự với Nigosian, 'The Song of Moses (*DT* 32)', 5–7.

120. Xem W. Holladay, 'Jeremiah and Moses: Further Observations', *JBL* 85 (1966): 17–27.

121. Về bài nghiên cứu ảnh hưởng của Bài Ca trên việc mô tả các dân trong Ê-xê-chi-ên, xem B. Gosse, 'Deutéronome 32, 1–43 et les redaction des livre d'Ezéchiel et d'Isaie', *ZAW* 107 (1995): 110–17.

122. Để có bài viết chi tiết về các mối liên kết, xem J. Gile, 'Ezekiel 16 and the Song of Moses: A Prophetic Transformation', *JBL* 130 (2011): 87–108.

123. J. R. Lundborn lập luận rằng Giô-si-a nghiêm khắc đặt những cải cách của mình dựa trên lời giải thích của Hun-đa về Bài Ca. Xem 'Lawbook of the Josianic

người trung thành, bài ca này sẽ truyền cho họ hy vọng lớn lao. II Maccabees 7 lưu giữ một minh họa đáng chú ý về niềm hy vọng đó. Mặc dù bị tra tấn vì không chịu vi phạm Tô-ra của tổ phụ, nhưng dân chúng vẫn khích lệ nhau bằng Phục 32:36: 'Giê-hô-va Đức Chúa Trời đang bảo vệ chúng ta và thực sự tỏ lòng thương xót trên chúng ta, như Môi-se đã tuyên bố trong bài ca là bằng chứng trực tiếp chống lại dân sự, khi ông nói 'Ngài sẽ thương xót tôi tớ Ngài'.' (32:6; so sánh 32:36).[124] Như đã nói, chúng ta chỉ có thể suy đoán Bài Ca có thể được sử dụng như thế nào về mặt nghi thức trong sự thờ phượng của người Y-sơ-ra-ên ban đầu. Josephus trình bày sự hiểu biết thú vị về truyền thống Do Thái ban đầu:

Ông [Môi-se] đọc cho họ bài thơ được viết theo dạng câu thơ sáu âm tiết, mà ông đã truyền lại trong quyển sách được lưu giữ trong đền thờ. Quyển sách chứa đựng lời tiên báo về các sự kiện tương lai, phù hợp với tất cả những gì đã đến và sẽ xảy đến, nhà tiên tri tuyệt đối không nói sai sự thật. Tất cả những quyển sách này ông đều ủy thác cho thầy tế lễ, cùng với hòm giao ước mà trong đó ông cất Mười Điều Răn được viết trên hai tấm bảng, và hòm thánh. (Ant. 4.8.44)

Theo truyền thống ra-bi, người Lê-vi sẽ đọc những phần của Bài Ca tại đền thờ vào ngày Sa-bát trong một chu kỳ 6 tuần, trong khi người thờ phượng dâng lên Chúa những của lễ theo truyền thống; khi hết 6 tuần, họ lặp lại chu kỳ.[125] Vì dường như cuộn giấy da riêng biệt chứa đựng Phục Truyền 32 đã xuất hiện ở Qumran (4QDeutq),[126] nên có vẻ như bản văn này được dùng riêng lẻ như một phần của nghi thức tế lễ hoặc cho mục đích huấn thị. Việc Bài Ca ảnh hưởng qua thời kỳ Tân Ước là điều rõ ràng thể hiện qua việc Phao-lô trích dẫn Phục Truyền 32:43 (bản Bảy Mươi) ở Rô-ma 10:15 và việc ông triển khai chủ đề 'sự ghen tị' trong Rô-ma 9–11.[127]

Mặc dù các nhà thơ và nhà tiên tri của Y-sơ-ra-ên rõ ràng không quên bài quốc ca này, nhưng nếu dân chúng đã từng hát bài này

---

Reform', *CBQ* 38 (1976): 293–302. Tuy nhiên, cho dù đó là Tô-ra (ch. 4–28) hay Bài Ca, thì những tài liệu này cũng bổ sung cho nhau.

124. So sánh A. van der Kooij, 'The Use of the Greek Bible in II Maccabees', *JNWSL* 25 (1999): 131.

125. Muốn tham khảo, đọc Tigay, *Deuteronomy*, 546, n. 35.

126. Xem P. Skehan, 'A Fragment of the 'Song of Moses' (Deut 32) from Qumran', *BASOR* 136 (1954): 12–15.

127. Xem thêm Bell, *Provoked to Jealousy*, 259.

hay tham gia vào các buổi tế lễ có Bài Ca, thì ắt hẳn nó đã nhanh chóng trở thành một nghi thức không hơn không kém vì nó không giúp người Y-sơ-ra-ên đi đúng hướng như Đức Gia-vê muốn. Mặc cho những nỗ lực của Môi-se và Đức Gia-vê nhằm giữ cho Bài Ca ngân vang trong tai họ và miệng họ đọc thuộc lòng, nhưng không lâu sau đó, họ đã giẫm đạp lên ân sủng của Ngài và từ bỏ Vầng Đá để đi theo 'những hòn đá cuội' vô giá trị của các dân khác.

Ý Nghĩa Đương Đại

SỨC MẠNH CỦA ÂM NHẠC. Ý nghĩa thần học lâu dài của Bài Ca là gì? Câu hỏi này có thể được nêu lên ở nhiều cấp độ. Ở cấp độ văn chương, chương này thừa nhận sức mạnh của âm nhạc không chỉ để thể hiện những ý tưởng thần học cao quý, mà còn để định hình đời sống của hội chúng. Về một phương diện, điều chúng ta hát và nhạc cụ chúng ta chơi thể hiện bản chất của chúng ta. Nếu chúng ta muốn hiểu một nền văn hóa khác, bước đầu tiên không phải là đọc bài luận do những người quan sát vô cảm viết ra, mà là nghe nhạc, để cảm nhận nhịp điệu của bài hát và nghe câu chuyện thi ca của nền văn hóa đó.

Điều này đúng với hội thánh, cũng như đúng với nền văn hóa của những người lập nên hội thánh. Luther có nói: 'Nếu ai đó không hát và nói về điều Đấng Christ đã làm cho chúng ta, thì bởi đó người ấy chứng tỏ rằng mình không thật sự tin'. Tuy nhiên, Luther đã hiểu sai hoàn toàn sự thờ phượng trong Cựu Ước khi ông nói thêm 'và chứng tỏ rằng người đó không thuộc về Tân Ước, là thời kỳ vui mừng, nhưng thuộc về Cựu Ước, là thời kỳ không sản sinh tinh thần vui mừng, mà là bất hạnh và bất mãn'.[128] Để hòa vào tinh thần thờ phượng trong các chương 12, 14, và 26, bài ca này được ban cho Y-sơ-ra-ên nhằm xác tín với họ không chỉ về Đức Chúa Trời mà họ có mối liên hệ bởi giao ước, mà còn về chính họ, khuynh hướng vô tín và đi theo ý riêng của họ. Trong khi tại thời điểm này trong lịch sử, Môi-se đã giữ cho họ đi đúng hướng về phương diện thuộc linh và thần học thì khi họ bị phân tán bởi sự phân chia đất theo chi phái,

---

128. Trong lời tựa của *Velentin Babst Gesangbuch* (1545), như được trích trong W.E. Buzsin, 'Luther on Music', *Musical Quarterly* 32 (1946):83.

không người lãnh đạo chủ chốt nào có thể thực hiện chức năng này nữa.

Nhưng nếu người lãnh đạo không thể cùng toàn thể dân chúng bước đến những vùng lãnh thổ rải rác mà họ được phân chia, thì bài hát có thể làm điều đó. Dân Đức Chúa Trời phải được mô tả, không chỉ bởi bài ca đầy hăng hái, mà còn bởi một bài hát vượt trên những khẩu hiệu, nhữngnhững lời lặp đi lặp lại sáo rỗng giống như âm nhạc của thế gian (Mat 6:7). Bài ca của dân Đức Chúa Trời phải tuyên bố quyền tể trị công chính của Đức Chúa Trời trên vũ trụ, nhắc lại lịch sử ân sủng của Đức Chúa Trời đối với dân tộc, đưa ra những đánh giá thẳng thắn về thực trạng của chính chúng ta, cảnh báo chúng ta về sự điên rồ của tính hay quên và của sự thờ hình tượng, và cho chúng ta niềm hy vọng về tương lai. Phục Truyền 32 là món quà như thế cho Y-sơ-ra-ên.

Thần học

Ở mức độ thần học, đây là Bài Ca độc nhất vô nhị trong cả sách Phục Truyền, nếu không muốn nói trong toàn Cựu Ước, về thần học đặc biệt cao quý và cô đọng của nó. Thần học đó được trình bày theo nhiều cách.

1. Qua các danh xưng và biệt hiệu của Đức Gia-vê: Ngài là Đức Gia-vê (32:3, v.v...), Đức Chúa Trời của chúng ta (32:3), Hòn Đá (32:4, 15, 18, 30, 31), El (32:4), Cha (32:6), Elyon (32:8), và Đấng Duy Nhất (32:39).

2. Qua việc nhắc lại những thuộc tính của Ngài: vĩ đại (32:3), thành tín (32:4), không hề lầm lỗi (32:4), công bình (32:4), ngay thẳng (32:4), yêu thương cuồng nhiệt (32:16, 21), bị khiêu khích (32:20), tức giận (32:22), và thương xót (32:36).

3. Qua việc kể lại những việc Ngài làm cho cả vũ trụ: Ngài phân bổ dân số trái đất vào các dân tộc, đặt họ dưới sự chăm sóc của các sứ giả trên trời, phân chia đất cho các dân tộc (32:8), và sử dụng các thế lực thiên nhiên trong sự đoán phạt (32:31–42). Khi Ngài hành động chống lại các dân, Ngài bảo vệ chính danh dự của mình và bởi lòng thương xót đối với dân Ngài.

4. Qua việc kể lại những việc Ngài làm vì lợi ích của dân Y-sơ-ra-ên: Ngài đã dựng nên họ và tạo thành họ (32:6), Ngài sinh ra họ (32:18), từ giữa các dân, Ngài đã chọn họ để xây dựng mối liên hệ đặc biệt với chính Ngài (32:9), Ngài đã giải cứu họ trong đồng vắng (32:10), Ngài chăm sóc họ (32:10–11), Ngài chu cấp cho họ cách rời rộng (32:12–14), Ngài là Cứu Chúa của họ (32:15), Ngài sửa phạt họ (32:20–25), Ngài cứu họ thoát khỏi kẻ thù (32:26–42), và Ngài chuộc tội cho xứ và cho dân Ngài (32:43).

Đây là những lý do đáng để ngợi khen Đức Giê-hô-va!

Đánh giá tình trạng của con người

Bài Ca là sự đánh giá thẳng thắn tình trạng của con người, đặc biệt xu hướng chà đạp lên ân sủng của Đức Chúa Trời qua việc không cảm tạ Ngài, và nếu chúng ta thừa nhận mình phụ thuộc vào các thế lực bề trên, thì qua việc cúi lạy thần tượng là những điều bịa đặt thảm bại từ sự tưởng tượng của con người. Cách đây nhiều thế kỷ, John Calvin đã dạy chúng ta rằng bản tính con người là 'xí nghiệp không ngừng sản xuất thần tượng'.[129]

Nhưng thần tượng là gì? Có phải thần tượng chỉ là những hình ảnh ba chiều được dựng lên trong nơi thánh để thờ phượng không? Trong thế giới chúng ta ngày nay, nơi các chương trình truyền hình như American Idol hằng năm đưa ra những đối tượng mới thu hút hàng triệu khán giả, thì từ 'thần tượng' chủ yếu gắn với các nhạc sĩ và những nhân vật giải trí giành được sự ca tụng và sự yêu mến đến cuồng nhiệt của người hâm mộ họ. Mặc dù bản văn của chúng ta không định nghĩa từ 'sùng bái thần tượng', nhưng nó tuyên bố rằng sùng bái thần tượng (1) là bằng chứng của một nền văn hóa bại hoại, bị xuyên tạc và thối nát (32:5), (2) tiêm nhiễm vào chúng ta khi chúng ta quên đi nguồn gốc của mình trong những việc nhân từ Đức Chúa Trời đã làm cho chúng ta dù chúng ta không đáng nhận được (32:6–15, 18); (3) là đáp ứng dại dột và phi lý với môi trường của chúng ta (32:16–18, 21); (4) không thích hợp với đức tin thật và chắc

---

129. John Calvin, *Institutes of the Christian Religion* (bt. J. T. McNeill; dịch bởi F. L. Battles; LCC 20; London: SCM, 1960), 1:108. Toàn bộ chương này (11) dành để nói đến việc khước từ hình ảnh thiên thượng, mà đặc biệt là đáp ứng với những hình tượng trong sự thờ phượng của Công Giáo La Mã.

chắn khiêu khích cơn thịnh nộ của Đức Chúa Trời (32:19–22); và (5) là sự phản bội ở mức độ cao nhất, thay thế sự tin cậy và lòng trung thành với Hòn Đá, Đức Chúa Trời duy nhất hiện hữu và chỉ một mình Ngài thực thi quyền tể trị tối cao trên toàn cõi vũ trụ (32:39–41) để đối lấy những hòn đá cuội đáng khinh, không hề có quyền năng và ý nghĩa thuộc linh nào cả.

Người phương Tây hiện đại thường không cúi lạy các hình tượng vật lý, nhưng thần tượng không chỉ giới hạn ở những hình ảnh vật lý tượng trưng cho thần linh. Thần tượng là bất kỳ điều gì cướp khỏi chúng ta lòng yêu mến Chúa và là thứ chúng ta đặt lòng tin vào, là thứ chúng ta tìm kiếm giá trị, ý nghĩa và sự an toàn trong đó. Thần tượng trong thời đại chúng ta bao gồm tiền bạc, thú vui, sắc đẹp, khoa học, lý trí con người và quyền lực.[130] Mô tả của Gióp về sự sùng bái thần tượng không chỉ vô cùng xuất sắc mà còn rất hiện đại:

Nếu tôi tin cậy nơi vàng,

Hay gọi vàng ròng là nơi nương nhờ của tôi;

Nếu tôi vui mừng vì có nhiều của cải,

Và trong tay sở hữu được thật nhiều;

Nếu tôi ngắm mặt trời chiếu sáng,

Nhìn vầng trăng lộng lẫy nhô lên.

Nếu lòng tôi âm thầm bị chúng mê hoặc,

Và hôn tay tỏ lòng tôn kính chúng,

Thì điều đó đã là tội ác đáng bị tòa xử phạt,

Vì tôi đã chối bỏ Đức Chúa Trời trên cao. (Gióp 31:24–28)

Trong thời đại chúng ta, khi việc khoan dung với những niềm tin khác được tâng bốc như mỹ đức cao quý nhất, thì thông điệp của bài ca này cũng làm người ta thấy bị xúc phạm y như Điều Răn Quan Trọng Nhất, 'lời' đầu tiên của Mười Điều Răn. Tính độc nhất của sự

---

130. Muốn đọc bài phê bình có sức tác động lớn về chủ đề sùng bái thần tượng thời hiện đại, xem Timothy Keller, *Counterfeit Gods: The Empty Promises of Money, Sex and Power, and the Only Hope that Matters* (New York: Dutton, 2009). Cũng xem bài phát biểu của ông 'The Grand Demythologizer: The Gospel and Idolatry' tại www.thegospelcoalition.org/resources/video/The-Grand-Demythologizer-The-Gospel-and-Idolatry'. Cũng xem bài nghiên cứu kinh điển của người theo Thanh Giáo thế kỷ 17 David Clarkson 'Sould Idolatry Excludes Men out of Heaven', trong *The Works of David Clarkson* (Carlisle, PA: Banner of Truth Trust, 1988 [in lại phiên bản 1864]), 2:299–333.

thờ phượng Đức Gia-vê trong ngữ cảnh Y-sơ-ra-ên cổ đại chỉ phù hợp hoàn toàn với sứ điệp theo chủ nghĩa độc nhất thuyết của Tân Ước. Trong sự thờ phượng Đức Gia-vê chính thống, Đức Gia-vê không cho phép một đối thủ nào; tương tự, Phúc Âm công bố sự cứu rỗi chỉ có trong Đấng Christ (Giăng 14:6; Công 4:12).

Niềm hy vọng rực rỡ

Cuối cùng, đối với những cá nhân gặp khó khăn và đối với hội thánh đang lầm đường lạc lối, phân đoạn này cho họ niềm hy vọng rực rỡ. Phải, sự chống nghịch và vô ơn phải bị trừng phạt, nhưng chúng ta có thể tìm thấy hy vọng trong cam kết giao ước của Đức Chúa Trời và lòng thương xót lớn lạ của Ngài, là lòng thương xót mà, trong Đấng Christ, đã chiến thắng cơn cơn thịnh nộ của Ngài. Đối với hội thánh và nhân loại, sự phán xét sẽ không phải là lời sau chót. Chúng ta mong đợi ngày toàn cõi vũ trụ sẽ được chuyển thành bản nhạc giao hưởng ngợi khen Đức Chúa Trời. Qua công tác của Đấng Christ, Đức Chúa Trời đã trả thù mọi thế lực gian ác và chuộc tội cho dân Ngài (so sánh 32:43).

Phục Truyền Luật Lệ Ký 32:48–52

> ## Ý Nghĩa Nguyên Thủy

Tiếp theo phần giới thiệu theo thể văn tường thuật, phân đoạn này được trình bày hoàn toàn như lời thiên thượng. Cụm từ mở đầu 'Cũng trong ngày đó' nối Bài Ca với phần Môi-se chuẩn bị cho sự qua đời của mình, điều ông đã nói trước trong bài giảng đầu tiên (3:23–28) và gần đây hơn là ở 31:2. Chính Đức Gia-vê đã thông báo về cái chết của Môi-se trong 31:14–15, nhưng tại đây, Ngài tập trung vào những hàm ý của cái chết đó đối với dân chúng. Dựa vào vai trò của Môi-se trong kế hoạch thiên thượng, thật thích hợp khi những lời cuối cùng chúng ta nghe từ miệng Đức Gia-vê trong khi Môi-se vẫn còn sống là những lời trực tiếp dành cho người tôi tớ này của Ngài.

Theo tiêu chuẩn phương Tây hiện đại, những lời này nghe rất lạ thường. Giọng văn của phần đầu có vẻ thản nhiên, nếu không nói là nhẫn tâm. Thay vì thể hiện lòng biết ơn về công tác Môi-se đã làm cho dân của Đức Gia-vê trong suốt bốn mươi năm qua, giọng của Đức Gia-vê nghe có vẻ như buộc tội, nhắc ông nhớ đến sự bất trung của ông tại Mê-ri-ba Ca-đe và nhắc lại rằng ông sẽ không được vào xứ. Tính chất tiêu cực của lời nói này thậm chí còn trở nên rõ ràng hơn khi so sánh với Dân Số Ký 27:12–14, ở đó dường như người kể chuyện đã sửa lại cho phù hợp với ở đây. Bài giảng này dài gấp hai bài trước, và phần thêm vào ở đây ảnh hưởng đáng kể đến giọng văn. Dàn ý của bài giảng được thể hiện qua bốn mệnh lệnh: 'lên', 'nhìn', 'qua đời', 'được sum họp' (32:49–51). Dàn ý kết thúc bằng một câu nói theo lối trình bày kiểu cao trào (32:52), cho nên nó ắt hẳn là câu nói đau lòng nhất.

(1) Mạng lệnh đầu tiên của Đức Gia-vê là hãy trèo lên núi Nê-bô (32:49a). Núi được nói đến ở đây theo hai tên (so sánh 'núi Phích-ga' ở 3:27). Mạo từ và hình thức số nhiều ('Abarim') cho thấy tên gọi không ám chỉ một đỉnh mà là một dãy núi về phía đông Biển Chết giữa đèo Ạt-nôn và Wadi Hesban. Núi Nê-bô (ngày nay là Jebel en-Nebu) cao khoảng 821m (2.739 feet) so với mặt nước biển, là vị trí tuyệt vời để nhìn thấy toàn xứ. Ở 34:1, là phần ghi chú rằng Môi-se từ

đồng bằng Mô-áp đi lên núi Nê-bô, lên đỉnh 'Phích-ga', đối diện Giê-ri-cô, đã làm sáng tỏ mối liên quan giữa Nê-bô và Phích-ga. Như đã nói ở 3:27, vì *pisgâ* luôn luôn xuất hiện với mạo từ, nên rất có thể đây là danh từ chung, nghĩa là cái gì đó giống 'rặng núi dài', có lẽ rặng núi mà Nê-bô là đỉnh.

(2) Đức Gia-vê mời Môi-se nhìn xem Đất Hứa (32:49b). Về mặt ngữ nghĩa, động từ 'nhìn' ở thể mệnh lệnh, dù ở đây nó cũng có vai trò là lời mời Môi-se lên nhận giải khuyến khích, tức là được nhìn thấy Đất Hứa (so sánh 3:27). Đây rõ ràng là sự an ủi nho nhỏ, vì nó cụ thể hóa việc ông hoàn tất sứ mạng của mình, nó cũng cụ thể hóa sự mất mát của ông, khi ông nhìn chăm chăm vào điều lẽ ra ông có thể nhận được. Đây là lần duy nhất nói đến 'đất Ca-na-an' trong sách (tức là 'Ca-na-an' được dùng như danh xưng địa lý). Mặc dù ở chỗ khác trong cách thức ban xứ, Môi-se luôn luôn nói đến lãnh thổ quốc gia là 'đất được ban cho' họ (hay 'sản nghiệp') hoặc 'cơ nghiệp' của họ (*yĕruššâ*), nhưng việc nói đến nó như là một thứ 'sản nghiệp' (*ăḥuzzâ*, bản NIV 'của cải') đã nối phân đoạn này với Lê-vi Ký 25:45 và Dân Số Ký 32:5, 22, 29.

(3) Đức Gia-vê báo cho Môi-se biết ông sẽ chết trên núi (32:50a). Chỉ thị lạ thường này chỉ có một tiền lệ tương ứng, đó là yêu cầu của vợ Gióp đối với chồng (Gióp 2:9). Bốn mươi năm Môi-se đầu tư thực hiện sứ mạng của Đức Gia-vê không miễn trừ ông khỏi số phận chắc chắn dành cho tất cả mọi người. Ông cũng phải thuận phục Đức Chúa Trời duy nhất, Đấng ban cho và cất đi mạng sống con người (32:39).[1]

(4) Đức Gia-vê ra lệnh cho Môi-se được đoàn tụ với dân của ông (32:50b). Hình thức bị động 'được sum họp với dân tộc con' hơi khác lạ.[2] Nhưng thành ngữ bắt nguồn từ tập tục chôn cất người chết trong mộ gia đình, cùng với hài cốt của những người đã quá cố. Rõ ràng Môi-se sẽ không được chôn trong huyệt mộ gia đình, nhưng như với trường hợp của anh A-rôn (so sánh Dân 27:13), khi chết linh hồn ông sẽ đoàn tụ với linh hồn của bà con nơi âm phủ.

---

1. So sánh Dennis T. Olsen, *Deuteronomy and the Death of Moses* (Minneapolis: Fortress, 1994), 150.

2. Với ngoại lệ ở 2 Vua 22:20 (=2 Sử 34:28), cách nói chỉ sự chết theo lối uyển ngữ này chỉ xuất hiện với mô hình động từ thể Niphal. Thành ngữ chỉ xuất hiện ở đây trong Phục Truyền, nhưng đây là thành ngữ phổ biến trong các chuyện kể trước đó: với 'dân sự': Sáng 25:8, 17; 35:29; 49:29, 33; Dân 20:24; 27:13; 31:2; với 'tổ phụ': Quan 2:10; không có cụm giới từ: Dân 20:26; Ê-sai 57:1.

Trong câu 51, Đức Gia-vê nhắc lại tại sao Môi-se không được vào Đất Hứa (so sánh Dân 20:12; 27:14).[3] Mặc dù bản văn của chúng ta không mô tả hành động chống nghịch của Môi-se ở Mê-ri-ba Ca-đe, nhưng Đức Gia-vê xem đó là hành động thiếu đức tin và phủ nhận tính thiêng liêng của Ngài. Động từ 'thất tín' (*mâʿal*) trong Cựu Ước thường ám chỉ sự bất trung của Y-sơ-ra-ên đối với Đức Gia-vê.[4] Khi đập hòn đá, Môi-se đã mô tả cách sai trật về Đức Gia-vê trước mặt mọi người, vi phạm chính vai trò làm người đại diện cho Ngài, và không tôn trọng địa vị độc nhất và thiêng liêng của Đức Gia-vê. Đối với Đức Gia-vê, đập hòn đá phản chiếu thái độ coi thường Ngài, như thể Môi-se có thể sửa đổi mạng lệnh của Đức Gia-vê theo ý mình. Ngoài ra, khi liên kết mình trực tiếp đến hòn đá thay vì Hòn Đá, Môi-se đã phạm một hành động mang tính sùng bái thần tượng.

Lời buộc tội hiện tại của Đức Gia-vê làm nổi bật những hàm ý chung về hành động của Môi-se. Ông đã không gìn giữ sự thánh khiết của Đức Gia-vê trước mặt hội chúng. Là người lãnh đạo dân tộc và là người đại diện cho Đức Gia-vê, ông đã đập hòn đá khi Đức Gia-vê chỉ ra lệnh cho ông nói với nó mà thôi. Mặc dù hành động của ông có thể là hành vi chỉ sự thất vọng, nhưng đối với Đức Chúa Trời, nó công khai hất đổ kế hoạch thiên thượng. Điều đáng chú ý là hành động của ông vẫn mang lại hiệu quả - nước từ hòn đá chảy ra. Có lẽ nhìn Môi-se giống như một thuật sĩ, nhưng ông phải trả giá bằng sự sống và sứ mạng của mình.

Hai lần nhắc đến vi phạm của Môi-se 'giữa dân Y-sơ-ra-ên' trong câu 51 (diễn ý cá nhân) củng cố tính chất nghiêm trọng của vi phạm này dưới con mắt Đức Gia-vê. Việc nói rõ thất bại của Môi-se diễn ra tại 'Mê-ri-ba Ca-đe, trong đồng vắng Xin'[5] nối hành động này về mặt địa lý với sự chống nghịch của dân chúng (1:19–46; Dân 20:3, 13). Mặc dù những nhà giải kinh hiện đại cảm thấy phẫn nộ vì tính khắc nghiệt trong cách Đức Gia-vê đối xử với Môi-se, nhưng hình phạt này

---

3. Về bài nghiên cứu những bản văn này, đặc biệt lý do loại trừ Môi-se, xem W. Lee, 'The Exclusion of Moses from the Promised Land: A Conceptual Approach', trong *The Changing Face of Form Criticism for the Twenty-first Century* (bt. M. A. Sweeney và E. Ben Zvi; Grand Rapids: Eerdmans, 2003), 217–39.

4. Dân 5:6 mô tả đối xử sai trật với một người khác dưới bất kỳ hình thức nào là 'bất trung với Đức Giê-hô-va'.

5. Đồng vắng Xin là vùng xung quanh Ca-đe Ba-nê-a, tạo thành biên giới phía nam của Đất Hứa.

là công bằng và phù hợp.[6] Nếu dân chúng bị án tử trong đồng vắng vì đã chống nghịch (Phục 1:26) và không tin cậy Đức Gia-vê (1:32; Dân 14:11, 23), thì điều này cũng phải áp dụng cho chính lãnh đạo của họ.

Câu 52 tóm tắt câu trả lời trước đó của Đức Gia-vê đối với yêu cầu xin được vào xứ của Môi-se (3:27). Đức Gia-vê nghiêm giọng. Môi-se có lẽ thật sự 'thấy' xứ bằng mắt, nhưng ông không thể 'kinh nghiệm' xứ.[7] Ông không được vào xứ mà Chúa hứa với tổ phụ ông và xứ được xem là mục tiêu của cuộc phiêu lưu trong lần gặp gỡ đầu tiên giữa ông với Đức Gia-vê (Xuất 3:8). Mệnh đề cuối cùng vô cùng đau đớn. Những người đứng trước mặt Môi-se trong suốt các bài giảng từ biệt của ông sẽ được vào xứ, còn ông thì phải ở lại.

Ngữ Cảnh Bắc Cầu

HAI KHÍA CẠNH CỦA MÔI-SE. Ai nghĩ rằng việc Y-sơ-ra-ên thiếu đức tin không chịu vào xứ sẽ gây hậu quả đau lòng cho Môi-se như vậy? Cuối cùng, người đã hai lần khước từ địa vị làm ông tổ cho một dân tộc mới và qua sự cầu thay của ông mà Y-sơ-ra-ên được bảo tồn - tại Si-na-i (Xuất 32:10–14) và Ca-đe Ba-nê-a (Dân 14:11–24) - đã bị khước từ niềm vui được nhìn thấy sứ mạng vĩ đại của Đức Gia-vê được hoàn tất. Trong bài giảng đầu tiên, Môi-se đã khiển trách dân chúng nhiều lần vì đã khiến ông không được vào Đất Hứa (1:37; 3:23–29; 4:15–24). Việc họ thiếu lòng tin cậy Đức Gia-vê (1:32) đã dẫn đến sự chống nghịch (1:26, 43) và kéo ông xuống với họ. Tuy nhiên, Đức Gia-vê không liên quan gì đến trò chơi đổ lỗi này. Trách nhiệm cho việc Môi-se không được vào xứ hoàn toàn đặt trên đôi vai của chính ông.

Những mâu thuẫn trong việc quy kết trách nhiệm cho việc Môi-se không thể vào xứ giữa Dân Số Ký 20:12–13 và Phục Truyền 32:48–52 với bài giảng đầu tiên của Môi-se ở Phục Truyền thật ra không phải như những gì chúng ta thấy. Hai khúc Kinh Thánh đầu tiên liên quan đến câu chuyện kể lại sự kiện từ quan điểm của Đức Gia-vê, trong khi những câu nói trước đó của Môi-se phản chiếu thái độ tiêu cực của chính ông đối với dân chúng. Cả hai đều đúng. Dựa trên chuỗi các sự kiện được trình bày trong Dân Số Ký, dân chúng có lỗi trong việc Môi-se không được vào xứ. Nếu họ tin cậy Đức Gia-vê và đi tiếp

---

6. Cũng xem Milgrom, *Numbers*, 166.
7. Về động từ *râ'â* nghĩa là 'kinh nghiệm', xem Êtê 9:26; Ca 2:16.

từ Ca-đe Ba-nê-a, thì sự kiện tại Mê-ri-ba Ca-đe sẽ không bao giờ xảy ra và Môi-se đã không khiến Đức Gia-vê nổi giận. Thật vậy, lẽ ra Môi-se đã được vui hưởng ba mươi tám năm trong Đất Hứa.

Sau này các tác giả Thi Thiên chủ yếu liên kết Mê-ri-ba với sự chống nghịch của dân chúng, cụ thể là việc họ từ chối nghe tiếng của Đức Gia-vê (Thi 81:7[8]; 95:8; 106:32), nhưng ít chú ý đến số phận của Môi-se. Thi Thiên 106:32–33 thừa nhận cả hai mặt, dù nó nói đến tội của Môi-se và kết cuộc của ông bằng những từ ngữ mơ hồ nhất:

Tổ phụ chúng con đã chọc giận Ngài bên suối nước Mê-ri-ba,

Nên vì cớ họ mà Môi-se phải chịu tai họa,

Và cũng vì họ làm rối trí ông

Nên ông nói lỡ lời.

Ngoài lần nhắc đến sự kiện này ở đây, cả Cựu Ước lẫn Tân Ước đều không ám chỉ đến sự chống nghịch của Môi-se. Ngược lại, hình ảnh 'tôi tớ của Đức Giê-hô-va' ngày càng được lý tưởng hóa. Tự thân Phục Truyền 32:48–52 lại vẽ nên bức tranh khá xấu xí về Môi-se, nhưng trong cách sắp xếp của sách, chúng ta thấy nỗ lực của người kể chuyện nhằm bảo vệ hình ảnh của ông. Nếu chương 34, là chương mô tả Môi-se bằng những màu sắc tươi sáng nhất, được đặt ngay sau sự kiện này, thì sách Phục Truyền sẽ khép lại với bức chân dung trái ngược về ông. Một mặt, ông là một lãnh đạo thất bại, là người xem thường sự thánh khiết của Đức Gia-vê và tỏ ra không có khả năng hoàn thành sứ mạng mà ông đã bắt đầu bốn mươi năm trước. Mặt khác, ông ra đi khi là một ông già 120 tuổi mà sức sống vẫn còn (34:7) và hình ảnh của ông trội hơn tất cả các tiên tri nối tiếp (34:9–12). Ông biết Đức Gia-vê và những dấu kỳ phép lạ được thực hiện 'trước mắt toàn dân Y-sơ-ra-ên' (34:12) cách tường tận hơn bất kỳ tiên tri nào trong lịch sử.[8]

Bởi việc chèn lời chúc phước của chương 33 vào câu chuyện mà nếu không có phần thêm vào thì sẽ mạch lạc hơn, người kể chuyện bảo đảm rằng độc giả đóng sách này lại với một hình ảnh tích cực về Môi-se trong tâm trí. Khi Môi-se bị từ chối vào Đất Hứa, ông có cùng số phận với dân mình. Tuy nhiên, như chúng ta sẽ thấy ở 34:6, kết cuộc cuối cùng của ông hoàn toàn khác. Ông không chết trong đồng

---

8. Câu nói này làm cân bằng lời chú thích trước đó rằng ông không xem Đức Gia-vê là thánh 'giữa dân Y-sơ-ra-ên' (32:51).

vắng cùng với thế hệ không chịu vào xứ. Ông chết một mình trên núi Nê-bô, nhưng trong đám tang, ông được vinh danh hơn bất kỳ người nào trong lịch sử: ông được chính Đức Gia-vê 'tiếp về với tổ phụ'.

Ý Nghĩa Đương Đại

GÁNH NẶNG VÀ NHỮNG NGUY HIỂM TRONG SỰ PHỤC VỤ. Trong phân đoạn Kinh Thánh này, chúng ta thấy đặc ân của vai trò lãnh đạo dân sự Chúa đi kèm với gánh nặng. Ai được ban cho nhiều thì sẽ bị đòi lại nhiều (Lu 12:48). Những người được kêu gọi lãnh đạo phải lãnh đạo theo ý muốn của Đấng đã gọi họ. Về phương diện này, Môi-se đã thất bại ở Mê-ri-ba Ca-đe vì không tôn trọng tiếng của Đức Chúa Trời và trút ra sự thất vọng của mình. Về thất bại của ông, Aaron Wildavsky nhận xét cách thuyết phục:

Tại Mê-ri-ba, Môi-se lấy sức mạnh thay thế đức tin. Trong tay ông, cây gậy biến một hành động mà Chúa ra lệnh thành trò chơi khăm của người lừa gạt. Nhưng ý nghĩa của việc làm này còn sâu sắc hơn. Nếu phẩm chất lãnh đạo mạnh mẽ nhất của Môi-se là khả năng đồng cảm với hội chúng, thì việc thiếu đức tin tại Mê-ri-ba là sự thiếu sót gấp đôi. Môi-se không chỉ tự xa cách Đức Chúa Trời khi nghi ngờ tính chất đầy đủ của công việc Ngài, mà còn tự đẩy mình ra xa hội chúng khi nắm lấy quyền lực thuộc về Đức Chúa Trời. Mệt mỏi vì những lời kêu ca không ngừng, Môi-se mắng nhiếc dân chúng ngay trước khi ông đập hòn đá: 'Hỡi dân nổi loạn, hãy nghe! Chúng tôi có thể khiến nước từ tảng đá nầy phun ra cho các người được không?' (Dân 20:10).

Thay vì cố gắng thuyết phục dân cứng cổ cần phải tin cậy Đức Chúa Trời thêm nữa, Môi-se hạ cố trước lời yêu cầu của họ bằng lời chế giễu ngạo mạn. Những lời của ông hàm ý chấp nhận điều sai trái của dân chúng (tránh né) hơn là hy vọng khắc phục việc sai trái đó. 'Hỡi dân nổi loạn' hàm chứa rất nhiều điều A-rôn đã nói khi cố gắng giải thích sự hợp lý của việc làm Bò Con Vàng. Lúc đó, A-rôn đã khập khiễng cầu xin Môi-se cảm thông: 'Chúa biết rằng dân nầy chuyên làm điều ác' (Xuất 32:22). Cũng như lời biện hộ của A-rôn sau đó, lời nói của Môi-se bây giờ 'Hỡi dân nổi loạn, hãy nghe' trở thành lời buộc tội. Tương tự, Môi-se mắng dân chúng là bất trị, nhưng chính ông lại chống nghịch Chúa, đập hòn đá khi ông không có quyền làm vậy – quyền đó chỉ thuộc về một mình Đức Chúa Trời mà thôi. Có lẽ, cuối cùng, thẩm quyền của Môi-se cũng vượt quá điều mà ông, hay bất kỳ ai, có thể đảm nhận.[9]

9. Aaron Wildavsky, *Moses as Political Leader* (Jerusalem: Shalem, 2005), 176.

Wildavsky nói thêm rằng khi chiếm đoạt thẩm quyền của Chúa, Môi-se vi phạm hình thức tồi tệ nhất của tội sùng bái thần tượng, đó là sùng bái bản thân.

Ngôn ngữ mà Kinh Thánh dùng để nói về hành động của Môi-se liên quan đến hòn đá nói lên nhiều điều: không tin cậy Đức Gia-vê (Dân 20:12), phản bội hay thiếu đức tin (Phục 32:51), nói những lời thiếu suy nghĩ (Thi 106:33), nhưng đặc biệt là không bảo vệ sự thánh khiết của Đức Gia-vê trước mặt dân chúng (Dân 20:12; Phục 32:51). Khi dân chúng buộc tội Môi-se tham dự vào âm mưu độc ác nhằm tiêu diệt họ trong đồng vắng (Dân 20:3–5), trong tinh thần chỉ quan tâm đến mình và cây gậy của chính mình (20:8–9), ông né tránh nhiệm vụ của một mục sư. Thay vì bảo vệ sự thiêng liêng của Đức Gia-vê và bày tỏ quyền năng từ lời phán thiên thượng (so sánh 20:8), ông lại mắng mỏ dân chúng (20:10) và tự tin khoe uy quyền của chính mình qua việc đập hòn đá.

Khi làm như vậy, Môi-se cho thấy những nguy hiểm trong chức vụ của một mục sư. Thay vì quan tâm đến danh tiếng của Đức Chúa Trời và phúc lợi của hội chúng, chúng ta thường bị cám dỗ đáp lại những lời phê phán bằng cách hành động theo ý riêng mang tính chất sùng bái thần tượng. Điều này luôn làm sỉ nhục danh Đức Giê-hô-va và gây nguy hại cho việc thực thi sứ mạng của Chúa cách hiệu quả. Trong lịch sử của sứ mạng này, những người được kêu gọi mang lấy gánh nặng ấy thường tỏ ra là những người gây trở ngại nhiều nhất. Tuy nhiên, chúng ta có thể vững lòng khi biết rằng cuối cùng không ai là tuyệt đối cần thiết. Sứ mạng trên toàn cõi vũ trụ của Đức Chúa Trời sẽ được thực hiện bởi vị Lãnh Tụ toàn hảo là Chúa Giê-xu Christ, Đấng công chính trọn vẹn.

Phục Truyền Luật Lệ Ký 33:1–29

Cái chết của Môi-se như một bóng đen lờ mờ bao phủ trên hội chúng Y-sơ-ra-ên và trong sách Phục Truyền Luật Lệ Ký. Sau khi trình bày bài giảng cuối cùng, bổ nhiệm Giô-suê làm người kế nhiệm, dạy cho dân chúng Bài Ca, và nhận mạng lệnh của Đức Gia-vê là leo lên núi Nê-bô, tất cả những gì còn lại trong sự kiện mang tính nghi thức mở rộng được phản ánh qua Phục Truyền Luật Lệ Ký là chúc phước cho hội chúng.

Như đã lưu ý trong phần trước, chương 34 nằm ngay sau 32:52 thì mạch văn rất trôi chảy. Điều này cho thấy lời chúc phước trong chương 33 được tuyên bố trước đó và được lồng vào đây để đỡ cho đánh giá tiêu cực của Đức Gia-vê về Môi-se ở 32:48–52 trước lời khen ngợi của chính người kể chuyện ở 34:1–12. Bất chấp sự cay đắng đối với dân chúng và với Đức Chúa Trời được bày tỏ trong bài giảng đầu tiên, và bất chấp những lời báo trước của Đức Gia-vê về sự tái phạm thuộc linh của Y-sơ-ra-ên ngay khi Môi-se qua đời (31:16–21), vị Mục sư của Y-sơ-ra-ên có thể nhìn xa hơn những thất vọng cá nhân và tính hay thay đổi của dân chúng để thấy tương lai của họ trong Đất Hứa.

Mặc dù Phục Truyền 33 được trình bày theo dạng thi ca tiếng Hê-bơ-rơ cổ hết sức đẹp, nhưng bài thơ này rất khác với chương 32. (1) Trong khi thể văn xuôi xung quanh xem Bài Ca là cần thiết đối với phần truyện kể, thì phần chúc phước lại chỉ liên kết lỏng lẻo với ngữ cảnh thông qua ghi chú về trình tự thời gian khớp với cơ hội chúc phước (33:1). (2) Mặc dù Bài Ca là 'lời chứng' (31:19, 21) *cho* Đức Gia-vê và *chống lại* Y-sơ-ra-ên, nhưng lời mở đầu ở dạng văn xuôi lại gọi bài thơ một cách khái quát là 'phước lành', tức chức năng của nó là đứng về phía Y-sơ-ra-ên.[1] (3) Mặc dù Bài Ca có sợi chỉ liên kết như

---

1. B. Kelly thích một tên gọi trung tính hơn là 'những câu tục ngữ của chi phái' vì một số 'phước lành' này không thật sự đem lại phước lành: 'Quantitative Analysis of the Tribal Sayings in Deuteronomy 33 and Its Significance for the Poem's Overall Structure,' trong *Milk and Honey: Essays on Ancient Israel and the*

một câu chuyện dính liền, nhưng Phục Truyền 33 bao gồm một chuỗi những đoạn phước lành rời rạc được kết nối với nhau như một chuỗi ngọc trai. (4) Mặc dù Bài Ca liên hệ đến Y-sơ-ra-ên nói chung, nhưng ở đây, trọng tâm hướng về từng chi phái riêng biệt. (5) Mặc dù thần học của đoạn đầu (33:2–5) và đoạn kết (33:26–29) được sánh với phần mở đầu và phần cuối của Bài Ca, nhưng những phước lành xen giữa tập trung vào vai trò của Đức Gia-vê trong việc bảo đảm phúc lợi cho từng bộ tộc.

Bất chấp những khác biệt đó, chương này vẫn giống với Bài Ca ở chỗ thể hiện sự pha trộn giữa những đặc điểm cú pháp và ngữ pháp cổ xưa với những đặc điểm tiêu biểu của tiếng Hê-bơ-rơ sau này. Điều đó khiến việc xác định niên đại của những phước lành dựa trên khía cạnh ngôn ngữ trở nên khó khăn,[2] và chúng ta quay về chính bài thơ để xác định ngữ cảnh viết ra nó. Chân dung tập thể Y-sơ-ra-ên trong tư cách một tập hợp các chi tộc được hiệp nhất cách lý tưởng dưới vương quyền của Đức Gia-vê trong xứ (33:26–29) và chân dung có vẻ đầy màu hồng của từng bộ tộc cho thấy một niên đại thuộc thời kỳ tiền quân chủ sớm. Nếu chương này gồm những đoạn rời rạc các lời tuyên bố ban đầu, thì cách sắp xếp hiện tại dựa trên vị trí địa lý có thể ngụ ý một ngữ cảnh sau khi đã an cư lạc nghiệp, khi người thuộc chi phái Đan đã ổn định ở phía bắc. Mặc dù ngôn ngữ của đệ nhị luật được giảm thiểu, nhưng bản văn này đã kết hợp không dưới bảy trong số chín giáo lý mà các học giả nhận diện là nằm trong đệ nhị luật.[3] Như với chương 32, đặc điểm ngôn ngữ của chương này cho thấy nó được soạn từ lâu nhưng đã được cập nhật về ngữ pháp và ngôn ngữ.

Bible in Appreciation of the Judaic Studies Program at the University of California, San Diego (bt. S. Malena và D. Miano; Winona Lake, IN: Eisenbrauns, 2007), 54.

2. Sau đây là những khác biệt chính về niên đại: (1) thế kỷ 11 TC: F. M. Cross và D. N. Freedman, 'The Blessing of Moses,' *JBL* 67 (1948): 192; C. J. Labuschagne, 'The Tribes in the Blessing of Moses', trong *Language and Meaning: Studies in Hebrew Language and Biblical Exegesis: Papers Read at the Joint British-Dutch Old Testament Conference Held at London, 1973* (bt. J. Barr và cs.; OtSt 19; Leiden: Brill, 1974), 101. (2) Thế kỷ IX đến VIII TC: von Rad, *Deuteronomy*, 208; Nelson, *Deuteronomy*, 387; R. J. Tournay, 'Le psaume et les benedictions de Moïse,' *RevB* 103 (1996); 196– 212 (thời Giê-rô-bô-am II). (3) Thế kỷ thứ 6 TC hoặc gần hơn: S. Beyerle, *Der Mosesegen im Deuteronomium* (*BZAW* 250; Berlin/New York: de Gruyter, 1997), 275–85.

3. S. Schweitzer 'Deuteronomy 32 and 33 as Proto-Deuteronomic Texts', *Proceedings EGL & MWB* 22 (2002):87.

Có nhiều dấu hiệu cho thấy Phục Truyền 33 được sắp xếp cách khéo léo và có chủ ý. (1) Lời chúc phước cho các bộ tộc được trình bày qua những bản thánh ca hầu như giống nhau về độ dài (33:1–5, 26–29). (2) Trong bộ sưu tập phước lành, Lê-vi và Giô-sép là chi phái thu hút sự chú ý, tương đương với sự chú ý dành cho các chi phái còn lại. Sự quan tâm này không chỉ báo trước tầm quan trọng về chính trị và tôn giáo của hai chi phái này trong tương lai, mà còn phản ảnh tầm quan trọng của họ đối với Y-sơ-ra-ên trong thời gian vừa qua (so sánh Sáng 45–50; Xuất 32:25–29; Dân 25:7–13).[4] Đồng thời, dựa vào tầm quan trọng của chi phái Giu-đa sau này trong thời kỳ quân chủ của Đa-vít và sự tồn tại độc lập của họ trong tư cách một quốc gia, thì việc Giu-đa ít được chú ý là điều đáng quan tâm.

Lời chúc phước theo thể thơ của Gia-cốp ở Sáng Thế Ký 49 là lời chúc gần giống Phục Truyền 33 nhất. Mặc dù hai bản văn này thể hiện nhiều điểm tương đồng về hình thức và chủ đề, nhưng chúng cũng thể hiện nhiều khác biệt quan trọng. Trong khi các phước lành ở Sáng Thế Ký 49 là dành cho các con ruột của Gia-cốp, thì những phước lành này dành cho các chi phái của Y-sơ-ra-ên. Sáng Thế Ký 49 thường trình bày phước lành như lời tiên báo về tương lai, còn ở đây chúng được trình bày phần lớn ở dạng mệnh lệnh như lời ao ước cho tương lai. Sáng Thế Ký 49 liệt kê các bộ tộc ít nhiều theo thứ tự ra đời và địa vị của các con Gia-cốp, còn ở đây thứ tự dường như bị ảnh hưởng bởi địa lý. Có lẽ vì phần đất của chi phái Si-mê-ôn nằm trong lãnh thổ của Giu-đa, nên Môi-se không chúc phước cho chi phái này.[5]

Phần Giới Thiệu và Đoạn Mở Đầu (33:1–5)

Lời mở đầu theo thể văn tường thuật (33:1) nhắc độc giả rằng phần tiếp theo nằm trong những việc Môi-se cần chuẩn bị cho sự qua đời của ông. Không giống như những người lãnh đạo của các dân tộc

---

4. Theo Kelly ('Quantitative Analysis', 60–61) những câu tục ngữ trừ câu 21 ('vách ngăn') của chi phái này gồm 70 đoạn, mỗi đoạn trung bình có bảy âm tiết, tượng trưng cho tất cả người Y-sơ-ra-ên tập hợp trước mặt Môi-se. Điều này phù hợp với nhận xét của Freedman rằng đoạn đầu và đoạn kết (trừ đoạn kết bài nói chuyện, 33:29b) gồm mười bốn dòng mỗi đoạn.

5. Si-mê-ôn có liên quan (với anh em mình là Lê-vi) trong chuyện phụ bạc liên can đến Đi-na và người Si-chem (Sáng 34:25), và việc sùng bái thần tượng lẫn hành vi đồi bại tại Ba-anh Phê-o (Dân 25:6–15). Sau chương mở đầu của Các Quan Xét, chi phái Si-mê-ôn được nêu tên chỉ hai lần trong các truyện kể ở Cựu Ước (2 Sử 15:9; 34:6).

xung quanh Y-sơ-ra-ên, Môi-se không quan tâm đến di sản của cá nhân.[6] Là mục sư của Y-sơ-ra-ên và là người cha thực sự của đại gia đình này, ông cố gắng hết sức để bảo đảm phúc lợi cho những người tiếp tục sống sau khi ông qua đời.[7] Được phân loại rõ ràng là 'phước lành' (běrâkâ), những lời này gồm những tuyên bố thiện chí và những lời cầu xin ân huệ thiên thượng tuôn đổ trên các chi phái. Thường những ân huệ cầu xin trong các lời chúc phước như thế này xoay quanh việc sinh con đẻ cái, địa vị, bình yên và sự an ninh.[8]

Điều đáng chú ý là người kể chuyện giới thiệu Môi-se qua mối liên hệ với Đức Chúa Trời hơn là với dân chúng: là 'người của Đức Chúa Trời'.[9] Mặc dù chủ yếu ám chỉ địa vị chính thức với Đức Gia-vê, nhưng cụm từ này mơ hồ và cũng có thể mô tả bản tính của ông: Môi-se là 'người tin kính'. Được đặt ngay sau phần Đức Gia-vê mô tả Môi-se là người đã phạm tội với Ngài và không xem Ngài là thánh (32:51), nên danh xưng này phản ánh sự ngưỡng mộ của người kể chuyện đối với ông.

Đoạn mở đầu chiếm trọn các câu 2–5, mô tả Đức Gia-vê trong hình dạng hiển linh đầy vinh hiển, từ trên các ngọn núi nơi đồng vắng ngự xuống, có lẽ để giải cứu dân Ngài và để được công nhận là vua trên tất cả các chi phái của Y-sơ-ra-ên. Câu 2 mô tả cách khó hiểu diện mạo của chiến binh thiên thượng trước mặt người Y-sơ-ra-ên. Trong bài thơ này và các bài thơ khác ca ngợi sự can thiệp quân sự của Đức Gia-vê,[10] Ngài chiến đấu vì lợi ích của Y-sơ-ra-ên, giải cứu họ khỏi những kẻ thù đã bắt họ làm nô lệ (Ai Cập) và những kẻ cản

---

6. Về vị trí của phước lành trong các ký thuật về sự qua đời trong Cựu Ước, xem Cribb, *Speaking on the Brink of Sheol*.

7. Nhận thức về Môi-se là một vị tổ phụ trong truyền thống của Áp-ra-ham, Y-sác và Gia-cốp bắt nguồn từ sự kiện con bò vàng tại Si-na-i, khi Đức Gia-vê đề nghị tiêu diệt dân này và bắt đầu lại kế hoạch của Ngài với Môi-se là người đứng đầu và là tổ phụ được lấy tên đặt cho dân tộc (Xuất 32:10). Mặc dù Môi-se khước từ lời đề nghị này, nhưng sau đó Đức Gia-vê vẫn tuyên bố Ngài đã lập giao ước *với Môi-se* và Y-sơ-ra-ên (34:27–28), và Ngài công khai bày tỏ vai trò đặc biệt của Môi-se bằng cách làm cho sự vinh hiển của Ngài phát ra từ Môi-se hễ khi nào ông đến gặp Ngài (34:29–35).

8. Xem những ý nhấn mạnh trong các phước lành của Phục Truyền 28:1–14.

9. So sánh Giô-suê 14:6; Era 3:2; Thi 90:1. Danh xưng này cũng được dùng cho Đa-vít (Nê 12:24, 36), và trong các bản văn sau này danh hiệu này thường là danh hiệu chỉ các tiên tri (xem 1 Sử 9:7–10; 1 Vua 12:22, 13:4–31[14l]; 17:18; 20:28; 2 Vua 1:9–13[5l]; 4:7–40[10l]). Targum Neofiti ghi là 'tiên tri của Đức Gia-vê' (Phục 33:1).

10. Xem Xuất 15:1–18; Quan 5:2–5; Thi 68:7–10[8–11]; Ha 3:2–15.

trở hành trình đi đến số phận của họ (người A-ma-léc, người Mô-áp, người A-mô-rít, v.v...). Được các đoàn thiên binh hộ tống, không gì có thể ngăn cản Ngài.

Môi-se nhận diện nơi chốn mà từ đó Đức Gia-vê đi ra bằng ba cái tên: Si-na-i,[11] Sê-i-rơ,[12] và núi Pha-ran.[13] Đối với Môi-se và dân Y-sơ-ra-ên, những tên gọi này chỉ vùng núi ở phía nam, nơi họ đã kinh nghiệm vinh quang của Đức Gia-vê ba mươi tám năm trước. Nhưng ở đây, Đức Gia-vê xuất hiện như một chiến binh.[14] Hành động của Ngài được mô tả bằng ba động từ: Ngài 'đến từ' Si-na-i, Ngài từ Sê-i-rơ 'chiếu soi' trên Y-sơ-ra-ên, và Ngài 'rạng ngời' từ núi Pha-ran. Dù động từ thứ nhì thường dùng để chỉ mặt trời mọc lên, nhưng nó cũng được dùng để chỉ ánh sáng ló dạng nói chung.[15] Động từ 'rạng ngời' tương đối hiếm gặp, ở chỗ khác chủ yếu nói đến vinh quang phát xuất từ Đức Gia-vê.[16]

Hai dòng cuối của câu 2 trong tiếng Hê-bơ-rơ khá khó giải nghĩa, nhưng chúng ta nên hiểu từ ngữ thật ra ở số ít ('đấng thánh') này là tên gọi chung chỉ 'các đấng thánh' (so sánh bản NIV), xuất hiện trong câu 3. 'Các đấng thánh' này là thiên binh phục vụ Đức Gia-vê trên thiên đình và hộ tống chiến binh thiên thượng như đoàn tùy tùng của hoàng gia.[17] Từ *šdt* trong dòng cuối cùng là từ khó hiểu. Mặc dù bản MT chuyển từ này thành hai từ (*ēš* và *dât*, 'lửa' và 'luật pháp') và chú thích bên lề của bản MT hướng dẫn độc giả đọc từ này thành hai từ,[18] nhưng bản Bảy Mươi không chỉ diễn giải nó bằng một từ mà còn

---

11. Đây là lần duy nhất tên Si-na-i xuất hiện trong sách. Tên này luôn ám chỉ ngọn núi của sự mặc khải là Hô-rếp (1:2, 6, 19; 4:10, 15; 5:2; 9:8; 18:16; 29:1[28:69]). Dựa trên bản văn này và Quan 5:4–5 một số người lập luận Si-na-i nằm ở Á-rập. Xem R. S. Hendel, 'Where Is mount Sinai?' *Brev* 16 (2000): 8.

12. Đây là vùng phía nam Biển Chết (1:44; 2:1, 4, 8, 12, 22, 29), dù người Y-sơ-ra-ên cũng gọi vùng Nê-ghép phía đông (so sánh 1:2, 44, Dân 20:16) bằng tên này. Về Sê-i-rơ, xem E. A. Knauf, 'Seir', *ABD*, 5:1072–74.

13. Không rõ vị trí núi Pha-ran, nhưng có lẽ tên này ám chỉ một đỉnh hoặc vùng cao nguyên trong đồng vắng Pha-ran, được nói đến ở 1:1.

14. Về việc mô tả Đức Gia-vê như một chiến binh thiên thượng trong bản văn này, xem P. D. Miller Jr., 'Two Critical Notes on Psalm 68 and Deuteronomy 33', *HTR* 56 (1964): 241–43.

15. Ê-sai 60:2 vang vọng cách dùng cụm từ này theo nghĩa ẩn dụ như hiện tại để chỉ diện mạo đầy vinh quang của Đức Gia-vê khi hiện ra.

16. Thi 50:2; 80:1[2]; 94:1; Gióp 3:4.

17. Thi 68:5–8[6–9] đưa ra lời chú thích cho câu này.

18. Chú thích bên lề trong bản Aleppo Codex thậm chí còn rõ hơn: 'được viết như một từ nhưng đọc là hai từ'. Tương tự với R. C. Steiner, אֵשׁ and עֵין Two

dịch theo cách không thể hiểu được là 'các thiên sứ'.[19] Cách giải thích này phản ảnh truyền thống gần đây cho rằng các thiên sứ truyền đạt luật pháp tại Si-na-i.[20] Có lẽ tốt nhất là xem từ *dât* như một hình thức giống hình thái rút gọn của động từ *dā'â* ('bay'), được dùng để nói đến chim đại bàng bay,[21] tạo nên hình ảnh Đức Gia-vê đến trong sự huy hoàng rực rỡ, được hộ tống bởi vô số các đấng thánh, và từ bên hữu Ngài, lửa ùn ùn phun ra.[22]

Câu 3 làm nổi bật mối quan hệ đặc biệt giữa Đức Gia-vê với Y-sơ-ra-ên, với dòng đầu tiên tập trung vào tình yêu của Ngài đối với dân chúng và dòng thứ hai tập trung vào địa vị của họ. Mặc dù 'đấng thánh' ở dạng số ít (33:2) là cụm từ tập hợp chỉ đoàn tùy tùng của Đức Gia-vê trên trời, nhưng ở đây 'các thánh' số nhiều ám chỉ những người phục vụ Ngài dưới đất. Cách mô tả người Y-sơ-ra-ên như thế này phản ảnh địa vị của họ là 'dân thánh cho Đức Giê-hô-va',[23] có nghĩa là họ được an toàn trong sự chăm sóc bảo vệ của Ngài, nhưng cũng ở dưới thẩm quyền của Ngài, phủ phục dưới 'chân [Ngài]' và nhận 'lời chỉ dạy' từ Ngài.

Kết hợp lại với nhau, các câu 2–3 vẽ lên bức tranh về thẩm quyền của Đức Gia-vê trên cả vũ trụ, làm cho sự ưu việt của Ngài trên các thiên binh cân xứng với quyền tể trị của Ngài trên Y-sơ-ra-ên. Môi-se nhấn mạnh vai trò của Y-sơ-ra-ên trong kế hoạch trên đất của Đức Gia-vê. Vai trò của các thiên sứ đối với sự vận hành vũ trụ như thế nào, thì vai trò của người Y-sơ-ra-ên đối với tổ chức trên đất cũng như vậy. Bức tranh về các đấng thánh của Đức Gia-vê dành nhiều

---

Verbs Masquerading as Nouns in Moses' Blessing (Deuteronomy 33:2, 28)', *JBL* 115 (1996): 693. Một số người đọc là một từ, cho thấy MT là sự biến đổi từ hình thức ban đầu của cụm từ 'tại tay hữu của Ngài [của Đức Gia-vê], A-sê-ra'. Xem M. Weinfeld, 'Feminine Features in the Imagery of God in Israel: The Sacred Marriage and the Sacred Tree,' *VT* 46 (1996): 527– 28; C. McCarthy, 'Moving from the Margins: Issues of Text and Context in Deuteronomy,' trong *Congress Volume Basel 2001* (bt. A. Lemaire; VTSup 92; Leiden: Brill, 2002), 126– 34.

19. Về ý này, xem A. F. L. Beeston, 'Angels in Deuteronomy 33', *JTS* n.s. 2 (1951): 30–31.

20. Xem Josephus *Ant.* 15.5.3; Công 7:53; Ga 3:19; Hê 2:2.

21. Tương tự với Steiner, 'Two Verbs', 695–96. So sánh Phục 28:49; Giê 48:40; 49:22.

22. Cách dịch 'từ phía nam, từ sườn núi của Ngài' của bản NIV không chắc đúng.

23. So sánh Phục 7:6; 14:2, 21; 26:19. Cũng lưu ý Lê 11:44; 19:2; 20:7, 26; Dân 15:40; nhưng đặc biệt Dân 16:3.

sức lực cho kế hoạch thiên thượng được lý tưởng hóa này cung cấp bối cảnh quan trọng để giải nghĩa các phước lành.

Việc nhắc đến Môi-se ở ngôi thứ ba và nhắc đến việc ban Tô-ra trong câu 4 khiến độc giả ngạc nhiên. Nếu đây là đáp ứng của dân chúng trước sự hiển linh và trước địa vị đặc ân của họ,[24] thì nó cũng thể hiện sự tôn trọng đáng kể dành cho ông và vai trò trung gian của ông; trong vai trò người trung gian truyền đạt sự mặc khải thiên thượng, ông là một trong những tôi tớ của Đức Gia-vê. Từ *tôrâ* ('luật pháp') có thể ám chỉ các bài giảng của Môi-se,[25] và động từ 'Môi-se truyền' ám chỉ hoạt động bằng lời của Môi-se trong bài giảng.[26] Tuy nhiên, được nối với câu trước, *Tô-ra* này có thể là những mệnh lệnh mà bây giờ trở thành 'sản nghiệp' đặc biệt của người Y-sơ-ra-ên (so sánh 4:8). Việc ám chỉ người nhận là 'cộng đồng Gia-cốp' nối bản văn này với Sáng Thế Ký 49 cách chặt chẽ hơn. Sáng Thế Ký 49 là đoạn Kinh Thánh nói đến lúc Gia-cốp triệu tập các con mình.

Đoạn mở đầu khép lại với việc chúc tụng vương quyền của Đức Gia-vê trong Y-sơ-ra-ên. Lời tuyên bố trước đó của Môi-se về *Tô-ra* là đỉnh điểm trong chuỗi các sự kiện, mà qua đó xác nhận vương quyền của Đức Gia-vê trên Y-sơ-ra-ên. Câu 5 cho thấy việc tập trung các chi phái trên đồng bằng Mô-áp là một sự kiện trọng thể, thời khắc đỉnh điểm trong cuộc hành quân của chiến binh thiên thượng từ Si-na-i/Pha-ran đến xứ mà Ngài và đội quân của Ngài sắp chinh phục. Nhận diện Y-sơ-ra-ên là 'Giê-su-run',[27] tên đặc biệt Đức Gia-vê gọi dân Ngài, củng cố thêm cho cụm từ 'Chúa yêu thương dân Ngài' trong câu 3. Câu này vẽ nên bức tranh bằng ngôn từ đầy màu sắc về vị Vua chiến thắng và được tôn cao của Y-sơ-ra-ên. Đối diện cái chết đang cận kề của chính mình, Môi-se công khai tuyên bố mặc dù ông sẽ ra đi, nhưng người Y-sơ-ra-ên vẫn là đối tượng Đức Gia-vê yêu mến, và họ có thể mạnh dạn băng qua Giô-đanh vì biết rằng vị Vua thiên thượng của họ sẽ dẫn họ vào lãnh thổ của kẻ thù.

---

24. Craigie, *Deuteronomy*, 393.

25. Phục 17:18; 28:58, 61; 29:21[20]; 30:10; 31:24, 26.

26. Phục 1:16, 18; 3:18, 21; 12:21; 24:8; 27:1; 31:5. Tigay (*Deuteronomy*, 321) không tin *tô-ra* này nói đến Phục Truyền.

27. Xem chú giải ở 32:15.

Phước lành của Ru-bên và Giu-đa (33:6–7)

Bộ sưu tập phước lành mở đầu cách bất ngờ bằng phước lành của Ru-bên. Danh tiếng của Ru-bên trong các truyện kể của Sáng Thế Ký có cả mặt tốt và mặt xấu (so sánh Sáng 35:22, 37:18–29; 49:3–4), nhưng lời chúc phước của Môi-se thật ra là lời cầu nguyện cho Ru-bên, ngầm cầu xin Đức Gia-vê tha thứ cho ông trước một tương lai dường như bấp bênh. Trong khi số liệu trại quân trong Dân Số Ký 2 và 26 cho thấy một dân số tương đối đông đảo, thì Môi-se lại thấy một sự giảm sút, có lẽ vì họ định cư bên ngoài lãnh thổ Đất Hứa thật sự (Phục 3:12–17).[28]

Ngược với khải tượng rõ ràng của Gia-cốp về Giu-đa (Sáng 49:8–12), phước lành của Môi-se hết sức giản dị, gồm bốn dòng, bắt đầu bằng việc cầu xin Đức Gia-vê nghe lời cầu nguyện của người Giu-đa - có lẽ lúc họ đi ra trận - và bảo vệ họ để họ có thể trở về an toàn. Cho dù chúng ta đọc ba dòng theo nghĩa nhượng bộ ('Dù tay Ngài chiến đấu cho chúng') hay mệnh lệnh ('Tay Ngài hãy chiến đấu cho chúng'), thì phước lành cũng kết thúc bằng lời yêu cầu Đức Gia-vê giúp đỡ Giu-đa chống lại kẻ thù của họ. Số phận và vận mệnh của chi phái này nằm trong tay của Đức Gia-vê, chiến binh thiên thượng của dân tộc.

Phước Lành của Lê-vi (33:8–11)

Độ dài lời chúc phước lành cho người Lê-vi phản chiếu mối quan hệ của Môi-se với chi phái này (Xuất 6:16–27), và vai trò thuộc linh của họ giữa vòng dân Y-sơ-ra-ên. Mặc dù câu 11 ngụ ý chi phái này có vai trò quân sự, nhưng điểm nhấn là ở vai trò thuộc linh của họ giữa vòng dân tộc. Phước lành này hình dung bốn trách nhiệm dành cho người Lê-vi, tất cả đều liên quan đến trách nhiệm coi sóc: Thu-mim và U-rim (33:8), giao ước (33:9), sự mặc khải thiên thượng (33:10a-b), và nghi thức tế lễ (33:10c-d).

---

28. Xem Giôs 13:15–23 để biết ranh giới của các chi phái. Vị trí địa lý tạm thời của Ru-bên được phản chiếu trong câu khắc của Mesha vào thế kỷ thứ 9 TC liệt kê Nê-bô, Medeba và Baal-Meon, tất cả các thành của người Ru-bên nằm trong các cuộc xâm chiếm Y-sơ-ra-ên của ông (*COS*, 2:23 [tr. 137–38]). Ngoài ra, Bài Ca của Đê-bô-ra và Ba-rác phê phán Ru-bên vì không tham gia vào các cuộc chiến chống lại người Ca-na-an (Quan 5:15–16), dù họ dường như đã tích cực giao chiến với kẻ thù của chính họ (1 Sử 5:18–22).

Có vẻ như động từ này được lấy ra khỏi dòng mở đầu câu 8, là câu lẽ ra phải được viết là: 'Hãy đưa Thu-mim cho Lê-vi và U-rim cho người tin kính'.[29] Thu-mim và U-rim[30] là hai viên đá nhỏ bỏ trong chiếc túi nhỏ được thầy tế lễ thượng phẩm đeo trên bảng đeo ngực (Xuất 28:30; Lê 8:8). Cựu Ước không nói rõ tính chất của chúng hoặc cách thức sử dụng chúng. Có vẻ như Thu-mim và U-rim là những viên đá hay cái gậy nhỏ được dùng để bốc thăm khi những quyết định chỉ có hai lựa chọn (so sánh Dân 27:21; Era 2:63; Nê 7:65).

Bản văn của chúng ta cho biết người Lê-vi được ban thưởng quyền coi sóc U-rim và Thu-mim vì họ đã bày tỏ lòng trung thành với Chúa tại Ma-sa và Mê-ri-ba. Từ ḥâsîd ('người tin kính, trung thành') chỉ về người bày tỏ lòng trung thành và cam kết mà chính Đức Gia-vê đã bày tỏ cho Y-sơ-ra-ên qua việc Ngài giữ giao ước (7:9, 12). Tên gọi Ma-sa ('nơi thử thách') và Mê-ri-ba ('nơi tranh giành') liên quan đến cách chơi chữ gắn liền với hai ngữ cảnh trong đó Đức Gia-vê ban nước cho dân Y-sơ-ra-ên trong đồng vắng. Các ký thuật về những sự kiện này ở Xuất Ê-díp-tô Ký 17:1-7 và Dân Số Ký 20:1-13 không nhắc đến sự tham gia của người Lê-vi. Điều này cho thấy đây là hình ảnh kết hợp các yếu tố của những sự kiện ở hai thử nghiệm này với sự nổi loạn của Y-sơ-ra-ên trong việc thờ con bò vàng tại Si-na-i (Xuất 32:25-29) và tình trạng vô đạo đức tại Ba-anh Phê-o (Dân 25:1-13). Trong cả hai trường hợp, người Lê-vi đứng lên bênh vực Đức Gia-vê. Nếu sự kiện đang được nói đến là sự kiện được ghi lại ở Dân Số Ký 20, thì nơi chứng tỏ sự sai phạm của Môi-se cũng chính là nơi người Lê-vi được nâng lên tầm Đức Chúa Trời.

Trong câu 9, có vẻ như Môi-se nghĩ đến sự kiện con bò vàng tại Si-na-i khi ông khen ngợi người Lê-vi vì đã hy sinh lòng trung thành với gia đình để bảo vệ lời và giao ước của Đức Gia-vê (so sánh Xuất 32:26-29; Dân 25:11-12). Qua hành động của mình, họ đã giữ vâng giữ lời của Đức Gia-vê và canh giữ giao ước của Ngài, nhưng cũng

---

29. So sánh *BHQ*, 158-59. Mắt của người sao chép dường như nhảy từ ám chỉ này đến ám chỉ khác về người Lê-vi.

30. Ở chỗ khác viết theo thứ tự là U-rim và Thu-mim. Xem Xuất 28:30; Lê 8:8; Dân 27:21; 1 Sa 14:41 (theo các bản dịch); Era 2:63; Nê 7:65. Về bài nghiên cứu chi tiết về U-rim và Thu-mim, xem Cornelis Van Dam, *The Urim and Thummim: A Means of Revelation in Ancient Israel* (Winona Lake, IN: Eisenbrauns, 1997); tương tự M. Greenberg, 'Urim and Thummim', *EncJud* (pb. 2), 20:422-23.

vâng theo mệnh lệnh của Môi-se ở Phục Truyền 13, đó là xử tử bất kỳ ai làm cho dân tộc xa cách Đức Gia-vê.

Câu 10a,b làm nổi bật lệnh truyền cho người Lê-vi đó là phải truyền dạy các mệnh lệnh của Đức Gia-vê và Tô-ra của Ngài. Hai cụm từ này tượng trưng cho sự mặc khải thiên thượng được ban ra tại Si-na-i (so sánh Xuất 21:1) và lời giải thích của Môi-se về sự mặc khải đó (so sánh Phục Truyền 31:9–13). Mặc dù vai trò đọc và dạy Tô-ra của người Lê-vi không nổi bật trong các câu chuyện Kinh Thánh,[31] nhưng chúng ta nghe qua các tiên tri lời chỉ trích họ vì đã thất bại trong vai trò này.[32] Dường như một trong những chức năng của các thành thuộc chi phái Lê-vi là cung cấp cơ sở để từ đó người Lê-vi dạy Tô-ra trong mọi hang cùng ngõ hẻm của đất nước.

Hai dòng cuối của câu 10 nhấn mạnh vai trò của người Lê-vi trong nghi thức tế lễ. Việc nói đến 'hương' và 'tế lễ toàn thiêu' là cách nói ngắn gọn chỉ toàn bộ hệ thống nghi thức của đền tạm được quy định ở Xuất Ê-díp-tô Ký và Lê-vi Ký. Việc nhắc đến 'hương trước mặt Ngài' ám chỉ tập tục vấy hương trước hình ảnh thần linh để thần mỉm cười chấp thuận.

Đỉnh điểm trong câu 11, phước lành của Lê-vi bao gồm hai lĩnh vực hiện hữu.

(1) Môi-se cầu xin Đức Gia-vê ban phước lành trên của cải của người Lê-vi. Mặc dù từ ngữ được dịch là 'kỹ năng' trong bản NIV có thể có nhiều nghĩa,[33] nhưng trong ngữ cảnh này, nó có nghĩa là 'tài sản'. Vì người Lê-vi không được chia đất, nên họ đặc biệt phụ thuộc vào Đức Gia-vê. Câu 11b đi từ điều Đức Gia-vê làm cho người Lê-vi sang điều họ làm cho Ngài. Lời cầu xin Đức Gia-vê vui lòng với công việc bởi tay người Lê-vi làm cho thấy ngay cả giới tu sĩ chuyên nghiệp cũng không thể tự cho rằng mình được Ngài chấp nhận.

(2) Môi-se cầu xin Đức Gia-vê bảo vệ người Lê-vi. Mặc dù Xuất 32:25–29 và Dân 25:6–7 mô tả người Lê-vi sử dụng vũ khí chiến tranh để bảo vệ danh dự của Đức Gia-vê, nhưng theo luật, có lẽ họ không

---

31. Nhưng lưu ý sự nổi bật của họ ở Nê 8 là bản văn thời hậu lưu đày.

32. Êxê 22:26; Mal 2:1–9. Về mối liên hệ giữa Mal và phước lành của Lê-vi, xem R. Fuller, 'The Blessing of Levi in Dtn 33, Mal 2 and Qumran', trong *Konsequente Traditionsgeschichte: Festschrift für Klaus Baltzer zum 65. Geburtstag* (bt. R. Bartelmus và cs.; OBO 126; Göttingen: Vandenhoeck & Ruprecht, 1993), 37–40.

33. So sánh R. Wakely, *NIDOTTE*, 2:116–26.

có khí giới. Vì phúc lợi của họ, họ phụ thuộc vào lòng yêu mến của dân chúng và sự bảo vệ của Chúa. Lời yêu cầu Đức Gia-vê 'đánh gãy hông' kẻ thù nghịch là một dạng thành ngữ. Phước lành này thừa nhận rằng chống lại người Lê-vi là chống nghịch Đức Chúa Trời.

Phước Lành của Bên-gia-min và Giô-sép (33:12–17)

Sau khi chúc phước cho ba chi phái ra từ Lê-a, lời chúc lành chuyển sang các chi phái ra từ con cháu Ra-chên là Bên-gia-min và Giô-sép. Phước lành cho Bên-gia-min thì rời rạc và khó hiểu về mặt bản văn. Từ thừa thãi *'lyw* ('bên Ngài') có vẻ là lỗi trong quá trình sao chép tên thánh 'Elyon'.[34] Qua đó, ta có thể nói ban đầu lời chúc phước được viết đại loại như sau:

Người yêu dấu của Đức Gia-vê ở yên ổn,

Elyon che chở người suốt ngày,

Và người ở giữa hai vai Ngài. (diễn ý cá nhân)

Dù là trường hợp nào, phước lành cũng bắt đầu bằng một cách xưng hô trìu mến. Ở đây, Bên-gia-min không chỉ là con yêu dấu của cha mình (so sánh Sáng 44:20), mà còn là người được Đức Gia-vê yêu mến (so sánh 2 Sa 12:25). Phước lành thực sự tập trung vào sự an ninh của Bên-gia-min dưới sự chăm sóc bảo vệ của Đức Gia-vê: 'Người được Đức Giê-hô-va yêu mến sẽ được sống yên lành bên Ngài. Chúa che chở người suốt đời, và ngự giữa núi đồi của người.' Câu cuối cùng gợi lên hình ảnh người cha giữ con mình trong vòng tay bảo vệ.[35] Hình ảnh tích cực như vậy về Bên-gia-min có lẽ không thể có sau những sự kiện được mô tả ở Các Quan Xét 19–21, củng cố thêm quan điểm cho rằng niên đại của toàn bộ phước lành có trước thời quân chủ.

Trong phước lành của Giô-sép, chúng ta bắt gặp chi phái thu hút nhiều sự chú ý thứ hai. Lịch sử trong quá khứ và hiện tại cung cấp

---

34. Bản Bảy Mươi ghi *theos* ('Đức Chúa Trời') còn 4QDeuth ghi 'Đức Chúa Trời' trong cả hai trường hợp. Nelson, *Deuteronomy*, 384–85.

35. Một số người giải thích rằng Đức Gia-vê là đối tượng yên nghỉ giữa hai vai của Bên-gia-min. Hình ảnh này mô tả các ngọn đồi trong lãnh thổ của Bên-gia-min nằm bên sườn nơi thờ phượng, có lẽ là Bê-tên. Xem J. D. Heck, 'The Missing Sanctuary of Deut 33:12', *JBL* 103 (1984): 523–29. Xem thêm G. R. Stone, 'Sheltering under Divine Wings'. *Buried History* 30 (1994):58–66.

đủ lý do xác đáng để Giô-sép và vị trí của chi phái này được dành cho một sự quan tâm đặc biệt:

(1) lời chúc phước thể hiện mối liên kết với Sáng Thế Ký 49:22–26 về mặt ngữ vựng và khái niệm;

(2) Giô-sép là chi phái của Giô-suê;

(3) các chuyện kể về Giô-sép chiếm mười lăm chương cuối của Sáng Thế Ký. Việc phước lành này giống với phước lành của Lê-vi về độ dài (52 từ) có thể phản chiếu bản chất sự lãnh đạo Y-sơ-ra-ên dưới quyền của các chi phái Giô-sép và Lê-vi sau khi Môi-se qua đời (Giô-suê là người Ép-ra-im).

Trong khi các phước lành trước tập trung vào sự an toàn của các chi phái cụ thể, thì phước lành này mở đầu bằng lời cầu xin ân phước tràn tuôn dư dật cho xứ. Có lẽ lời cầu xin này được lấy cảm hứng từ tên của các tổ phụ vốn được dùng để đặt tên cho các chi phái này: 'Giô-sép' nghĩa là 'Nguyện Ngài tăng thêm/ thêm vào' (so sánh Sáng 30:24) và Ép-ra-im nghĩa là 'có kết quả' (so sánh Sáng 41:52). Nhưng giọng văn được tạo nên từ từ ngữ chính *meged* ('[trái] ngon nhất'). Từ này xuất hiện năm lần trong các câu 13–16. Từ phạm vi ngữ nghĩa tương tự, câu 15a thêm *rō'š* ('hàng đầu') với ý nghĩa 'vật ngon nhất'. Mặc dù dòng mở đầu của bài cầu nguyện này thừa nhận Đức Gia-vê là nguồn của mọi điều tốt lành, nhưng bức tranh bao hàm tam giác giao ước với thần, dân và xứ. Tất cả đều thực hiện chức năng của mình trong mối quan hệ này.

Phước lành đem toàn cõi vũ trụ vào phục vụ cho lợi ích của Giô-sép: các tầng trời ban sương móc; 'mạch suối ngầm' nằm bên dưới (so sánh 8:7); 'mặt trời', là điều tất cả con người ngày xưa đều thừa nhận là thiết yếu cho việc làm cho đất sinh huê lợi; 'mặt trăng'; 'núi xưa'; 'các đồi vĩnh cửu';[36] và 'tặng phẩm quý cùng sự sung mãn của đất' - cách diễn đạt để chỉ về tất cả mọi vật sống, rau củ và súc vật mà đất sản sinh cách dư dật. Danh sách kết thúc bằng lời tuyên bố sự thịnh vượng phụ thuộc vào ý muốn tốt lành của Đức Gia-vê, được nhận biết tại đây nhờ danh xưng khác thường (nghĩa đen) là 'Đấng ngự giữa bụi gai'. Cách dịch 'Đấng ngự giữa bụi gai đang cháy' phù

---

36. Gò và núi là cách nói hoán dụ tượng trưng cho rừng ô-liu và vườn nho được trồng trên ngọn đồi.

hợp với lời ám chỉ bụi gai cháy không hề tàn ở Xuất Ê-díp-tô Ký 3:2–4.[37]

Trong các câu 16–17, chúng ta nghe nhiều lời ám chỉ đến chân dung của Giô-sép ở Sáng Thế Ký. Câu 16 bắt đầu bằng lời cầu xin mọi ân huệ trong nông nghiệp sẽ ở trên 'trán' Giô-sép như một chiếc vương miện.[38] Câu này kết thúc với việc mô tả Giô-sép như 'người đứng đầu anh em mình', một cụm từ cũng mượn từ Sáng Thế Ký. Trong khi Sáng Thế Ký 45:8 mô tả địa vị của Giô-sép ở Ai Cập, thì bản văn này xem ông là hoàng tử của các anh em mình (so sánh 1 Sử 5:1–2).

Câu 17 giải thích chi tiết địa vị của Giô-sép là con trưởng nam bằng hình ảnh con bò bệ vệ.[39] Giô-sép là giống oai vệ, với cặp sừng ấn tượng như con bò rừng.[40] Mục tiêu cơn giận của Giô-sép là 'mọi dân tộc' cho đến 'các dân ở cùng trời cuối đất'. Phước lành kết thúc bằng lời giải thích rõ ràng ý nghĩa của chữ 'sừng' (33:17b). Chúng là 'hàng vạn' của Ép-ra-im và 'hằng nghìn' của Ma-na-se. Như điều Gia-cốp làm ở Sáng Thế Ký 48:15–20, Môi-se cho Ép-ra-im địa vị cao quý bằng cách nêu tên ông trước tiên và gán cho ông 'hàng vạn' quân.[41]

Phước Lành của Sa-bu-lôn, Y-sa-ca và Gát (33:18–21)

Trong các câu 18–25, Môi-se nói với sáu chi phái phía bắc bằng năm đoạn ngắn. Như với Ép-ra-im và Ma-na-se, trong câu 18 ông đề cao Sa-bu-lôn qua việc không nhắc đến chi phái này theo thứ tự ra đời mà nê tên chi phái nhỏ hơn trước. Phước lành của Sa-bu-lôn và Y-sa-ca mở đầu bằng lời kêu gọi hãy 'vui mừng', tiếp theo là lời nhắc khó hiểu về việc Sa-bu-lôn 'lúc ra đi' còn Y-sa-ca 'trong lều trại mình'.

37. Tương tự phần mở rộng của Targum Neofiti 'Who made the Glory of his Shekinah dwell in the thorn bush'. Tigay (*Deuteronomy*, 328) hiểu cụm từ này là cách cố tình chơi chữ với tên Ma-na-se.

38. Từ 'đầu' ở đây là *qodqôd* (cũng xuất hiện ở 28:35). Đây là từ mượn từ Sáng 49:26.

39. Về bài viết về 'con trưởng nam' (*běkôr*), xem 21:15; *HALOT*, 131; *DCH*, 1.170.

40. Từ Hê-bơ-rơ *rě'ēm* chỉ một loại bò ở Châu Âu và Trung Đông được gọi là bò rừng Châu Âu nay đã tuyệt chủng. So sánh Borowski, *Every Living Thing*, 190–91. Gióp 39:9–10 mô tả chúng là động vật hoang dã và không thể thuần hóa. Trong lời tiên tri của Ba-la-am, chính Đức Chúa Trời là 'con bò rừng' mà sừng của Ngài bảo vệ Y-sơ-ra-ên khi Ngài đem họ ra khỏi Ai Cập (Dân 23:22; 24:8).

41. Ngược với quy ước, Môi-se ám chỉ 'hàng vạn' trước (so sánh Phục 32:30; Quan 20:10; 1 Sa 18:7; Mi 6:7).

Mặc dù việc nhắc đến Sa-bu-lôn có thể ám chỉ việc kinh doanh hoặc đánh bắt cá mạo hiểm của họ, ngược với nơi ở kiểu du mục của Y-sa-ca, nhưng chúng ta nên xem hai dòng này là cách nói đối nghịch, tương đương với 'khi ngươi đi ra và khi ngươi đi vào'.[42] Sa-bu-lôn và Y-sa-ca đi đến đâu cũng phải vui mừng.

Môi-se giữ lại lý do cho sự vui mừng của họ đến khúc cuối (33:19b,c), khi ông cho biết hai chi phái này sẽ thu gom sản phẩm từ biển và hàng hải. Chúng bao gồm tài nguyên biển chủ yếu như cá và nghêu sò (được dùng làm trang sức, đèn và thuốc nhuộm), cũng như các sản phẩm thuộc ngành hàng hải: gỗ xây dựng, kim loại quý, đồ gốm và nông sản nước ngoài.[43] Ông mô tả ngành kinh doanh mậu dịch này cách kỳ lạ là 'hút' sự dư dật từ biển cũng như bửu vật ẩn giấu dưới cát. Như Sáng Thế Ký 49:13, phước lành này hình dung Sa-bu-lôn và Y-sa-ca ở dọc miền duyên hải trong lãnh thổ Phê-ni-xi hơn là trong nội địa như được mô tả ở Giô-suê 19:10–23.

Ở phần giữa, Môi-se ám chỉ cách khó hiểu về việc kêu gọi các dân tộc lên núi để dâng của tế lễ công bình. Lời ám chỉ này không rõ ràng. Như ở câu 3, 'các dân' chỉ những người bà con, ngược với người ngoài (so sánh 33:17). Có lẽ 'sinh tế công chính' liên quan đến những lễ kỷ niệm được chỉ định qua động từ 'hãy vui mừng' ở đầu, nhưng trên 'núi' nào thì lại không rõ.[44] Có lẽ đây là cách nói chung chỉ nơi tổ chức lễ hội, nhìn ra biển và bờ biển.

Nói đúng ra, phước lành liên quan đến Gát (33:20–21) thực chất là lời chúc tụng Đấng mở rộng chi phái Gát, tức là chính Đức Gia-vê. Trong trường hợp này, 'tụng ca' thật sự có nghĩa là 'đáng ngợi khen' Đức Chúa Trời. Việc mở rộng Gát là sự ứng nghiệm tên gọi của bộ tộc này, có nghĩa là 'vận may', và có lẽ có liên quan đến việc gia tăng dân số hơn là mở mang bờ cõi. Dù từ ngữ có khác nhau, nhưng hình ảnh là sư tử của Gát được vay mượn từ lời chúc phước của Gia-cốp dành

---

42. Dân 27:17, 21; Phục 28:6, 19; 31:2; 1 Vua 3:7; 2 Sử 1:10.

43. Tiềm năng thương mại được minh họa cách rõ ràng qua sự khôi phục của tàu buôn lớn vào thế kỷ thứ XIV TC ngoài khơi Uluburun ở miền Nam Thổ Nhĩ Kỳ. Về bài nghiên cứu phổ biến có minh họa, xem G. F. Bass, 'Oldest Known Shipwreck Reveals Splendors of the Bronze Age', *National Geographic* 172/6 (1987): 692–733.

44. Xem S. Ahituv, 'Zebulun and the Sea', trong *Studies in Historical Geography and Biblical Historiography: Presented to Zecharia Kallai* (bt. G. Gali và M. Weinfeld; VTSup 81; Leiden: Brill, 2000), 5.

cho Giu-đa ở Sáng Thế Ký 49:9. Hai động từ này phản chiếu hai hoạt động nổi tiếng của hai thành viên to đùng thuộc họ nhà mèo này: ngủ và nuốt lấy con mồi.

Câu 21 báo trước những cam kết và thách thức trong tương lai của Gát. Hai dòng đầu ám chỉ yêu cầu xin được ban cho phần xứ của người A-mô-rít ở về phía đông sông Giô-đanh của Gát (Dân 32:1–2). Giô-suê 22 cho thấy quyết định này sẽ đưa ra những thách thức nghiêm trọng trong tương lai, đặc biệt là mối quan hệ của họ với các chi phái khác và với việc tiếp cận di sản thuộc linh. Nhưng cũng như Lót ở Sáng Thế Ký 13:8–11, người Gát 'thấy' xứ này và chọn cho mình phần họ nghĩ là tốt nhất. Môi-se đồng ý yêu cầu của họ và dành cho họ phần lãnh thổ họ mong muốn, được mô tả là 'phần đầu nhất'.

Ba dòng cuối khen ngợi người Gát về những cam kết thuộc linh của họ. Khi những người đứng đầu dân chúng tập hợp lại, họ làm ứng nghiệm những lý tưởng của giao ước qua việc thực thi sự công bình của Đức Gia-vê và sống theo 'các luật lệ' của Ngài. Nhiều bản dịch cụm từ *şidqat yhwh* là 'công lý của Đức Giê-hô-va'; thuật ngữ này không bao hàm ý niệm về công bằng xã hội, mà phải được dịch rộng hơn là 'sự công bình' như được tuyên bố trong sự mặc khải ở Si-na-i và trong Tô-ra của Môi-se (so sánh 16:20). Thật vậy, sự công bình bao hàm sự đòi hỏi công bằng nhưng cũng ám chỉ cách cư xử theo mọi 'mạng lệnh và luật lệ công minh' của Ngài (Phục 4:8) cũng như 'bước đi trong đường lối của Đức Giê-hô-va', bao gồm những quy định về tôn giáo, lễ nghi, dân sự, xã hội và cá nhân.

Phước Lành của Đan, Nép-ta-li và A-se (33:22–25)

Phước lành của Môi-se cho Đan là phần ngắn nhất (33:22). Mặc dù do Môi-se nói ra, nhưng việc đặt phần này giữa các chi phái phía bắc cho thấy những phước lành này được tập hợp và sắp xếp sau khi người Đan di cư đến La-ít (Quan 18). Tuy nhiên, đặt Đan sau Gát cũng hợp lý. Giống như Gát (33:20), Đan được ví với hổ con từ Ba-san nhảy đến (so sánh Sáng 49:9).

Phước lành của Nép-ta-li (33:23) nghe giống như sự kết hợp những cụm từ đã được nghe trước đó, nhưng bây giờ chúng được kết hợp trong hai dòng đầu tiên để giới thiệu hình ảnh về sự thịnh vượng và thỏa nguyện tột bậc với ân huệ và phước lành của Đức Gia-vê (so sánh Châm 10:22). Dòng cuối cùng ra lệnh cho Nép-ta-li chiếm vùng đất phía tây và phía nam. Cách dịch của bản NIV 'về hướng nam cho đến hồ' diễn giải từ đầu tiên với ý nghĩa thông thường. Tuy nhiên, trong ngữ cảnh liên quan đến phương hướng, thì từ ngữ được dịch là 'hồ' có lẽ có nghĩa là 'phía tây'.[45]

Trong lời chúc phước dành cho A-se, Môi-se xin Chúa ban sự màu mỡ và sự an ninh. Hai dòng đầu tiên là lời cầu xin cho A-se được trội hơn các chi phái khác về mặt phước hạnh và đặc ân của Đức Chúa Trời. Phương diện vật chất của ân huệ đó được thể hiện qua thành ngữ khiến người nghe tò mò 'được dầm chân trong dầu'. Cụm từ này khiến người đọc tưởng tượng cây ô-liu ở Ga-li-lê cho năng suất cao đến nỗi các hồ chứa dầu tuôn chảy xuống các ngọn đồi.[46]

Câu 25 nài xin sự an ninh cho Nép-ta-li, được diễn đạt bằng thuật ngữ then cửa bằng sắt và bằng đồng. Cụm từ 'then cửa' phản chiếu sự thật là ở Pa-lét-tin ngày xưa cấu trúc cổng bảo vệ được lắp đặt phức tạp, gồm cửa đôi được làm bằng ván dày, cài then bằng cây xà ngang nặng trượt qua khe nằm ở thanh cửa dọc. Việc nhắc đến sắt và đồng càng làm tăng thêm hình ảnh thịnh vượng và an ninh của nó. Thành nào có then cửa bằng sắt hoặc đồng rắn đều rất thịnh vượng.[47] Phước lành kết thúc với câu châm ngôn: 'Ngày của ngươi dài bao nhiêu, sự an ninh của ngươi lâu bấy nhiêu' (diễn ý cá nhân). Ý nghĩa của cụm từ này hơi khó xác định, nhưng các bản dịch ban đầu (và bản HĐTT) đã dịch đúng từ này là 'sức mạnh'.[48]

Đoạn Kết (33:26–29)

Đoạn kết tiếp nối phần mở đầu dở dang, ngợi khen Đức Gia-vê về sự chu cấp rộng rãi cho Y-sơ-ra-ên (33:26–27) và chúc mừng Y-sơ-ra-ên đã có một Chúa như Đức Gia-vê (33:28–29). Khổ thơ này được chia thành ba phần biên soạn cách khéo léo, với phần đầu (33:26–27) và phần cuối (33:29) giống nhau về độ dài dựa trên số từ (19 từ), bao

---

45. Tương tự Sáng 12:8; 13:14; Xuất 10:19; 27:12; Giôs 8:9; Êxê 41:12; 42:19; Xa 14:4.

46. J. R. Porter ('The Interpretation of Deuteronomy xxxiii 24–5', *VT* 44 [1994]: 268–69) lập luận rằng đây là hành động mang tính lễ nghi phú cho quân đội sinh lực và đôi chân mau lẹ để thực hiện nghĩa vụ quân sự.

47. Then cửa bằng đồng và sắt được nói đến ở 1 Vua 4:13; Thi 107:16; Ê-sai 45:2.

48. Xem Porter, 'The Interpretation of Deuteronomy XXXIII 24–25', 269–70.

bọc phần giữa ngắn hơn (33:28). Cả hai phần đầu và cuối đều bắt đầu bằng lời xưng hô và nhấn mạnh việc Đức Gia-vê giải cứu Y-sơ-ra-ên khỏi kẻ thù, trong khi phần giữa tập trung vào việc Y-sơ-ra-ên tận hưởng sự an ninh Ngài ban cho.

Dòng mở đầu của câu 26 tuyên bố Đức Chúa Trời có một không hai. Ở đây, Môi-se dùng thuật ngữ 'El', có thể là cách nói chung chỉ thần linh hoặc gán cho Ngài danh hiệu của Đức Chúa Trời cao cả trong thần thoại Ca-na-an. Dòng tiếp theo, nói đến việc Đức Gia-vê cưỡi trên các tầng trời/bầu trời trong 'uy nghiêm'[49] đến để vùa giúp con dân Ngài, hướng đến cách dùng thứ hai của thuật ngữ El (so sánh Thi 104:3). Hình ảnh này làm nhắc ta nhớ đến thần thoại của người Ca-na-an về thần bão tố Ba-anh, một trong những thần có biệt danh thường được dùng là 'người cưỡi trên đám mây'.[50] Qua việc khẳng định những danh xưng này là của Đức Gia-vê, Môi-se tuyên bố thẩm quyền của Ngài trên mọi phương diện mà người Ca-na-an quy cho các thần.

Hai dòng đầu của câu 27 tuyên bố cách ngắn gọn nền tảng cho sự an ninh của người Y-sơ-ra-ên.

(1) Họ biết Đức Chúa Trời của họ là đời đời. Với biệt hiệu 'Đức Chúa Trời hằng hữu', Môi-se gán cho Đức Gia-vê địa vị của El, là Đấng có danh xưng 'vua, cha đời đời'.[51] Chủng ngừa cho dân chúng chống lại vi-rút tín ngưỡng sinh sản của người Ca-na-an, Môi-se tuyên bố rằng Đức Gia-vê là bí quyết cho sự thịnh vượng của Y-sơ-ra-ên, chứ không phải thần El già nua và vô ích của người Ca-na-an,

(2) Người Y-sơ-ra-ên được an toàn vì Đức Gia-vê là Đấng bảo vệ họ. Để che chở họ, Ngài cung ứng một nơi ở an toàn[52] và nâng đỡ họ bằng 'cánh tay đời đời', mạnh mẽ của Ngài. Kết hợp lại, Môi-se tạo nên hình ảnh về một người cha mạnh mẽ chu cấp cho gia đình mình ngôi nhà vững chãi và an toàn, và là người che chở họ trong vòng tay của mình.

---

49. Chỉ được dùng để chỉ Đức Gia-vê ở Thi 68:34[35]; so sánh Thi 93:1; Ê-sai 26:10.

50. *CTA* 1.2:IV.8, 28. Về bài thảo luận về sự liên kết với thần thoại Ca-na-an, xem J. Day, *Yahweh and the Gods and Goddesses of Canaan* (JSOTSup 265; Sheffield: Sheffield Academic, 2000), 91–98.

51. Baal Cycle, *KTU* 1.6:I.36 (*UNP*, 153).

52. Xem 26:15. Từ ngữ này được dùng để chỉ hang của sư tử trong Gióp 38:40; Thi 104:22; Nhã 4:8; A-mốt 3:4; Na 2:13.

(3) Nhưng hành động bênh vực Y-sơ-ra-ên của Đức Gia-vê cũng là hành động tấn công. Ngài đi trước Y-sơ-ra-ên, đánh bại kẻ thù và truyền cho các sứ giả 'hãy tiêu diệt chúng đi!' Thật khó để biết có phải đây là lệnh truyền cho Y-sơ-ra-ên hay cho các sứ giả không phải là con người (32:23–24, 40–41). Thật ra đây là một bức tranh mô tả về sự an ninh trọn vẹn. Đức Gia-vê cưỡi *trên* Y-sơ-ra-ên, Ngài đỡ dân Ngài từ *bên dưới*, và Ngài hành quân *trước* họ.

Câu 28 có vai trò như điểm tựa giữa hai bài ca ngợi về đặc ân, mô tả bức tranh hạnh phúc trọn vẹn của dân tộc. Dù ý nghĩa của dòng đầu tiên trong phần song hành mở đầu thì khá rõ ràng, nhưng dòng thứ hai lại khó hiểu, cho đến khi chúng ta nhận ra chính xác phần song hành ấy là phần nào. Như thường lệ, dòng đầu tiên sử dụng một từ ngữ thông dụng: động từ 'sống' và bổ ngữ 'an lành' (so sánh 33:12). Nhưng dòng thứ hai từ lâu đã là một sự đánh đố. Bản tiếng Việt dịch theo quan điểm lâu đời khi gắn chữ 'chỉ một mình' vào dòng trước đó và dịch từ 'ên là 'sông, suối'. Nhưng cách dịch này lại khó hiểu mặt ngữ pháp và khái niệm. Nếu 'chỉ một mình, ẩn dật' được gắn vào dòng tiếp theo và *'ên* được xem là tương đương với động từ 'cư ngụ', đồng nghĩa với 'sinh sống' (*šâkan*),[53] thì tính song hành ấy trở nên trọn vẹn: 'Vì vậy Y-sơ-ra-ên sống bình an, Gia-cốp sống một mình' (so sánh ESV), và bức tranh về sự an ninh được củng cố.

Hai dòng cuối của câu 28 làm nổi bật sự thịnh vượng của Y-sơ-ra-ên, dù khéo léo tiếp tục cuộc bút chiến chống lại các khái niệm tín ngưỡng ngoại giáo. Y-sơ-ra-ên thấy thoải mái trong xứ sản sinh ra ngũ cốc và rượu chất lượng cao. Như ở 7:13–14, những từ ngữ này cũng mang chức năng bút chiến, cùng gốc với danh xưng của các thần Đa-gôn và Tirshu/Tirash. Trong vai trò nông sản chủ lực, ngũ cốc và rượu là hình thức đối nghịch chỉ sự thịnh vượng đầy trọn.

Môi-se kết thúc lời chúc phước cho các chi phái bằng lời ca ngợi, chúc mừng Y-sơ-ra-ên về đặc ân được làm dân của Đức Gia-vê. Mặc dù đoạn kết bắt đầu bằng lời tuyên bố về sự vô song của Đức Chúa Trời của Y-sơ-ra-ên, nhưng nó cũng kết thúc bằng lời tuyên bố đó. Họ là người đón nhận sự giải cứu và bảo vệ của Ngài. Câu đầu tiên không rõ ý, có thể bao gồm những lần giải cứu khác, nhưng nó

---

53. Về bài ủng hộ cách giải thích này, xem Steiner, 'Two Verbs Masquerading as Nouns', 696–98.

chủ yếu ám chỉ sự giải cứu Y-sơ-ra-ên khỏi người Ai Cập (so sánh 4:32–40). Câu thứ hai nhìn Đức Gia-vê theo nghĩa ẩn dụ là thuẫn giúp đỡ của Y-sơ-ra-ên và là gươm chiến thắng của họ. Mặc dù 'thuẫn' là hình ảnh ẩn dụ phổ biến để nói về Đức Gia-vê trong Cựu Ước,[54] nhưng đây là chỗ duy nhất nói đến Ngài là 'gươm'. Trong khi ở câu 26, từ này nói đến 'sự vượt trội' của Đức Gia-vê, thì ở đây từ này lại được áp dụng cho dân Ngài: Đức Gia-vê là Đấng bảo vệ sự oai nghi của Y-sơ-ra-ên.

Hai dòng cuối chứng thực một cách đáng chú ý tính vượt trội mà Môi-se nói đến trước đó ở 26:19 và 28:1, 10–14. Ý nghĩa của từ ngữ hiếm gặp được dịch là 'khúm núm' được xác định bởi ngữ cảnh. Với dòng cuối cùng, Môi-se đưa ra hình ảnh của những người bị chinh phục khúm núm phủ phục trước kẻ chiến thắng và kẻ chiến thắng lấy chân đạp lên lưng họ,[55] một phong tục được chứng minh trong cả văn chương lẫn trong các bức vẽ tranh ở vùng Cận Đông cổ.[56]

Ngữ Cảnh Bắc Cầu

BÀI GIẢNG TỪ BIỆT CỦA MÔI-SE. Trong thế giới cổ đại, tên của của một đất nước thường được đặt theo tên ông tổ mà dân chúng biết đến, và sự gắn bó của người dân với nhau lại dựa trên sự gắn bó về mặt chủng tộc khi họ cảm nhận là mình có chung một tổ tiên (vd: người Mô-áp, người Ê-đôm, người Y-sơ-ra-ên). Mặc dù Môi-se rõ ràng là người lãnh đạo đầu tiên sáng lập nên dân tộc Y-sơ-ra-ên, và dẫu cho Đức Gia-vê đề nghị thành lập một dân tộc lớn từ ông (Xuất 32:10), nhưng Môi-se không hề cố gắng thay đổi câu chuyện của Y-sơ-ra-ên hoặc buộc họ trung thành với ông. Và không như lãnh đạo của các dân khác, ông không tìm cách bảo vệ di sản cá nhân bằng cách dựng đài tưởng niệm cho chính mình.[57] Ngược lại, trong những ngày cuối

54. Sáng 15:1; 2 Sa 22:3, 31, 36 (= Thi 18:2, 30, 35[3, 31, 36]); Thi 3:3[4]; 28:7; 33:20; 59:11[12]; 84:11[12]; 115:9–11; 144:2; Châm 2:7; 30:5.
55. Trong Giôs 10:24, kẻ chiến thắng đặt chân lên cổ của kẻ bị đánh bại (cũng so sánh 1 Vua 5:3[17] và Thi 110:1 là câu nói đến kẻ thù làm chỗ để chân cho vua thuộc triều đại Đa-vít.
56. Xem O. Keel, *The Symbolism of the Biblical World* (New York: Seabury, 1978), 253–56; *ANEP* § 249; F. J. Yurco, '3, 200-Year-Old Picture of Israelites Found in Egypt,' BAR 16/5 (Tháng 9–10, 1990): 30.
57. Về bài viết tóm lược những công trình tưởng niệm của Ramesses II, xem K. A. Kitchen, 'Ramesses II', trong *The Oxford Encyclopedia of Ancient Egypt* (bt. D. G. Redford; Oxford: Oxford Univ. Press, 2001), 3:117; cùng tác giả, *Pharaoh*

đời, ông dồn hết sức lực vào việc 'sắp xếp nhà mình' và bảo đảm phúc lợi của dân tộc mà ông đã dẫn dắt bốn mươi năm. Những nỗ lực này chủ yếu thể hiện qua lời nói: lời khuyên trung thành với Đấng Cứu Chuộc và Chúa nhân từ của Y-sơ-ra-ên (ba bài giảng), lời khích lệ dân chúng và Giô-suê trước thách thức họ sẽ sớm phải đối diện (31:1–8), lời của bài hát đóng vai trò làm bài quốc ca (32:1–43) và lời chúc phước (33:1–26).

Phước lành mà Môi-se cầu xin cho các chi phái đi theo kiểu mẫu xưa là người đứng đầu gia đình tập hợp các gia tộc lại xung quanh để chúc phước trước khi qua đời. Trong Tân Ước, Chúa Giê-xu tiếp nối phong tục này khi kêu các môn đồ đến xung quanh Ngài để trò chuyện lần cuối và ban phước cho họ ngay trước khi Ngài chịu chết (Giăng 13–16). Khi Giu-đa bỏ đi, Chúa Giê-xu bắt đầu bài nói chuyện dài với các môn đồ còn lại. Điều đáng lưu ý là mặc dù Ngài nhiều lần hướng sự chú ý của họ đến Cha trên trời, nhưng Ngài tự giới thiệu mình là tâm điểm của đức tin và sự an ninh của các môn đồ: Họ tin cậy Đức Chúa Trời; họ phải tin cậy Ngài (14:1). Ngài để lại cho họ sự bình an của Ngài (14:27; 16:33), Ngài hứa với họ rằng, ở trong Ngài, họ sẽ tìm thấy mọi điều cần thiết để đương đầu với thế gian thù địch: (1) hy vọng về một tương lai với Ngài (14:3); (2) nguồn giúp đỡ trong mọi hoàn cảnh (14:13–14); (3) sự hiện diện và trợ giúp thiên thượng trong thân vị của Đức Thánh Linh (14:16, 26; 15:26; 16:7); (4) tình yêu của Ngài và của Cha Ngài (15:1–15; 16:25–27; so sánh Phục 33:3); (5) những lời nhắc về sự lựa chọn thiên thượng (15:15–19); (6) chiến thắng sau cùng của họ (16:33). Tất cả những ý niệm này đều hoàn toàn lấy từ Phục Truyền, và chúng cũng nói đến những mối quan tâm chung. Chúa Giê-xu, Đức Gia-vê nhập thể, thật sự là 'đường đi, chân lý và sự sống' (14:6).

Các khái niệm thần học trong lời chúc phước của Môi-se

Lời chúc phước của Môi-se, đặc biệt là cấu trúc dạng thánh ca, củng cố nhiều khái niệm thần học được giới thiệu trước đó trong Phục Truyền Luật Lệ Ký. Đầu tiên và trước hết, Y-sơ-ra-ên hưởng

---

Triumphant: The Life and Times of Ramesses II (Warminster, England: Aries & Phillips, 1982), 174–82. Về thời kỳ Tân-A-si-ri, xem các tác phẩm chạm khắc của Sennacherib ở Ni-ni-ve và của Ashurbanipal II ở Nimrud (Calah) trong bảo tàng Anh quốc.

nhận đặc ân có một không hai khi có Gia-vê làm Đức Chúa Trời của họ. Ngài là Chiến Binh thiên thượng đến từ Si-na-i/Pha-ran, khoác trên mình y phục lộng lẫy và được hộ tống bởi đoàn thiên binh. Khi Ngài bước xuống trần gian, ngoài đoàn thiên binh, đoàn tùy tùng trên đất của Ngài còn được tăng lên qua dân tộc Y-sơ-ra-ên, điều này khẳng định rằng họ là 'dân thánh' của Ngài và Ngài cam kết trở thành người bảo hộ thiên thượng của họ. Về sau, Đức Chúa Trời đời đời đã hiện đến bằng xương bằng thịtvới tư cách Con Đức Chúa Trời nhập thể. Mặc dù 'Bài ca ca ngợi Đấng Christ' trong Phi-líp 2:6–11 nói đến việc Đấng Christ tự bỏ mình đi, mặc lấy hình hài của người đầy tớ và chết trên thập tự giá, nhưng các bản văn khác nhắc chúng ta rằng, trong sự nhập thể Ngài, không bày tỏ vinh quang của mình. Sau nhiều thập kỷ suy ngẫm về ý nghĩa cuộc đời của Chúa Giê-xu, Giăng đã viết: 'Ngôi Lời đã trở nên xác thể, sống giữa chúng ta, đầy ân điển và chân lý. Chúng ta đã chiêm ngưỡng vinh quang Ngài, thật là vinh quang của Con Một đến từ nơi Cha' (Giăng 1:14). Và tác giả Hê-bơ-rơ tuyên bố:

> Con là sự chói sáng của sự vinh hiển Đức Chúa Trời và hình bóng của bổn thể Ngài, lấy lời có quyền phép Ngài nâng đỡ muôn vật; sau khi Con làm xong sự sạch tội, bèn ngồi bên hữu Đấng tôn nghiêm ở trong nơi rất cao, vậy được hưởng danh cao hơn danh thiên sứ bao nhiêu, thì trở nên cao trọng hơn thiên sứ bấy nhiêu. (Hê 1:3–4)

Tương tự Bài Ca của Đức Gia-vê trong chương 32, lời chúc phước của Môi-se công bố ý tưởng thần học làm nền tảng cho toàn bộ Kinh Thánh. Ngược với các thần ngoại giáo, là các thần có ảnh tượng và có thể nhìn thấy được nhưng thực chất chỉ là những sản phẩm bất lực từ trí tưởng tượng bại hoại của con người, Đức Gia-vê vô hình đã tự bày tỏ chính mình trong uy nghi chói sáng và qua cách truyền thông bằng lời là một Chúa và Vua trên tất cả mọi thế lực của trên trời dưới đất và là Chiến Binh thiên thượng đánh bại tất cả những ai chống nghịch Ngài. Ngài là Đấng đã chọn cho mình một dân mà Ngài đã thánh hóa và tuyên bố là dân thánh của Ngài, dân Ngài yêu quý và gọi bằng cái tên trìu mến, Giê-su-run. Nếu người Y-sơ-ra-ên chấp nhận ân sủng và uy quyền của Ngài, thì an ninh và thịnh vượng của họ được bảo đảm.

Đáng tiếc thay, lịch sử của dân tộc này là lịch sử của thất vọng và thất bại. Vì Y-sơ-ra-ên không tin cậy Gia-vê Đức Chúa Trời của họ và từ chối ân sủng bảo vệ của Ngài, nên hiện thực lịch sử của họ hoàn toàn khác với niềm hy vọng và lời hứa được tuyên bố tại đây. Cuối cùng, Chiến binh thiên thượng, Đấng trước nhất đã hiện ra để giải cứu họ và đem họ vào Đất Hứa, lại trở thành kẻ thù của họ. Những đặc ân của sự cứu rỗi, sự bảo vệ, thịnh vượng và sự hiện diện thiên thượng không được xem là điều tự nhiên mà có.

Ý Nghĩa Đương Đại

LỆ THUỘC ĐỨC CHÚA TRỜI VỀ MỌI ĐIỀU. Bản văn này, cụ thể là những phước lành cho từng chi tộc, đưa ra những thách thức quan trọng cho độc giả hiện đại. Tôi phải làm gì với lời hứa cho Nép-ta-li hay với lời của Môi-se dành cho Đan? Tôi không phải người thuộc chi tộc Đan; tôi không sống nơi người Đan đã sống. Những vấn đề tôi đối diện hằng ngày hoàn toàn khác với những vấn đề chi tộc Ru-bên hay A-se hay Giô-sép đã đối diện.

Dù vậy, khi nghiên cứu tất cả những phước lành này, chúng ta thấy một chủ đề chung được nói đến theo nhiều cách khác nhau. Đối diện sự chống đối từ những người chống nghịch Đức Chúa Trời và vương quốc của Ngài và từ những người đại diện cho vương quốc tối tăm, con dân Đức Chúa Trời hoàn toàn phụ thuộc vào Đấng bảo hộ thiên thượng cho phúc lợi của bản thân. Họ có thể yên nghỉ trong cánh tay mạnh sức của Đức Gia-vê, Đấng cuỡi trên họ (33:26), Đấng nâng họ lên từ vực thẳm (33:27), và Đấng đuổi kẻ thù trước mặt họ. Đức Chúa Trời của chúng ta thật sự chu cấp mọi nhu cần của chúng ta y theo sự giàu có của vinh hiển Ngài trong Đức Chúa Giê-xu Christ (Phil 4:19). Dân Y-sơ-ra-ên có lẽ không ngạc nhiên khi nghe Môi-se cảnh báo họ về thế giới thù địch mà họ đối diện, nhưng đoạn kết tuyên bố rằng họ sẽ không đương đầu với những thách thức ấy một mình. Con dân Đức Chúa Trời được an toàn trong Ngài.

Sự thay đổi trong những lời hứa của Môi-se

Ngay cả khi chúng ta tìm thấy sự an ninh trong Đấng Christ và thừa nhận rằng Đức Chúa Trời chịu trách nhiệm cho phúc lợi của chúng ta, thì chúng ta cũng phải cẩn thận không lạm dụng những bản văn như thế này bằng việc khẳng định đó là những lời hứa vô điều kiện về sự thịnh vượng vật chất. Khi hội thánh thời Tân Ước được thành lập, cộng đồng giao ước trở thành cộng đồng quốc tế, có nghĩa là danh tiếng của Đức Chúa Trời và sự phát triển của Phúc Âm không còn bị trói buộc vào một đất nước hay một dân tộc nào cả, thì những lời hứa về sự thịnh vượng vật chất của bản văn này đã được biến đổi. Cơ Đốc giáo toàn cầu và xuyên quốc gia không được khẳng định những lời hứa về sự dầm chân trong dầu và các thuật ngữ khác về sự thịnh vượng trong nông nghiệp như là cơ sở vô điều kiện và được hiểu theo nghĩa đen cho Phúc Âm thịnh vượng mà nhiều người ngày nay lan truyền và được truyền bá vòng quanh thế giới, cụ thể là ở những nơi hết sức nghèo khó.

Một trong những nhà giảng đạo được ưa thích nhất của Mỹ tuyên bố rằng bởi sự chết Chúa Giê-xu giải phóng chúng ta khỏi những thói quen xấu và sự nghiện ngập, khỏi sợ hãi và lo lắng, khỏi sự chán nản và thất vọng, khỏi nghèo khổ và thiếu thốn, và khỏi nhận thức thấp kém về bản thân,[58] như thể những sự tự do này là quyền sở hữu vô điều kiện. Nhưng không phải như vậy, ngay cả đối với người Y-sơ-ra-ên khi xưa. Sự thịnh vượng và an ninh thật được tìm thấy trong Chúa Giê-xu Christ, mà qua sự chết và sống lại của Ngài, mối quan hệ cá nhân của chúng ta với Chúa được bảo đảm. Điều này không có nghĩa rằng chúng ta được miễn nhiễm khỏi tai họa, nhưng có nghĩa là khi tai họa đến, sự an toàn của chúng ta được bảo đảm. Phúc Âm kêu gọi chúng ta mang lấy thập tự giá và chịu khổ vì Đấng Christ. Biến sự thịnh vượng vật chất và sức khỏe thuộc thể trở thành niềm đam mê của chúng ta là sùng bái thần tượng, một phiên bản hiện đại của tín ngưỡng sinh sản của người Ca-na-an.

Tuy nhiên, trong Đấng Christ, chúng ta tìm thấy lời cam đoan rằng Đức Chúa Trời cũng quan tâm đến phúc lợi thật của con dân Ngài như chúng ta quan tâm. Ngài làm ứng nghiệm Lời Ngài trong việc phó Đất Hứa vào tay người Y-sơ-ra-ên thể nào, thì Ngài cũng làm ứng nghiệm Lời Ngài trong việc ban cho chúng ta mọi phước hạnh thuộc linh ở các nơi trên trời trong Đấng Christ thể ấy (Êph 1:3). Đời sống đức tin thật sự được thể hiện hằng ngày trong những tranh chiến của cuộc sống. Đức Chúa Trời không hứa giải quyết mọi vấn đề, nhưng Ngài hứa hiện diện trong những cuộc chiến đó.

---

58. Nghe Joel Osteen tại www.youtube.com/watch?v=di9-PebV634&NR=1.

Giáo lý về hội thánh cho con dân Đức Chúa Trời

Ở trên chúng ta đã bàn đến bức tranh của Đức Chúa Trời mà Môi-se đã vẽ bằng những phước lành này. Nhưng còn con dân Chúa thì sao? Với những người có mắt nhìn, lời chúc phước này, đặc biệt là cấu trúc của nó, trình bày một giáo lý sâu sắc về Hội Thánh, nhấn mạnh những đặc ân đi cùng với tư cách thuộc viên trong hội chúng của Đức Chúa Trời. Giống như những người trung tín ở Y-sơ-ra-ên khi xưa, chúng ta là người nhận lấy sự mặc khải thiên thượng (33:2), là đối tượng được Ngài yêu, được nhận diện bằng tên gọi đặc biệt (33:3, 5), là dân thánh ở trong tay Ngài (33:3), là dân Đức Chúa Trời bày tỏ cho biết ý muốn Ngài (33:3–4; so sánh 4:7–8), là công dân của vương quốc Ngài (33:5), những người thụ hưởng vững chắc sự bảo vệ (33:26–27) và sự chu cấp rời rộng của Ngài (33:28), nhưng cơ bản nhất là người nhận ơn cứu rỗi của Ngài dù không xứng đáng.

Như trong Bài Cầu Nguyện Chung, những vấn đề liên quan đến sự thịnh vượng thuộc thể có được bởi và phụ thuộc hoàn toàn vào đặc ân được gọi Đức Chúa Trời là Cha, là Vua, là Chúa Cứu Thế và Đấng Bảo Vệ chúng ta. Mang danh của Đấng Christ và nghe Ngài gọi chúng ta là người yêu dấu cũng đủ để chúng ta vui mừng và tập chú vào Ngài. Qua Đấng Christ, chúng ta được nhận làm con, nhận lãnh sự vinh hiển, các giao ước, sự nhận biết ý muốn Đức Chúa Trời, được thờ phượng Ngài và nhận lãnh các lời hứa. Nguyện Đức Chúa Trời đáng được ngợi khen đời đời! (Rô 9:4–6).

Phục Truyền Luật Lệ Ký 34:1–12

Ý Nghĩa Nguyên Thủy

Trong 33 chương trước, độc giả đang nghe một sự kiện thiêng liêng khi vị mục sư của Y-sơ-ra-ên đang chuẩn bị cho hội chúng của ông sống trong đất hứa. Phúc âm theo Môi-se giàu ân sủng: quà tặng cứu rỗi, miễn phí và không xứng đáng được nhận; quà tặng giao ước, có tính cá nhân và gần gũi; món quà mạc khải, có ảnh hưởng sâu rộng và chưa từng có; món quà quan phòng, nhẫn nại và yêu thương; món quà là một quê hương, khắp vùng bên kia Giô-đanh sẽ được giao vào tay họ. Họ đã nghe Môi-se giải thích những chủ đề đó một cách thuyết phục (1:6–30:20), hát về những chủ đề đó một cách say mê (32:1–43), và áp dụng chúng cách nhiệt thành (33:1–29). Trong chương 34, tiếng nói ấy trở nên yên lặng. Tiếng duy nhất chúng ta nghe thấy trong đoạn này là tiếng của Đức Gia-vê (34:4) và tiếng nói của người tường thuật, mà những suy ngẫm của ông về vị mục sư ấy thể hiện sự ngưỡng mộ và tôn kính.

Chúng ta đã nghe tiếng của người tường thuật ở phía trước (1:1–5;; 4:41–5:1a; 29:1[28:69]), nhưng đây là lần đầu tiên người tường thuật khiến chúng ta chú ý. Những sự kiện được mô tả ở đây kết lại phần ký thuật về sự qua đời đã được chính thức bắt đầu từ đoạn 31.[1] Tại thời điểm đó, Môi-se đã làm tất cả những gì ông có thể để sắp xếp nhà mình. Ông đã bổ nhiệm người kế vị (31:1–8, 23), cung cấp một bản viết tay các bài giảng từ biệt và sắp xếp việc đọc Tô-ra thường xuyên trong tương lai (31:9–13, 24–29), dạy dân chúng bài quốc ca (31:14–22, 30; 32:47), và chúc phước cho các chi phái (33:1–29). Tất cả những gì còn lại là phần tường thuật sự qua đời của ông và phản ứng của dân chúng khi ông qua đời. Đây chính là nhiệm vụ của chương 34.[2]

---

1. Do chính Môi-se ngụ ý (31:2), do Đức Gia-vê nói rõ (31:14, 16); do Môi-se nói rõ ràng (31:29); do Đức Gia-vê nói rõ ràng (32:50). Olsen chứng minh cách thuyết phục rằng (*Deuteronomy and the Death of Moses*) chúng ta phải đọc toàn bộ sách Phục Truyền với góc nhìn từ sự qua đời của Môi-se.

2. Về bài viết đầy đủ về bản chất và nhiệm vụ của Phục Truyền 34 như là phần kết cho Ngũ Kinh, xem C. Frevel, 'Ein vielsagender Abschied: Exegetische Blicke auf den Tod des Mose in Dtn 34, 1–12,' *BZ* 435 (2001): 209–34. F. G. López ('Deut

Tường thuật sự qua đời của Môi-se (34:1–6)

Đối với một người có vai trò quan trọng như thế trong lịch sử Y-sơ-ra-ên, thì ký thuật ở đây về sự qua đời của Môi-se là hết sức khiêm tốn, hoàn toàn trái ngược với những bản văn, hình ảnh, câu khắc và tượng đài mà những nhân vật quan trọng ở những quốc gia ngoài Y-sơ-ra-ên đã làm ra để tưởng nhớ đến tên tuổi của ông. Không chỗ nào trong các truyện kể của Ngũ Kinh hoặc trong các bài giảng của Môi-se trên đồng bằng Mô-áp cho thấy ông tỏ ra quan tâm đến việc làm cho người khác nhớ đến tên tuổi mình. Mặc dù Môi-se nhận biết rằng sự dạy dỗ của ông chứa đựng thẩm quyền thiên thượng, nhưng ông chẳng bao giờ gọi sự dạy dỗ đó là 'Tô-ra của tôi' hoặc 'Tô-ra của Môi-se'. Sự dạy dỗ ấy được gọi cách đơn giản là (nghĩa đen) 'Tô-ra này' hoặc 'bản văn Tô-ra'[3], là Tô-ra mà ông dạy cho dân chúng 'y như Chúa đã truyền' cho ông.[4] Các tác giả sau này nhắc đến sách Phục Truyền là 'tô-ra của Môi-se',[5] nhưng Môi-se chưa bao giờ tạo ra Tô-ra như một công trình để tưởng nhớ đến chính ông; luật pháp ấy hoàn toàn là vật để tưởng nhớ ân sủng của Đức Gia-vê.

Là bản tường thuật cuối cùng về sự qua đời, Phục Truyền đoạn 34 kể lại chi tiết việc Môi-se lên núi Nê-bô, nhìn thấy đất hứa (34:1–4), sự qua đời và an táng của ông (34:5–6). Câu mở đầu, các liên kết về từ ngữ và cấu trúc giữa đoạn này với phân đoạn 32:49–52 cho thấy đoạn này tiếp tục câu chuyện của phân đoạn trước (so sánh 34:5), là câu chuyện bị gián đoạn bởi bài thơ chúc phước các chi phái được xen vào chính giữa (33:1–29). Việc chúc phước ấy có lẽ phù hợp hơn nếu nằm sau 32:47, cho thấy người biên soạn sách Phục Truyền đã cố tình tạo ra bước đệm giữa đánh giá tiêu cực của Đức Gia-vê về Môi-se (32:48–52) và lời ca ngợi tích cực hơn nhiều của chính người biên soạn. Vị trí lời chúc phước hiện tại cũng tạo ấn tượng rằng khi

---

34, DTR History and the Pentateuch,' trong *Studies in Deuteronomy in Honour of C. J. Labuschagne on the Occasion of His 65th Birthday* (bt. F. G. Martínez, và cs.; VTSup 53; Leiden: Brill, 1994], 47–61) công nhận rằng Phục Truyền 34 có thể được đọc như *một câu chuyện riêng biệt* hoặc ở ba mức độ liên tiếp như hầu hết các học giả làm. Chú giải của chúng ta sẽ theo cách đầu tiên.

3. Phục 17:18–19; 27:3, 8, 26; 28:58, 61; 29:21, 29[20, 28]; 30:10; 31:9, 11, 12, 24, 26; 32:46.

4. Phục 1:3; 4:5, 6:24–25; 10:5; so sánh 34:9;

5. Giôs 8:31–32; 23:6; 1 Vua 2:3; 2 Vua 14:6; 23:25; 2 Sử 23:18; 30:16; Exơ 3:2; 7:6; Nê 8:1; Đa 9:11, 13; Mal 4:4[3:22]; Lu 2:22; 24:44; Giăng 7:23; Công 13:39; 15:5; 28:23; 1 Cô 9:9; Hê 10:28.

Môi-se leo lên núi Nê-bô, ông nhìn xung quanh, thấy dân Y-sơ-ra-ên ở bên dưới, và ông đã chúc phước cho họ.

Đây là lần đầu tiên xuất hiện cụm từ 'cao nguyên Mô-áp' trong sách Phục Truyền.[6] Từ được dịch là 'cao nguyên' thường có nghĩa là 'hoang mạc', cho thấy dân chúng đã đóng trại trong sa mạc phía bắc dãy núi này (so sánh Dân 21:20). Như đã nói trong 3:27 và 32:49, Phích-ga có lẽ chỉ dãy núi mà Nê-bô là đỉnh cao nhất. Đứng trên đỉnh này có thể nhìn thấy quang cảnh tuyệt vời của vùng đất bên kia Giô-đanh. Cụm từ ở phần kết 'đối diện Giê-ri-cô,' làm nổi bật cả bối cảnh về địa lý lẫn lịch sử: Môi-se đang đứng ngay cạnh đất hứa, có thể nhìn thấy thành chính của vùng và là mục tiêu đầu tiên trong chiến dịch chinh phục của dân Y-sơ-ra-ên. Mặc dù chương 34 mở đầu với câu chuyện Môi-se lên núi, nhưng phân đoạn này chủ yếu tập trung vào những hành động của Đức Gia-vê (34:1b, 4, 6). Các câu 1b-3 mô tả phần tiếp theo mạng lệnh của Đức Gia-vê truyền cho Môi-se ở 3:27 và 32:49. Nhưng sự nhấn mạnh chuyển từ việc Môi-se nhìn thấy xứ sang việc Đức Gia-vê chỉ cho ông thấy.

Người tường thuật làm nổi bật phạm vi quan sát rõ ràng hơn nhiều so với 3:27 trên ba phương diện.

(1) Người tường thuật mở đầu bằng cụm từ 'Đức Giê-hô-va cho ông xem toàn bờ cõi' (34:1). Bởi vì những vùng xa nhất được nêu tên tiếp theo có thể nằm ngoài tầm mắt bình thường của con người, nên Đức Gia-vê có thể đã cho Môi-se tầm nhìn đặc biệt.

(2) Người tường thuật nêu rõ những vùng được nhìn thấy. Di chuyển ngược chiều kim đồng hồ, Môi-se nhìn thẳng lên phía bắc đến Ga-la-át (đại diện cho những vùng lãnh thổ phía đông bên kia Giô-đanh), đến Nép-ta-li (đại diện cho vùng phía bắc giữa biển Ga-li-lê và Địa Trung Hải), xứ Ép-ra-im và Ma-na-se (đại diện cho phần trung tâm của Y-sơ-ra-ên bên kia Giô-đanh), Giu-đa (vùng nằm giữa Biển Chết và Địa Trung Hải), và Nê-ghép (vùng phía nam cho đến bán đảo Si-na-i), và một vòng tròn khép kín cho đến phần phía nam của Ghor, thung lũng được tạo thành bởi đường nứt, nằm bên dưới thành Giê-ri-cô, còn được gọi là 'thành cây chà là'.

---

6. Cụm từ xuất hiện trở lại ở 34:8. Cũng xem Dân 22:1; 26:3, 63; 31:12; 33:48–50; 35:1; 36:13; Giôs 13:32.

(3) Người tường thuật nói đến những vùng xa nhất trong tầm nhìn của Môi-se: từ Ga-la-át cách xa Đan 160km, tại chân núi Hẹt-môn, khoảng 100km về phía tây cho đến bờ biển ở phía tây, và 80km về hướng nam cho đến Xoa (so sánh sáng 19:22).[7] Giống như Phục Truyền 33:22, tên của xứ Đan hàm chứa sự di cư của những người thuộc chi tộc Đan (Quan 18), cho thấy hình thức cuối cùng của sách Phục Truyền đã có từ một thế kỷ hoặc hơn một thế kỷ sau khi Môi-se qua đời. Đồng thời, việc định rõ theo địa danh những vùng xa nhất từ Đan đến Xoa có thể hàm ý rằng ký thuật đã có trước thời điểm khi cụm từ 'từ Đan cho đến Bê-e-sê-ba' trở thành câu nói khuôn mẫu để chỉ biên giới phía bắc và phía nam (ví dụ: 1 Sa 3:20). Mặc dù sự nhấn mạnh về địa lý tương xứng với trọng tâm của 1:1–5, nhưng góc nhìn đã chuyển từ việc hướng về quá khứ sang hướng đến tương lai, nói trước về việc dân Y-sơ-ra-ên sẽ băng qua Giô-đanh và chiếm xứ.

Trong câu 4, Đức Gia-vê nói với Môi-se, tuyên bố với ông rằng đầy thật sự là xứ Ngài đã thề hứa với các tổ phụ. Ngài tóm tắt nội dung lời thề trong một câu được lồng vào: 'Ta sẽ ban xứ này cho dòng dõi con' (so sánh 1:8; 11:9; diễn ý cá nhân).[8] Đối với Y-sơ-ra-ên, lời tuyên bố này kết thúc sách Phục Truyền bằng một thanh âm đầy hy vọng, nhưng đối với Môi-se lại hết sức đau lòng. Dù không nhắc lại lý do như ở 32:50–52, nhưng một lần nữa Đức Gia-vê lại nhắc ông rằng ông sẽ không được băng qua đó. Môi-se chỉ có thể nhìn phần thưởng bằng mắt. Lời này kết thúc cuộc trò chuyện kéo dài bốn mươi năm mà Đức Gia-vê đã khởi xướng với người đầy tớ đáng tin cậy tại Mi-đi-an (Xuất 3:6–10). Môi-se sẽ không kinh nghiệm việc Chúa thực hiện lời hứa, nhưng ông sẽ ra đi với lòng tin rằng Đức Gia-vê thành tín với tổ phụ và cả với ông.

Thông báo về cái chết của Môi-se trong câu 5 ngắn gọn và đi vào trọng tâm. Nhưng ngay cả sự qua đời của ông cũng xác nhận lòng trung thành của Đức Gia-vê, vì sự ra đi của ông diễn ra 'như lời Ngài đã phán'. Cụm từ này thường chỉ mệnh lệnh của Đức Gia-vê (vd: Xuất 17:1; Dân 33:2, 38). Điều này cho thấy ngay cả trong cái chết Môi-se

---

7. Es-Safi ngày nay ở Wadi Zered, nhiều dặm về phía nam Biển Chết. Xem M. C. Astour, 'Zoar', *ABD*, 6:1107.

8. Mở đầu lời thề bằng cụm từ 'khi Ta nói' (nghĩa đen là 'đang nói') báo hiệu một câu trích dẫn từ Sáng 12:7. Tương tự với López, 'Deut 34, DTR History and the Pentateuch', 55. So sánh Sáng 15:18; 24:7; 26:4; 48:4; Xuất 32:13; 33:1.

cũng chứng tỏ ông là một đầy tớ trung tín (so sánh 32:50). Nhưng câu nói cũng có thể chỉ về sự ứng nghiệm lời tiên tri trước đó của Đức Gia-vê về sự qua đời của Môi-se (31:14).

Trong câu 5, lần đầu tiên người tường thuật gọi Môi-se bằng danh hiệu kính cẩn 'đầy tớ của Đức Giê-hô-va'.[9] Khái niệm con người làm đầy tớ của thần linh phổ biến ở vùng Cận Đông cổ và được phản ánh trong các tên gọi gắn với tên thần linh, có sử dụng từ gốc *ebed* trong tiếng Hê-bơ-rơ (vd: Áp-đia nghĩa là 'người phục vụ Đức Gia-vê').[10] Mặc dù từ 'đầy tớ' có thể mang nghĩa địa vị của người hầu, nhưng những cụm từ như 'tôi tớ của vua' dành cho quan chức trong triều cho thấy rằng trong những ngữ cảnh như vậy, cụm từ này mang sắc thái kính cẩn (2 Vua 25:8).[11]

Nhìn từ lăng kính tiểu sử các thánh, thông cáo về việc chôn cất Môi-se trong câu 6 gây chú ý vì hai lý do.

(1) Mặc dù trong thế giới cổ thành viên trong gia đình thường xử lý thi thể người chết, nhưng người tường thuật ghi nhận rằng Môi-se được chính Đức Gia-vê chôn cất.

(2) Mặc dù nói rõ ông được chôn trong thung lũng tại xứ Mô-áp đối diện Bết Phê-o (so sánh 3:29; 4:3, 46), nhưng người tường thuật nói thêm rằng vào thời điểm viết sách, vị trí này chưa được xác định. Lời chú thích này làm cho cái chết của Môi-se thêm phần bi thương. Ông chết đi mà không đạt được mục tiêu đã đeo đuổi ông và bị chôn trên đất ngoại quốc. Môi-se đã đi đến đích trên trời mà không đến được

---

9. Biệt hiệu này đã được dùng ở Xuất 14:31 và Dân 12:8 và nhiều lần xuất hiện trở lại trong Giô-suê (1:1–2, 7, v.v…) và nhiều lần sau đó. Về tính chất kính cẩn của danh hiệu, xem *HALOT*, 775.

10. Về Ma-ri, xem H. B. Huffmon, *Amorite Personal Names in the Mari Texts: A Structural and Lexical Study* (Baltimore: John Hopkins Univ. Press, 1965), 118–19, 189; the Amarna Letters, R. S. Hess, *Amarna Personal Names* [Winona Lake, IN: Eisenbrauns, 1996], 7–13, 244); Phoenician texts, F. L. Benz, *Personal Names in the Phoenician and Punic Inscriptions* (Studia Pohl 8; Rome: Pontifical Biblical Institute, 1972), 371; Ugarit, F. Gröndahl, *Die Personnenamender Texte aus Ugarit* (Studia Pohl 1; Rome: Pontifical Biblical Institute, 1967), 80, 105; Aramaic, M. Maraqten, *Diesemitischen Personennamen in den alt- und reischsaramäischen Inschriften aus Vorderasien* (Hildesheim: Olms Verlag, 1988), 94, 192.

11. Việc các nhà khảo cổ học phát hiện ra nhiều ấn từ Pa-lét-tin cổ củng cố cho cách hiểu này. Các ấn đề cập người mang ấn là 'tôi tớ của Vua' hay tôi tớ của một vị vua cụ thể, như trong ấn nổi tiếng của 'Shama tôi tớ của Giê-rô-bô-am'. Nô lệ không có ấn.

nhà trên đất. Đức Chúa Trời đã ở với Môi-se suốt cuộc đời ông, nhưng Môi-se ở một mình với Đức Chúa Trời khi qua đời.

Phản ứng trước sự qua đời của Môi-se (34:7–8)

Trong câu 7, trọng tâm quay trở lại với Môi-se. Để phù hợp với các chuyện kể khác trong Kinh Thánh về sự qua đời,[12] câu đầu tiên nói đến tuổi thọ của Môi-se: 120 tuổi (so sánh 31:2). Nhưng người kể chuyện thêm vào một chi tiết thú vị về tình trạng thể chất đặc biệt của Môi-se: khi ông mất, ông có thị lực 20/20[13] và sinh lực của ông không sút giảm. Không rõ ý người tường thuật muốn nói gì qua cụm từ 'sức ông không giảm'. Hầu hết các bản dịch đều hiểu cụm từ này đại khái có nghĩa là 'sinh lực, khả năng có con', nhưng một số người lập luận rằng cụm từ ám chỉ da của ông không bị khô và nhăn.[14] Dù là trường hợp nào, thì những năm trong đồng vắng đã ảnh hưởng đến Môi-se theo cách hoàn toàn khác với những người Y-sơ-ra-ên khác, là những người đều đã chết sớm (8:4). Môi-se qua đời không vì tuổi già cũng không vì bệnh tật, mà đơn giản là vì ngày của ông trong kế hoạch thiên thượng đã hết. Như điều người Y-sơ-ra-ên đã làm cho A-rôn (Dân 20:29), họ cũng than khóc sự qua đời của Môi-se trong ba mươi ngày (Phục 34:8), dường như đây là là khoảng thời gian quy ước ở Y-sơ-ra-ên khi xưa.[15]

Bia mộ: Lời bình luận của người tường thuật về Môi-se (34:9–12)

Mặc dù các truyện kể trong sách Xuất Ê-díp-tô Ký đến Dân Số Ký lẫn bài giảng đầu tiên của Môi-se trong Phục Truyền đều che giấu những thiếu sót trong tính khí và tính cách của Môi-se, nhưng sự ngưỡng mộ tột bậc của người kể chuyện dành cho Môi-se trong phần kết của sách này vẫn hết sức rõ ràng. Cấu trúc ngữ pháp trong phần đầu tiên của câu 9 chuyển hướng chú ý từ Môi-se sang Giô-suê con trai Nun, nhưng điều này vẫn thể hiện sự kính trọng đối với Môi-se.

---

12. Xem Cribb, *Speaking from the Brink of Sheol*, 218–23.

13. Động từ tương tự liên quan tới mắt 'yếu' được dùng để nói đến mắt của Y-sác ở Sáng 27:1; so sánh Gióp 17:7 và Xa 11:17.

14. Vd: Tigay, *Deuteronomy*, 338.

15. So sánh bảy mươi ngày người Ai Cập than khóc Gia-cốp ở Sáng 50:3. Trong Phục 21:13, Môi-se yêu cầu người lính Y-sơ-ra-ên cho những người vợ ngoại quốc bị bắt trong cuộc chiến một tháng để than khóc, có lẽ vì mất cha mẹ.

Vì Môi-se đã đặt tay trên Giô-suê,[16] nên Giô-suê được đầy dẫy thần khôn ngoan và dân chúng nghe theo ông như Đức Gia-vê đã truyền qua Môi-se.

Cụm từ 'thần khôn ngoan' xuất hiện ở Xuất Ê-díp-tô Ký 28:3 và Ê-sai 11:1–2. Trong cả hai trường hợp này, cụm từ thể hiện một khả năng đặc biệt mà Chúa ban để thực hiện vai trò do Chúa chỉ định. Qua hành động theo lễ nghi của Môi-se, Giô-suê được ủy quyền và ban năng lực để cai trị dân tộc cách công chính và thể hiện sự công bình của Tô-ra (so sánh 17:14–20).[17] 'Thần khôn ngoan' này khác với 'thần' được gán cho Giô-suê ở Dân 27:18.

(1) Trong khi trong phân đoạn trước đó rûaḥ nói đến thái độ đúng đắn đối với Đức Gia-vê mà Giô-suê thể hiện trước khi ông được thụ phong, thì ở đây, người tường thuật tuyên bố rằng Giô-suê được Trời phú cho thần khôn ngoan vì Môi-se thụ phong ông.

(2) Trong khi phân đoạn trước đó cho biết Môi-se nắm lấy Giô-suê và đặt tay lên ông, thì bản văn này không nói đến việc Môi-se 'đặt tay trên' ông và thay từ 'tay' ở số ít bằng từ 'tay' ở số nhiều. Các nghi lễ dùng đến cả hai tay thường dẫn đến việc chuyển giao điều gì đó từ đối tượng này sang đối tượng khác (so sánh Lê 16:21).[18] Mặc dù không tuyên bố rõ ràng, nhưng câu hiện tại cho rằng Môi-se cũng có thần khôn ngoan như vậy, và khi ông đặt tay lên Giô-suê thì thần đó chuyển từ ông sang Giô-suê. Nhận biết ý nghĩa của hành động theo nghi thức tế lễ này và nắm chắc bằng chứng thần khôn ngoan ở trong Giô-suê, dân chúng đã đáp ứng bằng lòng trung thành và vâng phục.

Người tường thuật không tiếc lời khen ngợi Môi-se khi kết thúc tiểu sử của ông. Tại thời điểm viết, Y-sơ-ra-ên chưa từng có tiên tri nào có thể sánh với Môi-se về tầm và về quyền. Việc nhắc đến Môi-se trong vai trò 'tiên tri' làm nhớ tới 18:15. Môi-se thực thi nhiều công tác hành chính, phân xử và thậm chí là công tác tế lễ, nhưng ông

---

16. Xem bài viết đầy đủ của K. Mattingly, 'Joshua's Reception of the Laying on of Hands, Part 2: Deuteronomy 34:7 [đúng nguyên văn, đọc 34:9] and Conclusion', *AUSS* 39 (2002): 89–103.

17. Về bài viết đầy đủ về chủ đề sự khôn ngoan trong Phục Truyền, xem G. Braulik, "Weisheit' im Buch Deuteronomium,' trong *Weisheitausserhalb der kanonischen Weisheitsschriften* (bt. B. Janowski; Veröffentlichungen der Wissenschaftlichen Gesellschaft für Theologie 10, Gütersloh: Chr. Kaiser, 1996), 39–69.

18. Tương tự với Braulik, "Weisheit' im Buch Deuteronomium,' 64.

không bao giờ được gọi là thẩm phán, người cai trị, thầy tế lễ hoặc người ban luật pháp.[19] Trong tâm trí của chính Môi-se và trong suy nghĩ của người kể chuyện, ông là vị tiên tri kiểu mẫu. Với việc dùng động từ 'dấy lên' [HĐTT dịch là 'xuất hiện'], người kể chuyện liên kết lời khen của mình với lời báo trước của chính Môi-se ở 18:15, rằng Đức Gia-vê sẽ dấy lên một tiên tri có thẩm quyền như ông từ giữa vòng dân chúng.

Việc nói đến Môi-se là tiên tri có một không hai ngụ ý đã có một khoảng thời gian trôi qua từ lúc Môi-se qua đời cho đến khi bia mộ này được viết ra và ngụ ý đã có một loạt những tiên tri kế nhiệm Môi-se phục vụ Y-sơ-ra-ên vào thời điểm đó. Người kể chuyện giải thích rất chi tiết lý do cho rằng Môi-se là tiên tri hiếm có.

(1) Không có tiên tri nào thân thiết với Đức Gia-vê như Môi-se: Đức Gia-vê biết ông 'mặt đối mặt'. Thành ngữ này nói đến mối quan hệ mật thiết và trực tiếp mà không cần trung gian (so sánh Xuất 33:11; Dân 12:6–8).

(2) Không có tiên tri nào thực hiện những công việc như Môi-se đã nhân danh Đức Gia-vê thực hiện (34:11). Thật vậy, Đức Gia-vê sai ông thực thi 'những dấu kỳ phép lạ' trong xứ Ai Cập trước mặt Pha-ra-ôn, toàn thể tôi tớ Pha-ra-ôn và cả xứ Ai Cập để chứng minh 'quyền năng vĩ đại' của Ngài trước mắt người Y-sơ-ra-ên. Trước đó trong Phục Truyền, Môi-se luôn quy những hành động kỳ diệu này cho chính Đức Gia-vê (4:34; 6:22; 7:19; 11:3; 26:8; 29:3[2]). Dường như đối với người tường thuật, những dấu kỳ phép lạ này vừa để đáp ứng chương trình mặc khải thiên thượng vừa xác nhận Môi-se đích thực là tiên tri của Đức Gia-vê.[20] Với câu nói này, người kể chuyện không chỉ khen ngợi Môi-se, mà còn củng cố những lời ông nói ở 4:2; 12:32[13:1], cũng như lời nhận xét của chính ông ở 31:24, 30. Như vậy, ông công nhận giá trị những bài giảng của Môi-se và lời cam kết cuối cùng là viết lại vào sách Phục Truyền Luật Lệ Ký.[21]

---

19. Dân 27:17 nhận thấy vai trò chính của Môi-se là vai trò của một mục sư. Về bài viết đầy đủ, xem D. I. Block, 'Will the Real Moses Please Rise', trong *The Gospel According to Moses*, 68–103.

20. Tương tự với Tigay, *Deuteronomy*, 340.

21. Về phương diện này, phần kết của Phục Truyền giống với phần kết của bộ luật Hammurabi. Muốn biết, xem J. Tigay, 'The Significance of the End of Deuteronomy (Deut 30:10–12),' trong *Temples, Texts, and Traditions: A Tribute to Menahem Haran* (bt. M. Fox; Winona Lake, IN: Eisenbrauns, 1995), 137–43.

Ngữ Cảnh Bắc Cầu

MÔI-SE TRONG VAI TRÒ TIÊN TRI? Trong khi người ta có thể cho rằng Đa-vít là nhân vật quan trọng nhất trên khía cạnh con người trong Cựu Ước,[22] thì hình ảnh của Môi-se vượt trội hơn trong lịch sử Y-sơ-ra-ên từ đầu đến cuối, kéo sang tận Tân Ước. Dẫu có những thiếu sót và thất bại cá nhân khiến ông không thể vào được Đất Hứa, nhưng Môi-se là vị tiên tri xuất sắc hơn hết. Trong cuộc đời, việc làm và con người ông, ông là hiện thân của sự phục vụ quên mình cho Đức Gia-vê và cho dân tộc ông. Các tác giả sau này khen ngợi ông là 'tôi tớ của Đức Giê-hô-va',[23] 'người của Đức Chúa Trời',[24] và 'kẻ Ngài chọn' (Thi 106:23). Việc Tân Ước liên kết Môi-se với các tiên tri[25] là bắt chước truyền thống lâu đời. Thật vậy, theo Ô-sê 12:13[14], chính trong tư cách 'một đấng tiên tri' mà Đức Gia-vê để cho Môi-se dẫn Y-sơ-ra-ên ra khỏi Ai Cập và bảo vệ họ.

Mặc dù nhiều độc giả thấy chân dung của Môi-se trong các truyện kể bắt đầu từ Xuất Ê-díp-tô Ký 1 và kết thúc ở Phục Truyền 34 cũng như trong các bài giảng ở Phục Truyền là quá tầm vóc của người phàm[26] nhưng Cựu Ước lẫn Tân Ước không hề có cám dỗ lý tưởng hóa Môi-se. Phi-e-rơ đến gần Chúa, đáp ứng sự hóa hình của Chúa Giê-xu trên núi giữa Môi-se và Ê-li bằng lời đề nghị xây ba đền tạm, mỗi người một cái. Dường như ông nghĩ rằng khi liên kết Chúa Giê-xu với hai tiên tri này của Y-sơ-ra-ên là ông đang nâng Ngài lên. Nhưng các câu chuyện Phúc Âm nhanh chóng lạc ra khỏi Môi-se và Ê-li (hai người biến mất) để chú ý đến Chúa Giê-xu, Con yêu dấu của Đức

---

22. Tên Đa-vít xuất hiện 1.023 lần, nhiều hơn Môi-se (762 lần) và Áp-ram/Áp-ra-ham (61/175=236 lần) kết hợp lại. Sự khác nhau trong số lần xuất hiện đặt biệt đáng chú ý khi xem xét các bản văn không có các truyện kể về cuộc đời họ. Tên Môi-se xuất hiện không hơn 120 lần từ Giô-suê đến Ma-la-chi; tên Đa-vít xuất hiện 424 lần. Trong các sách văn thơ tên Môi-se xuất hiện 8 lần (bao gồm đầu đề của Thi 90); tên Đa-vít xuất hiện 88 lần (kể cả các đầu đề). Trong các sách tiên tri, tên Môi-se xuất hiện 7 lần; Đa-vít 36 lần.

23. Giôs 1:1, 2, 7, 13, 15; 8:31, 33; 9:24; 11:12, 15; 12:6; 13:8; 14:7; 18:7; 22:2, 4, 5; 1 Vua 8:53, 56; 2 Vua 18:12; 21:8; 1 Sử 6:49[34]; 2 Sử 1:3; 24:6, 9; Nê 1:7, 8; 9:14; 10:29[30]; Thi 105:26; Đa 9:11; Mal 4:4[3:22]; Hê 3:5; Khải 15:3.

24. Giôs 14:6; 1 Sử 23:14; 2 Sử 30:16; Era 3:2; Thi 90:1.

25. Lu 16:29, 31; 24:27, 44; Giăng 1:45; Công 26:22; 28:23.

26. Xem G. W. Coates, 'Legendary Motifs in the Moses Death Reports', *CBQ* 39 (1977): 34–44.

Chúa Trời và Đấng được Ngài chọn. Chỉ một mình Ngài ở lại trên núi.[27]

Một số người thấy trong những lời nhắc đến vị tiên tri mà Đức Gia-vê sẽ dấy lên ở Phục Truyền 18:15 và đặc biệt quan sát của người kể chuyện rằng không có tiên tri nào như Môi-se từng xuất hiện trong Y-sơ-ra-ên ở 34:10 ngụ ý rằng tinh thần tiên tri đã chấm dứt ở Y-sơ-ra-ên và được thay thế bằng Kinh Thánh, và đây là giai đoạn chuẩn bị cho tiên tri của ngày sau rốt.[28] Cộng đồng Qumran bày tỏ hai thái độ khác nhau đối với Môi-se trong tư cách một nhân vật của thời kỳ sau rốt. Đối với một số nhóm người, người ta mong đợi tiên tri 'như Môi-se' (18:15–19) hộ tống Đấng Mê-si-a của A-rôn và Y-sơ-ra-ên.[29] Những người khác nhận biết Thầy Công Bình là tiên tri theo gương mẫu Môi-se, tức là nhà lãnh đạo và người lập pháp có thẩm quyền cho một Y-sơ-ra-ên mới vẫn còn lang thang trong đồng vắng trong những ngày cuối cùng này.[30]

Tân Ước cung cấp bằng chứng phong phú rằng nhiều người ở Pa-lét-tin vào thời Đấng Christ vẫn đang mong chờ một Mê-si-a theo lời tiên tri vào thời kỳ sau rốt. Tuy nhiên, vai trò của tiên tri thời kỳ sau rốt được Giăng Báp-tít thực hiện, không phải Chúa Giê-xu.[31] Trong Công Vụ 3:12–26 Phi-e-rơ dường như hiểu tiên tri giống Môi-se trong Phục Truyền 18:15 theo nghĩa tập hợp, ám chỉ các tiên tri mà lời dự báo của họ được ứng nghiệm trong Chúa Giê-xu Đấng Mê-si-a (3:20), đầy tớ được Đức Chúa Trời dấy lên (3:26).

Công Vụ 7:20–44 cung cấp một bức tranh rõ ràng về cách nhìn Môi-se trong thời Cơ Đốc giáo đầu tiên. Trong bài khảo sát dài của Ê-tiên

27. Mat 17:1–8; Mác 9:2–8; Lu 9:28–36.
28. So sánh J. Sailhamer, *Introduction to Old Testament Theology: A Canonical Approach* (Grand Rapids: Zondervan, 1995), 245–49; S. Dempster, 'An 'Extraordinary Fact': Torah and Temple and the Contours of the Hebrew Canon', *TynB* 48 (1997): 53–56.
29. Testiminia 4Q175; 1 QS ix11.
30. Xem 1QpHab 2:1–2; 7:4–5. Về bài viết chi tiết hơn xem D. K. Falk, 'Moses', trong *Encyclopedia of the Dead Sea Scrolls* (bt. L. H. Schiffman và J. C. VanderKam; Oxford: Oxford Univ. Press, 2000), 1:577. So sánh chân dung của Môi-se trong tư cách vị vua lý tưởng nếu không phải là vị anh hùng Do Thái được thần thánh hóa trong văn chương Philo và văn chương của thầy dạy luật Do Thái. Xem J. van Seters, 'Moses' trong *The Biblical World* (bt. J. Barton; Routledge, 2002), 205; S. Pearce, 'King Moses: Notes on Philo's Portrait of Moses as an Ideal Leader in the Life of Moses' Mélanges de l'Université Saint-Joseph 57 (2004): 37–74.
31. Xem Giăng 1:19–28; cũng xem Mat 14:5; Mác 11:32; Lu 1:76.

về vai trò của Môi-se trong lịch sử Y-sơ-ra-ên, ông ám chỉ Môi-se là người đã nói với người Y-sơ-ra-ên rằng: 'Đức Chúa Trời sẽ dấy lên trong vòng đồng bào của các anh em một nhà tiên tri giống như tôi' (7:37). Như trường hợp Công Vụ 3:22, các học giả Tân Ước thường thấy trong cụm từ 'một đấng tiên tri giống như ta' ẩn ý nói về Đấng Christ.[32] Nhưng cách giải thích này làm giảm sức nặng chung của bài giảng có mục đích truy nguyên lịch sử sự bướng bỉnh thuộc linh của Y-sơ-ra-ên. Ê-tiên thật sự dành phần lớn bài giảng nói về Môi-se, đặc biệt nhắc lại việc ông được kêu gọi vào chức vụ giải cứu (7:20–34), tiếp theo là câu tóm lược dân chúng từ chối ông dù ông có vị trí cao trọng trước mặt Đức Chúa Trời và địa vị của ông trong cộng đồng (7:35–38), và phần kết với bản cáo trạng kéo dài (7:39–43). Phần trích dẫn Phục Truyền 18:15 xuất hiện trong Công Vụ 7:35–38, khi ý được nhấn mạnh rõ ràng là Môi-se, người được Đức Chúa Trời sai đến để hướng dẫn và giải cứu Y-sơ-ra-ên (7:35), người thực hiện những dấu kỳ phép lạ trước mắt họ trong bốn mươi năm (7:36), là tiên tri kiểu mẫu (7:37), là người nhận lãnh lời tiên tri từ Đức Chúa Trời và truyền lại cho dân chúng. Chúng ta đi lệch trọng tâm của Ê-tiên nếu tách rời câu trích ở câu 37 và áp đặt lên nó ý nghĩa liên quan đến Mê-si-a. Ở đây, Ê-tiên không chú ý đến "nhà tiên tri giống như tôi", huống chi là Đấng Mê-si-a,[33] mà chú ý đến 'tôi' tức là Môi-se, người báo trước rằng ông không phải vị tiên tri cuối cùng Đức Chúa Trời sẽ dấy lên. Lý tưởng lắm thì phân đoạn này nói đến mối liên kết tương tự giữa Môi-se và Chúa Giê-xu, sự khước từ Chúa Giê-xu khớp với khuôn mẫu chống nghịch Đức Chúa Trời vốn có từ lâu, như được minh họa cách rõ ràng nhất qua phản ứng của họ với Môi-se, tác nhân đem đến sự giải cứu và mặc khải.[34]

Một số học giả nhìn thấy trong 34:10 bằng chứng cho niềm hy vọng căn bản về Đấng Mê-si-a lan tràn khắp Ngũ Kinh và lời báo trước về

---

32. Vd: xem Ben Witherington III, *The Acts of the Apostles: A Social-Rhetorical Commentary* (Grand Rapids: Eerdmans, 1998), 271; John B. Polhill, *Acts* (NAC 26; Nashville: Broadman, 1992), 199–200.

33. Ernst Haenchen (*The Acts of the Apostles: A Commentary* [Philadelphia: Westminster, 1971], 282) đúng đắn khi nhận xét rằng 'người nói không đi tới chủ đề về Chúa Giê-xu cho đến câu 52.'

34. So sánh ngụ ngôn của Chúa Giê-xu về người trồng nho giết các đầy tớ và cuối cùng giết con trai địa chủ: Mat 20:33–46; Mác 12:1–12; Lu 20:9–18.

một tiên tri thuộc dòng dõi Mê-si-a sắp đến sẽ thay thế Môi-se.[35] Tuy nhiên, cách hiểu này phụ thuộc vào khuynh hướng tìm kiếm những khái niệm về Đấng Mê-si-a ở mọi nơi và không có cơ sở trong chính bản văn. Có lẽ hay hơn khi đọc câu này chỉ đơn thuần như một quan sát cho rằng vào thời điểm tổng hợp tư liệu sau cùng cho sách Phục Truyền, và có lẽ cả Ngũ Kinh nói chung, không có tiên tri nào trong Y-sơ-ra-ên có thể sánh với Môi-se về địa vị, quyền lực và sức ảnh hưởng.

Sự thành tín của Đức Gia-vê

Ngoài việc ca tụng cuộc đời của Môi-se, chương kết thúc này còn ca ngợi sự thành tín của Đức Gia-vê. Đất hứa thật sự trong tầm mắt. Những lời hứa lần đầu tiên được nghe đến ở Sáng Thế Ký 12:3 và những lời hứa làm nổi bật các truyện kể về các tổ phụ và cuộc xuất hành sắp được ứng nghiệm. Tất cả những gì còn lại là Môi-se qua đời và người thuộc cấp đáng tin cậy của ông lên kế nhiệm ông. Được Giô-suê dẫn dắt, người Y-sơ-ra-ên sẽ nhanh chóng chiếm xứ, nhưng thách thức thật sự sẽ đến sau đó. Liệu tiếng của vị tiên tri vĩ đại nhất của Y-sơ-ra-ên có tiếp tục ngân vang bên tai dân chúng, và dân chúng vẫn sẽ trung thành với Đức Gia-vê sau khi Môi-se và người kế nhiệm ông qua đời không? Các đoạn mở đầu của Các Quan Xét cho thấy lòng trung thành của Y-sơ-ra-ên đối với lời chỉ dẫn của vị mục sư yêu dấu của họ ngắn ngủi là dường nào. Thật vậy, con trai Ghẹt-sôn, cháu Môi-se, làm thầy tế lễ cho sự thờ phượng lầm lạc tại Đan trong Các Quan Xét 18:30 cho thấy rằng sự sai phạm thuộc linh đã ảnh hưởng đến chính gia đình của Môi-se chỉ sau hai thế hệ.

Nhưng ngay cả khi chương kết thúc này ca tụng cuộc đời của Môi-se, thì sự qua đời của ông cũng chứa đựng nỗi buồn. Chúng ta chờ đợi giây phút này suốt từ 31:1, và nó làm cho câu chuyện này là câu chuyện dài nhất và phức tạp nhất trong toàn Cựu Ước liên hệ đến về sự qua đời của một người. Và đúng vậy, điềm báo về cái chết cận kề của Môi-se đã treo lơ lửng trong toàn sách. Rốt cuộc, các bài nói chuyện chúng ta đã nghe trong các chương 1–30 là những bài giảng của người đứng đầu đại gia đình chuẩn bị cho mọi người trước sự ra đi của ông. Khi gìn giữ những bài nói chuyện này, người kể nhắc

35. John Sailhamer, 'The Messiah and the Hebrew Bible', *JETS* 44 (2001):5–23, nhất là tr. 23.

độc giả rằng sách Phục Truyền nói chung không phải nói về Môi-se, mà về mối quan hệ của dân Y-sơ-ra-ên với Đức Gia-vê. Nhà lãnh đạo con người đến rồi đi, câu hỏi vẫn luôn là: con dân Đức Chúa Trời có trung thành với Đức Chúa Trời mãi mãi không? Họ có để cho Đức Chúa Trời hướng dẫn họ, không chỉ trong các chiến dịch chinh phục dưới quyền của Giô-suê, mà còn trong đường lối công chính ở bất kỳ nơi nào họ ổn định và sinh sống, không? Hành trình chưa kết thúc cho đến khi họ về đến nhà trên phương diện thuộc linh lẫn vật lý. Các truyện kể từ Giô-suê đến Các Vua kể lại Y-sơ-ra-ên đã sống xấu xa như thế nào.

Ký thuật về việc Môi-se chết và được chôn trên núi khiến độc giả phải đặt ra câu hỏi 'giờ thì sao?' Câu trả lời nằm ở sự thừa nhận rằng cuối cùng, số phận của Y-sơ-ra-ên không nằm trong tay Môi-se. Ông không phải là người thật sự đem họ ra khỏi Ai Cập và nâng đỡ họ qua những bước lang bạt trong đồng vắng, và ông sẽ không hoàn tất sứ mạng của mình bằng việc phó Đất Hứa vào tay họ. Phần còn lại của Kinh Thánh không chỉ tường thuật cách Y-sơ-ra-ên đáp ứng, mà còn minh họa lòng trung thành của Đức Gia-vê, Đấng sẽ hoàn tất sứ mạng hiện tại mà không cần có Môi-se[36] và Đấng sẽ kiên nhẫn với dân Ngài. Môi-se chỉ là cái loa của Ngài, người giải thích những hành động mặc khải đầy ân sủng và vĩ đại của Ngài, mà mục tiêu của những hành động đó luôn là hướng dân Y-sơ-ra-ên đến Đức Gia-vê, Đấng Cứu Chuộc họ.

Cuối cùng Phúc Âm của Tân Ước trở thành sự ứng nghiệm cao nhất các sự kiện được bắt đầu tại đây. Môi-se giới thiệu Đức Gia-vê cho dân chúng, với tất cả ân sủng và vinh quang của Ngài thể nào, thì Giăng Báp-tít cũng sẽ giới thiệu Chúa Giê-xu, Đức Gia-vê nhập thể, cho chúng ta thể ấy. Qua những dấu kỳ phép lạ diêu kỳ của Ngài, vinh quang thiên thượng được bày tỏ và chúng ta được giải cứu, không phải khỏi ách nô lệ của Ai Cập mà khỏi ách nô lệ của tội lỗi. Qua sự kêu gọi đầy ân sủng của Đức Chúa Trời, chúng ta được Ngài nhận làm con trai và con gái; và qua quyền năng giúp đỡ của Ngài, chúng ta nhận được sự sống đời đời để khen ngợi sự vinh hiển Ngài (Êph 1:1–14)!

---

36. N. Lohfink lưu ý cách đúng đắn rằng khi Môi-se qua đời, sứ mạng của Đức Gia-vê cho dân Ngài chỉ hoàn tất một nửa. Xem 'Moses Tod, die Tora und die alttestamentliche Sonntagslesung,' *Theologie und Philosophie* 71 (1996): 481–94.

Có lẽ việc không nhắc đến truyền thống về sự chôn cất Môi-se trong Cựu Ước phản ánh sự e ngại người ta sẽ tôn Môi-se lên như một vị thần, là điều có thể phát triển từ việc tôn trọng mồ mả của ông như một nơi linh thiêng.[37] Nhưng việc thiếu thông tin không ngăn cản người Y-sơ-ra-ên, đặc biệt người Do Thái trong thời kỳ giữa hai giao ước và thời của các thầy dạy luật Do Thái, suy đoán về sự qua đời của Môi-se. Theo Josephus (Ant 4.8.48), Môi-se ghi lại sự chết của mình để đề phòng những câu chuyện kể rằng ông lên thẳng thiên đàng không cần bước qua sự chết vì sự công bình vượt trội của ông. Thư tín Giu-đe (Giu 9) ám chỉ câu chuyện liên quan đến cuộc tranh cãi giữa thiên sứ trưởng Mi-chen và ma quỷ về thi thể của Môi-se. Câu chuyện hư cấu này dường như có trong phần cuối của tài liệu thuộc thế kỷ I TC được gọi là Testament of Moses (Giao Ước Của Môi-se) đã bị thất lạc.[38] Trong truyền thống Do Thái, các thầy dạy luật tranh cãi về việc Môi-se qua đời hay được đem thẳng lên thiên đàng.[39]

Đặt tay

Khi Môi-se đặt tay lên Giô-suê, ông thực hiện nghi thức mà qua đó thẩm quyền và năng lực thiên thượng được truyền từ người này sang người kia. Nghi thức này tái xuất hiện trong Tân Ước. Chúa Giê-xu thường đặt tay trên người bệnh để chữa lành cho họ,[40] và các sứ đồ tiếp tục truyền thống này (Công 28:8). Nhưng hành động này là phần đặc biệt của nghi thức thụ phong, qua đó một người được thừa nhận là được Chúa kêu gọi và được sai phái với thẩm quyền của những người đã đặt tay lên người đó, và trên hết là thẩm quyền của Đức Chúa Trời.[41] Trong Công Vụ 13:2–4 Đức Thánh Linh được mô tả là tác nhân được sai đi. Thường người ta hiểu rằng qua hành động này, chính Đức Thánh Linh được truyền từ tay qua người được

---

37. Tương tự với M. Greenberg và S. D. Sperling, 'Moses', *EncJud* (pb. 2), 14:530.

38. Về bản văn, xem R. H. Charles, *The Apocrypha and Pseudepigrapha of the Old Testament* (Oxford: Clarendon, 1913), 2:105–7. Xem thêm R. Bauckham, *Jude, 2 Peter* (WBC 50; Waco, TX: Word, 1983), 47–48, 65–76.

39. Về sách tham khảo và bài viết, xem A. J. Heschel, *Heavenly Torah: As Refracted through the Generations* (bt. và bd. G. Tucker; New York: Continuum, 2007), 353–54.

40. Mác 5:23; 6:5; 8:23, 25; Lu 4:40; 13:13.

41. Công 6:6 (chấp sự); 13:2–4 (Phao-lô và Ba-na-ba); 1 Ti 4:14 (Ti-mô-thê).

thụ phong (Công 8:19).[42] Trong Giăng 20:21–23 Chúa Giê-xu thực hiện hành động có lẽ có hơi khác vì Ngài là chính Đức Chúa Trời. Thay vì đặt tay trên các môn đồ, Chúa Giê-xu hà hơi trên các môn đồ, tuyên bố 'Hãy nhận lãnh Thánh Linh'. Bằng cách này, Ngài ban cho họ quyền công bố sự tha tội.

Ý Nghĩa Đương Đại

MÔI-SE KHÔNG PHẢI LÀ KIỂU MẪU. Nếu Môi-se là tiên tri kiểu mẫu của cả Kinh Thánh, Cựu Ước lẫn Tân Ước, thì chúng ta cần xem xét liệu ông có là kiểu mẫu cho những người rao giảng Phúc âm ngày nay không. Chúng ta nhận ra ngay từ đầu rằng Môi-se là chiếc bình bất toàn, kháng cự sự kêu gọi của Đức Chúa Trời, đôi khi cũng nóng nảy và bất cẩn trong lúc thực hiện nhiệm vụ, và thất vọng về dân chúng. Tuy nhiên, bởi ân sủng của Đức Chúa Trời và nhờ việc ông theo đuổi sự công bình, nên chiếc bình hèn mọn này trở thành 'chiếc bình sang trọng, được thánh hóa, hữu dụng cho chủ và sẵn sàng cho mọi việc lành' (2 Ti 2:21). Chúng ta cũng thừa nhận rằng ông được kêu gọi cho một sứ mệnh độc nhất vô nhị trong bối cảnh chương trình cứu rỗi của Chúa cho thế giới. Một khi vai trò của Ai Cập là lò ấp trứng trong đó bảy mươi con cháu của Gia-cốp có thể phát triển thành đám đông vô số đã được ứng nghiệm (Phục 10:22, 26:5–10), thì đến đúng thời điểm (Sáng 15:13–16) và để đáp lại tiếng kêu khóc của người Y-sơ-ra-ên (Xuất 2:23–25), Đức Chúa Trời kêu gọi ông trở thành tác nhân để qua đó Ngài thực hiện sự giải cứu, bảo vệ và mặc khải của Ngài.

Ngược với lời nhận xét của người Y-sơ-ra-ên tại Si-na-i (Xuất 32:1), Môi-se không phải người giải cứu, vì Đức Gia-vê là Đấng đã đem Y-sơ-ra-ên ra khỏi Ai Cập.[43] Môi-se chỉ là tác nhân con người (được ban đặc ân và gánh nặng) mà qua ông Đức Gia-vê thực hiện công tác cứu rỗi này (Xuất 3–4; Ô-sê 12:13[14]). Tân Ước công nhận Môi-se là nhân vật quan trọng trong thời điểm tột đỉnh của ân sủng: 'Từ sự đầy trọn của ân sủng Ngài mà hết thảy chúng ta nhận lãnh phước lành trồi

---

42. Hành động thụ phong này khác với hành động mà qua đó người mới cải đạo nhận lãnh Đức Thánh Linh, như là lời xác nhận họ thuộc cộng đồng giao ước mới (Công 8:17, người Sa-ma-ri; 19:6, người Ê-phê-sô).

43. Lưu ý cách Đức Gia-vê tự giới thiệu Ngài trước sau như một: 'Ta là Giê-hô-va Đức Chúa Trời của con, Đấng đã đem con ra khỏi đất Ai Cập là nhà nô lệ' (vd: Phục 5:6).

hơn phước lành kia; vì Tô-ra được ban cho qua Môi-se, còn ân sủng và lẽ thật có được trong Chúa Giê-xu Christ' (Giăng 1:16–17, diễn ý cá nhân). Vì vị trí độc nhất của Môi-se trong lịch sử cứu rỗi của Đức Chúa Trời, nên nhiều khía cạnh trong sự phục vụ của ông không hẳn là kiểu mẫu. Người kể chuyện nhận ra rằng, về những dấu kỳ phép lạ và những hành động quyền năng lạ thường mà Môi-se thực hiện, không có ai làm được như ông, và phần Kinh Thánh sau này không ngụ ý các tiên tri xem khía cạnh này trong sự phục vụ của ông là đẳng cấp mà họ phải ao ước sánh ngang hàng hay thậm chí xem đó là quy chuẩn.[44]

Dường như điều này cũng đúng trong Tân Ước. Sự nhập thể, sự chết và sự sống lại của Đấng Christ, cũng như sự ra đời của hội thánh đều có những dấu kỳ phép lạ kèm theo để xác nhận Chúa Giê-xu là Đức Gia-vê đến trong thân xác và thông báo một thời đại mới bắt đầu. Nhưng thư tín trong Tân Ước nói chung lẫn Các Thư Tín Mục Vụ nói riêng đều không cho rằng những điều này phải là bằng chứng lâu dài và có tính quy chuẩn về công tác của Thánh Linh Đức Chúa Trời. Giống mục sư Môi-se, các tác giả thư tín cũng kêu gọi con dân Chúa thuận phục Đấng Christ, thể hiện qua tâm trí đổi mới và đời sống được biến đổi. Đây là những bằng chứng thật về công việc của Đức Chúa Trời.

Môi-se là kiểu mẫu

Tuy nhiên, trong các phương diện khác, mục vụ của Môi-se lại mang tính kiểu mẫu. Tất cả những người được kêu gọi vào sự phục vụ Chúa chắc chắn đều phải học hỏi ở ông niềm say mê chương trình mà Đức Chúa trời kêu gọi, học hỏi nơi ông quyết tâm chỉ giảng theo ý muốn đã được bày tỏ của Đức Chúa Trời, việc kêu nài hội chúng biết ơn về ân sủng của Đức Chúa Trời trong sự cứu rỗi và sự chăm sóc quan phòng, lời kêu gọi phải hết lòng hết sức vâng phục ý muốn Chúa vì đó là đáp ứng đúng đắn đối với ân sủng thiên thượng, quan điểm thực tế về hội chúng, khải tượng về hội thánh trong chương

---

44. Ngoại lệ gần giống nhất là Ê-li. Phép lạ là đặc điểm trong chức vụ của Ê-li. Mặc dù dấu kỳ phép lạ của ông cũng nhằm mục đích mặc khải - để chứng tỏ rằng Đức Gia-vê là Đức Chúa Trời ở Y-sơ-ra-ên chứ không phải Ba-anh - nhưng về tầm quan trọng và ý nghĩa, chúng vẫn không sánh được với các phép lạ của Môi-se, và không có phép lạ nào công khai như những hành động thể hiện quyền năng của Môi-se.

trình cứu rỗi của Đức Chúa Trời cho thế giới (Phục 26:19), sự từ chối xây tượng đài để vinh danh chính mình và lòng tin cậy Chúa thực hiện công việc của Ngài bằng cách của Ngài. Mùi hương của sự phục vụ tỏa ra từ những cam kết này rất khác với kiểu mẫu của sự phục vụ vì cá nhân, ích kỷ và chạy theo thị hiếu đang lèo lái phần lớn thế giới người Tin Lành.

Môi-se là người chăn theo ban Đấng Christ như được mô tả trong 1 Phi-e-rơ 5:1–6, và theo ban Đức Gia-vê như được ca ngợi trong Thi Thiên 23 (đây có lẽ là phân đoạn về công tác mục vụ hay nhất trong cả Kinh Thánh). Giống như Đức Gia-vê nhập thể trong Người Chăn hiền lành là Chúa Giê-xu Christ, Môi-se cung ứng cho dân Y-sơ-ra-ên điều họ thật sự cần: chất bổ dưỡng và sự nghỉ ngơi. Ông dẫn họ vào đường công bình; ông bước với họ qua trũng tối tăm nhất; và ông mời họ đến vui vẻ trong sự hiện diện của Đức Giê-hô-va. Nguyện Đức Giê-hô-va dấy lên những mục sư theo ban Đấng Christ, Người Chăn của chúng ta, để làm công việc Ngài trong thời đại chúng ta. Nguyện các đầy tớ Ngài được truyền cảm hứng cho chức vụ của mình qua Môi-se, con người khiêm hòa nhất trên đất (Dân 12:3), và nguyện họ tìm thấy trong Tô-ra chất bổ dưỡng đem lại sự sống mà ông đã để lại như một vật kỷ niệm để tôn vinh và ngợi khen Đức Chúa Trời.

Phụ Lục theo Câu Kinh Thánh

28:49–50, 44

28:49–52, 43, 44

28:49–57, 37

28:51, 36

28:51–52, 45

28:52, 36, 44, 45

28:53–57, 43, 45

28:54, 46

28:54–55, 46

28:55, 46

28:56, 46

28:56–57, 46

28:57, 46

28:58, 7, 30, 37, 46, 47, 52, 56, 125, 201, 220

28:58–68, 37, 46

28:59, 47, 75

28:59–63, 46, 47

28:60, 47

28:61, 7, 30, 36, 47, 93, 125, 201, 220

28:62, 37, 48, 56, 89

28:63, 36, 48, 51, 93

28:63–64, 46

28:63–67, 47, 48

28:64, 30, 48, 90, 161

28:65–66, 48

28:65–67, 46

28:66–67, 49

28:68, 36, 46, 47, 49

29, 81, 86

29–30, 61, 114, 119

29:1, 29, 32, 50, 51, 77, 199, 219

29:2, 62, 64, 89

29:2–3, 64

29:2–6, 64

29:2–8, 64

29:2–9, 64

29:2–13, 62, 64, 86, 103

29:2–28, 61

29:3, 226

29:4, 48, 61, 64, 65, 71, 72, 78, 80, 80, 85, 105

29:5, 64

29:6, 64

29:6–7, 64

29:8, 50

29:9, 29, 64, 66

29:10, 61, 64, 67

29:10–11, 67, 70

29:10–13, 13, 62, 64, 66

29:10–15, 61

29:12, 29, 61, 64, 67

29:12–13, 31

29:13, 61, 68, 70

29:14, 29, 61, 74, 103

29:14–15, 69, 127

29:14–17, 69

29:14–21, 69

29:14–28, 62, 64, 69, 103

29:15, 61, 66, 70

29:16–17, 69, 70

29:16–18, 69

29:16–20, 61

29:17, 42, 71, 163

29:18, 61, 71, 72

29:18–19, 61

Gieo Lời Chúa
Gặt nhận thức
Phước tuôn tràn

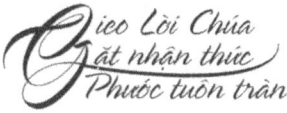

Công ty sách Cơ Đốc **Văn Phẩm Hạt Giống** chính thức ra đời vào tháng 4/2016 nhằm đáp ứng nhu cầu cấp thiết về văn phẩm Cơ Đốc có giá trị dành cho Cơ Đốc nhân người Việt với một sứ mệnh rõ ràng.

Văn Phẩm Hạt Giống sẽ cung cấp những văn phẩm Cơ Đốc:

- Có **giá trị cao, trung thành với sự dạy dỗ của Kinh Thánh, phù hợp** với nhu cầu và bối cảnh của các cộng đồng người Việt trong và ngoài nước.

- Nhằm **trang bị** từng cá nhân tín hữu Việt Nam **tăng trưởng đức tin** và **phát triển Vương Quốc Đức Chúa Trời.**

Tên gọi Hạt Giống vốn được truyền cảm hứng từ lời Chúa trong Mác 4:4. Lời của Đức Chúa Trời - Hạt Giống cứu rỗi - sẽ được những Cơ Đốc nhân gieo ra và trở lên lớn mạnh trong lòng người tin nhận.

Khi cho ra đời những văn phẩm có giá trị, chúng tôi ao ước chính mình sẽ là những người gieo trồng, kẻ tưới trong nhà Đức Chúa Trời. Chính Đức Chúa Trời sẽ hành động trong lòng độc giả khiến đời sống họ được biến đổi, lớn lên trong đức tin, được phước dư dật và đem phước hạnh ấy đến cho người khác (1 Cô 3:5-9).

Với mong muốn phát hành nhiều hơn nữa những cuốn sách chất lượng, có giá trị cao tới cộng đồng, chúng tôi luôn cần sự cầu thay, giúp đỡ, nhận xét và đóng góp quý báu cho từng cuốn sách đã được xuất bản. Những lời làm chứng, chia sẻ về sự biến đổi đời sống trong năng quyền của Chúa khi quý vị đọc những cuốn sách này cũng sẽ là nguồn khích lệ lớn lao cho chúng tôi tiếp tục sứ mệnh của mình. Mọi tâm tình, ý kiến đóng góp, chia sẻ xin gửi cho chúng tôi theo địa chỉ:

nhabientap@vanphamhatgiong.com

hoặc chia sẻ với chúng tôi trên trang Facebook **Văn Phẩm Hạt Giống.**

Rất mong được đón nhận!

VĂN PHẨM
Hạt Giống

Để tìm hiểu thêm về các sách đã xuất bản cũng như cách thức mua sách, quý độc giả có thể liên hệ với chúng tôi:

- **E-mail:** info@vanphamhatgiong.com
- **Website:** http://vanphamhatgiong.com
- **Mua sách trên trang lulu.com:** http://www.lulu.com/spotlight/Van_Pham_Hat_Giong
- **Facebook Page:** Văn Phẩm Hạt Giống

Để chia sẻ, đóng góp ý kiến với Văn Phẩm Hạt Giống, quý độc giả có thể email cho chúng tôi theo địa chỉ: nhabientap@vanphamhatgiong

CÁC SÁCH SẮP XUẤT BẢN

1. **Câu Chuyện Vĩ Đại của Kinh Thánh** (David Helm) - Hiểu cả Kinh Thánh dành cho thiếu nhi
2. **Những Cuộc Chiến của Người Tin Chúa** (Vaughan Roberts)
3. **Giải Nghĩa Tân Ước của Tyndale: Gia-cơ** (Douglas J. Moo)
4. **Noi Gương Chúa Giê-xu** (Một số Mục sư Việt Nam)

www.ingramcontent.com/pod-product-compliance
Lightning Source LLC
Chambersburg PA
CBHW030916090426
42737CB00007B/217